AF764999

தக்கர் கொள்ளையர்கள்

இரா. வரதராசன்

இரா. வரதராசன், சேலத்தில் பாரஸ்டர் ராமசாமி - நாகம்மையார் தம்பதிக்கு மகனாகப் பிறந்தார். இவர் பொருளாதாரத்தில் இளங்கலைப் பட்டமும், வரலாற்றில் முதுகலை பட்டமும் பெற்றவர். வரலாறு தொடர்பான மிகப் பழைமையான ஆவணங்களைத் தேடித்தேடி நாடு முழுவதும் பயணம் செய்திருக்கிறார். அவற்றை எந்த விலைக்கும் வாங்கிப் படித்துவிடுவது இவரது இயல்பு. இதற்கு இவரிடம் உள்ள ஆயிரத்துக்கும் மேற்பட்ட அரிய வரலாற்று நூல்கள் கொண்ட நூலகமே சான்று.

தக்கர் கொள்ளையர்கள்

இரா. வரதராசன்

கிழக்கு

தக்கர் கொள்ளையர்கள்
Thakkar Kollaiyargal
R. Varadarajan ©

First Edition: October 2016
224 Pages
Printed in India.

ISBN 978-81-8368-949-6
Kizhakku - 939

Kizhakku Pathippagam
177/103, First Floor,
Ambal's Building, Lloyds Road,
Royapettah, Chennai 600 014.
Ph: +91-44-4200-9603

Email : support@nhm.in
Website : www.nhm.in

kizhakkupathippagam
kizhakku_nhm

Images: Wikipedia ©

Kizhakku Pathippagam is an imprint of New Horizon Media Private Limited.

உள்ளே

டபிள்யூ.ஐ. தேவாரம், ஐபிஎஸ், டிஜிபி (ஓய்வு)

தலைவர், தமிழ்நாடு ஒலிம்பிக் சங்கம் - தமிழ்நாடு தடகள சங்கம்

அணிந்துரை

ஆர். வரதராஜனின் இந்தப் புத்தகம் வித்தியாசமானது. 17, 18ம் நூற்றாண்டுகளில் இந்தியாவின் முக்கால்வாசிப் பகுதியைச் சீரழித்த ரகசிய இயக்கங்களையும் கிரிமினல் குழுக்களையும் வெளிச்சத்துக்குக் கொண்டுவருகிறது இந்தப் புத்தகம். பிண்டாரிகள், பதக்குகள், கோண்டுகள், தாதுரா கொலைகாரர்கள் ஆகியோர் பற்றிய அறிமுகத்தோடு தக்கிகளின் வரலாறு குறித்தும் இதில் விரிவாக விவரிக்கப்பட்டுள்ளது.

பான்சிகர்கள் என்றும் கர்சீஃப் கொலைகாரர்கள் என்றும் அழைக்கப்0 பட்ட தக்கர்கள் மத்திய இந்தியாவில் உள்ள வணிக வழித்தடங் களையும் பக்தர்களின் பயண வழிகளையும் தங்களுடைய கட்டுப் பாட்டுக்குள் கொண்டுவந்ததோடு ஆயிரக்கணக்கானவர்களைக் கொன்றொழித்தனர். கொல்லப்பட்டவர்களின் உடைமைகள் மட்டு மல்ல அவர்களைப் பற்றிய சிறிய தடயத்தைக்கூட அவர்கள் விட்டுச் செல்லவில்லை. விடுமுறைக்காக வீடு திரும்பிக்கொண்டிருந்த சிப்பாய்கள்கூட அவர்களிடமிருந்து தப்பவில்லை.

பான்சிகர் எதிர்ப்பு நடவடிக்கை குறித்த விவரம் 1816ம் ஆண்டு வெளிவந்த ஒரு புத்தகத்தின்மூலம் தெரியவருகிறது. எழுதியவர் புனித ஜார்ஜ் கோட்டையில் அறுவை சிகிச்சை மருத்துவராகப் பணிபுரிந்த டாக்டர் ஷெர்வுட் என்பவர். 19ம் நூற்றாண்டின் தொடக்கப் பத்தாண்டுகளில் பிரிட்டன் மேற்கொண்ட தாக்குதல் நடவடிக்கைகள் இதில் விவரிக்கப்பட்டுள்ளன.

ஆனால் பிரத்தியேமாக தக்கர்கள்மீது கவனம் செலுத்தி தாக்குதல் தொடுக்கப்பட்டது வில்லியம் ஸ்லீமன் வருகைக்குப் பிறகுதான். முதலில் அவர் தக்கர்களின் ரகசிய மொழியைக் கற்றறிந்து Ramasena என்னும் புத்தகத்தில் அதைப் பதிவு செய்தார். தக்கர் எதிர்ப்பு நடவடிக்கையில் ஈடுபட்ட போர் வீரர்களுக்கும் காவல் துறையினருக்கும் இந்தப் புத்தகம் பெரிதும் உபயோகமாக இருந்தது.

இதன் தொடர்ச்சியாக 3689 தக்கிகள் கைது செய்யப்பட்டனர். அவர்களில் 466 பேர் தூக்கிலிடப்பட்டனர். 1504 பேர் அந்தமானுக்கு நாடுகடத்தப்பட்டனர். புதைக்கப்பட்டிருந்த ஏராளமான விலையுயர்ந்த பொருள்களையும் கொல்லப்பட்டவர்களின் சடலங்களையும் முதல் முயற்சியிலேயே ஸ்லீமன் கண்டுபிடித்தார். குவாலியர், அவுத் போன்ற பகுதிகளின் ரெஸிடெண்டாக மாறிய பிறகும் தன்னுடைய தேடுதலை ஸ்லீமன் தொடர்ந்துகொண்டுதான் இருந்தார்.

டெல்லியிலும் மத்திய இந்தியாவிலும் பயணம் செய்த அனைவரையும் கொன்றொழித்த தக்கர்களைத் தன்னுடைய 50 ஆண்டுகால உழைப்பின் பலனாக முற்றிலுமாக அழித்தொழித்தார் ஸ்லீமன்.

ஸ்லீமனின் பங்களிப்பை மதித்த மக்கள் அவர் நினைவாக ஒரு கோயிலை எழுப்பினார்கள். ஒரு நகருக்கும் ரயில்நிலையத்துக்கும் ஸ்லீமனாபாத் என்று பெயரிட்டனர். அந்நிய நாட்டைச் சேர்ந்த ஓர் ஆட்சியாளருக்கு இத்தகைய அங்கீகாரம் வழங்கப்படுவது உண்மையி லேயே அபூர்வமானதுதான்.

இந்திய வரலாற்றில் மறந்துபோன ஒரு காலகட்டத்தை உயிர்ப்பித்துக் கொண்டுவந்திருக்கிறார் நூலாசிரியர். பிரிட்டிஷ் அதிகார வர்க்கத்தின் ஒரு பிரிவினரின் கடமையுணர்ச்சியையும் பதிவு செய்திருக்கிறார்.

இந்தியாவின் கடந்த காலத்தைத் தெரிந்துகொள்ள விரும்புபவர் களுக்கும் வரலாற்று மாணவர்களுக்கும் இந்தப் புத்தகம் பெரிதும் பயனுள்ளதாக இருக்கும்.

திரு. இரா. வரதராசனுக்கு என் வாழ்த்துகள்.

டபிள்யூ.ஐ. தேவாரம், ஐபிஎஸ், டிஜிபி (ஓய்வு)

சென்னை - 600 033

முன்னுரை

வரலாற்று ஆர்வலர்கள் புதிய விந்தையான செய்திகளைத் தேடி அலையும்போது ராபர்ட் ரிப்ளே அவர்களிடம்தான் வந்து சேர்வோம். அவரது முதல் புத்தகமான Believe it or Not 1929ல் வெளியானது. அதில் தக்கர் தலைவன் பஹ்ராம் என்பவனைப் பற்றிய குறிப்புடன் 931 கொலைகள் செய்த அவனது செயல் குறிப்பிடப்பட்டிருந்தது. அடுத்து வெளியான Believe it or Not 2 புத்தகத்தில் அதே பஹ்ராம் பற்றிய விபரம் விளக்கமாக இருந்தது. ஹைதராபாத் சமஸ்தானத்தில் தக்கர் ஒழிப்புப் பிரிவில் பணியாற்றிய Colonel Meadows Taylor அவர்கள் 1839-ல் எழுதிய உண்மை சம்பவங்களைக்கொண்ட Confessions of a Thug என்னும் நாவலின் ஆறாம் பதிப்பை படிக்கும் வாய்ப்பு கிடைத்தது. அந்தப் புத்தகம் என்னை மிகவும் பாதித்துவிட்டது. மூன்று நாட்கள் மனதும் உடலும் மிகப் பாதிப்புக்குள்ளானது. இப்படி ஒரு ரகசிய இயக்கமா? அதுவும் நமது நாட்டிலா? இவ்வளவு கொலைகளா? எனத் திகைத்தேன்.

எனது நண்பரும் எழுத்தாளரும் கவிஞருமான ஆசிரியர் திரு. தமிழ்நாடன் அவர்களைச் சந்தித்து ‘தக்கர்கள் பற்றிய வரலாற்று நூல்கள் எங்கும் கிடைக்கவில்லை. அதுபற்றி எழுத எண்ணுகிறேன்’ என்றேன். அவர், நூலகத்துறையில் மாவட்ட அதிகாரியாகப் பணியாற்றியவரும் அமெரிக்க பல்கலைக் கழகங்களில் படித்து நீண்ட நாள் அதே துறையில் பணியாற்றியவரும் விடுதலைப் போராட்ட குடும்பத்தைச் சார்ந்தவருமான, திரு. புஸ்நாகி ராஜண்ணன், அவர்களை எனக்கு அறிமுகப்படுத்தினார். ‘கொங்கு ஆய்வகம்’ என்ற பெயரில் ஆய்வுகளும், சேலம் மாவட்ட வரலாற்று ஆய்வு நூலும் வெளியிட்டவர் அவர். என் எண்ணத்தை அறிந்த அவர் தனது பெரிய நூலகத்தில் தேடி, 1850ல் வெளியிடப்பட்ட ஒரு ஆங்கிலப் புத்தகத்தைத் தந்து வாழ்த்தினார். ‘தமிழில் உங்களது புத்தகம்தான் முதல் புத்தகம். நல்ல முறையில் தேடுங்கள் நிச்சயம் கிடைக்கும்’

என்றார். அப்புத்தகத்தில் தக்கர்கள் பற்றிய பல விபரங்கள் 20 பக்க அளவில் இருந்தது. தக்கர்கள் தொடர்பான புத்தகங்களைத் தேடி தமிழ்நாடு மற்றும் வெளி மாநில வரலாற்றுப் பேராசிரியர்கள் உதவியுடன் பல இடங்களிலும் அலைந்தேன். அப்போதுதான் அந்தத் தகவல் எனக்கு கிடைத்தது. 1860-களில் லண்டனில் துவக்கப்பட்ட 'இந்தியா ஆபீஸ் லைப்ரரி' என்ற நூலகத்தில் இடம் பெறச் செய்வதற்காக எகிப்து முதல் இந்தோனேசியாவரை உள்ள நாடுகளின் கலை, இலக்கியம், மொழி, ஓவியம் போன்ற அனைத்து அச்சான புத்தகங்கள், ஏட்டுச் சுவடிகள், ஓலைச் சுவடிகள் அரிய கலைப்பொருள்கள் என அனைத்தும் அங்கே கொண்டு செல்லப்பட்டு விட்டன.

இந்தியாவில் சமஸ்கிருதத்திலும், பாலி மொழியிலும் பிராகிருதத்திலும் வெளியிடப்பட்ட சுமார் 20,000 புத்தகங்கள், வங்க மொழியில் 24,000, குஜராத்தியில் 10,000, இந்தி மொழியில் 20,000, மராட்டிய மொழியில் 9200, பர்மா மொழியில் 5000, உருது மொழியில் 20,000, தமிழ் மொழியில் 15,000, தெலுங்கு மொழியில் 6,000, அரபி மொழியில் 5000, பெர்சியா மொழியில் 5000 புத்தகங்கள் மற்றும் இதுதவிர அனைத்து இந்திய மொழிகளிலும் இருந்த ஏட்டுச்சுவடிகள் 20,000த்துக்கும் மேற்பட்டவை அனைத்தும் ஆங்கிலேயர்களால் லண்டனுக்குக் கடத்தப்பட்டுள்ளன. அந்த நூல்கள் 14 கிலோ மீட்டர் நீளம் வரிசையாக இருபுறமும் அலமாரிகளில் பல்வேறு தலைப்புகளில் பாதுகாக்கப்பட்டுள்ளன. அந்த மாபெரும் நூலக பொக்கிஷத்தைப் பார்வையிட பொதுமக்களை அனுமதிப்பது இல்லை. 1850-ல் தக்கர் ஒழிப்பு ஏறத்தாழ முடிவடைந்த நிலை. 1904-ல் காவல்துறையில் இருந்த 'Suppression of Thugee and Dacoity' என்ற பிரிவு கலைக்கப்பட்டுவிட்டது. அது தொடர்பான அனைத்து ஆவணங்களும் அங்கே கொண்டு செல்லப்பட்டு விட்டன.

நமது நாட்டு அரசியல் தலைவர்களும், சமூக ஆர்வலர்களும் பண்டைய மயிலாசனம், கோஹினூர் வைரம் போன்ற பொருட்களை திரும்பக் கொண்டுவரவேண்டும் என்று கேட்பார்கள். அதைப் போன்று பலமடங்கு மதிப்பு வாய்ந்த நமது தமிழ்மொழிப் புத்தகங்களையும் ஏட்டுச்சுவடிகளையும் கேட்டுப் போராட மாட்டார்கள். அவர்கள் அலெக்ஸாண்டிரியா நூலக எரிப்பினை உரத்தக் குரலில் பேசுவார்கள். யாழ்ப்பாண நூலக எரிப்பைப்பற்றிப் பேசுவார்கள். ஆனால் நாளந்தா பல்கலைக்கழக பலநிலைமாட நூலகம் எரிக்கப் பட்டதைப் பேசமாட்டார்கள். நாளந்தா பல்கலைக்கழக நூலகம் பற்றிய விபரங்கள் திபெத்திய ஆவணங்களில் தெளிவாகக் குறிப்பிடப் பட்டுள்ளன. நாளந்தா பல்கலைக்கழகத்தில் தர்மகானா என்ற

சதுக்கத்தில் மாபெரும் கட்டிடங்கள் மூன்று உருவாக்கப்பட்டன. ரத்னசாகரா, ரத்னதாதி, ரத்னரஞ்சகா என்ற அந்த மாபெரும் மூன்று நூலகக் கட்டிடங்களில் ரத்னசாகரா ஒன்பது மாடிகள் கொண்டது. மூன்று மாளிகைகளிலும் லட்சக்கணக்கான உலகின் அரிய புத்தகங்கள் சேகரிக்கப்பட்டன. உலகம் முழுவதிலிருந்தும் வந்த பல்லாயிரக் கணக்கான மாணவர்கள் பயின்ற அந்தப் பல்கலைக்கழகம் பக்தியார் கில்ஜியின் (1197-1203) படையெடுப்பில் முற்றிலுமாக அழிக்கப் பட்டது. முற்றிலுமாக எரித்து சாம்பலாக்கப்பட்டது. இதை யாரும் ஏனோ பேசுவது இல்லை. ஒருவேளை புத்தமதம் தொடர்பானது என்பதாலா? புத்தகங்கள் கிடைக்கவில்லையே என்ற ஏமாற்றத்தில் இதையெல்லாம் எண்ணவேண்டியதானது. சரி! நம்மிடம் நமது வீடுகளில் இருந்த பழம்பெருமை வாய்ந்த ஏட்டுச்சுவடிகள் எங்கே?

ஆண்டுதோறும் ஆடிப்பெருக்கின்போது 'உங்கள் வீட்டில் உள்ள பழைய ஓலைச்சுவடிகளை எல்லாம் எடுத்து வந்து ஆற்றின் புதுவெள்ளத்தில் விடுங்கள். உங்களுக்கு மோட்சம் நிச்சயம்' என்று கூறி மூளைச் சலவை செய்து நமது மொழியின் சிறப்பான படைப்புக் களை, கலாசார பண்பாட்டு சிறப்புகளை திட்டமிட்டு அழித்தது யார்? ஒவ்வொரு ஆண்டும் ஒரு அலெக்ஸாண்டிரியா, யாழ்ப்பாணம், ஒரு நாளந்தா நூலகம் மொத்தமாக அழிக்கப்பட்டதே... ஏன்...? எப்படி...? யாரால்...? உ.வே.சா அவர்கள், பழம் பெருமை மிக்க சிறப்பான ஓலைச்சுவடிகளை நாளை மக்கள் ஆற்றில் விடப் போகிறார்கள் எனக் கேள்விப்பட்டு, இரவே அந்த வீட்டுக்குச் சென்று கெஞ்சியும் பணம் தருவதாகக் கூறியும்கூட அவர்கள் மறுத்துள்ளனர். அடுத்தநாள் அவை அனைத்தும் ஆற்றில் எறியப்பட்டபின், சரியாகத் திட்டமிட்டதால், ஆற்றில் போடப்பட்ட சுவடிகள் எல்லாம் கைப்பற்றப்பட்டு அவரது முயற்சியினால் புத்தக வடிவில் வெளிவந்தன.

தக்கர்கள் பற்றிய புத்தகங்களைத் தேடி அலைந்ததில்; 1830களில் வெளியான நாளிதழ்கள், மாத இதழ்கள்; வெளிவந்த அரிய கட்டுரைகள் கிடைத்தன. 1816ல் வெளியான டாக்டர் ஷெர்வுட் அவர்களது முதல் தக்கி கட்டுரை கிடைத்தது. 1836ல் வெளியான ஸ்லீமன் அவர்களது முதல் புத்தகம் Ramaseeana மூன்று பாகங்கள் மற்றும் அவரது எல்லா புத்தகங்களும் கிடைத்தன. அவற்றில் எங்கும் தக்கர்களது பயணம், அவர்கள் செய்த கொலைகள் ஆகியவைதான் இடம்பெற்றிருந்தன. கிணறு, வாய்க்கால், ஆறு, வயல் எங்கெங்கும் கிடைத்த பிணங்களையே சுற்றிச்சுற்றி நிகழ்வுகள் அமைந்திருந்தன. அவற்றை ஆண்டு வரிசைப்படி சுவையுடன் கூற எல்லாவற்றையும் அலசி ஆராய வேண்டியதாயிற்று. லார்டு மெக்காலே தனது History of

England படைப்பின் முன்னுரையில் 'ஒரு வரி எழுத பத்து புத்தகங்கள் படித்தேன். ஒரு பத்தி விவரிக்க பத்துமைல் நடந்தேன்' என்று குறிப்பிடுவார். அதை நான் உணரமுடிந்தது. 2500 மைல் நீளமும் அதே அளவு அகலமும் கொண்ண்ட ஒரு மாபெரும் துணைக்கண்டமான இந்தியாவில் சுமார் எண்ணூறு ஆண்டு பழமையான ஒரு மாபெரும் ரகசிய இயக்கத்தை ஒழிக்க வெறும் பதினெட்டு ஆங்கில அதிகாரிகளை போலீஸ் சூப்பரின்டெண்ட்களாகவும் பிரிட்டிஷ் ஏஜெண்ட் என்ற பெயரிலும் நியமித்து ஆங்கில மற்றும் சுதேசி சமஸ்தானங்களில் (மன்னர்களது ரகசிய ஆதரவோடு) நடந்து வந்த, விஷ விருட்சமாக வளர்ந்திருந்த, ஒரு குற்ற சாம்ராஜ்ஜியத்தை, நாற்பது, ஐம்பது ஆண்டுகளில் அழித்துவிட்டனர் என்பது விந்தையே!

அளவற்ற துணிவும், நேர்மையும் ஆற்றலும் மிக்க அந்த இளம் அதிகாரிகள் ஸ்லீமன் என்ற மாமனிதனின் தலைமையில் 40 ஆண்டுகள் இடைவிடாது போராடி வெற்றி பெற்றனர். Report on the Depredations Committed by The Thug Gangs of the Upper and Central India என்ற ஸ்லீமனின் நூல் மூலம் 1833 முதல் 1840 நவம்பர் வரையிலான காலங்களில் மட்டும் அரசு அறிக்கை ஆவணங்களின்படி 5287 தக்கர்கள் பிடிபட்டு தண்டனை பெற்றனர் என்று அறியமுடிகிறது. தண்டனை பெற்ற அந்தத் தக்கிகளின் பெயர் அகர வரிசைப்படி முழு விபரங் களுடன் உள்ளது. அதற்கு முன்னும் பின்னும் எத்தனை ஆயிரம் பேர் கைது செய்யப்பட்டு இருப்பர் எனப் பார்த்தால், 1816-ல் டாக்டர் ஷெர்வுட் தமது கட்டுரையில் சுமார் 9000 தக்கர்கள் இந்தியா முழுதும் உள்ளனர் என்று எழுதியது உண்மை என்றே நிரூபணமாகிறது.

எங்கேயும் எதிலும் எதிர்ப்பு இருக்கும். தக்கர்கள் பற்றிய செய்திகளில் மிகைப்படுத்திவிட்டனர், இந்தியர்களை கேவலப்படுத்தி, இந்து மதத்தை இழிவுபடுத்தி, கிருத்துவ மதத்தை பரப்பவே இவ்வாறு கூறுகின்றனர் என்றெல்லாம் கூச்சல்கள் கிளம்பின. முதல் குரல் Journal of Indian History பத்திரிகையில் பேராசிரியர் Hiralal Gupta பிரிட்டிஷார் தங்களது ஆட்சி எல்லை விரிவாக்க முயற்சியின் குழப்பமே தக்கர்கள் உருவாகக் காரணம் என்றார். எங்கும் தனது கருத்துக்களால் பிரச்னை உருவாக்கும் மெக்காலேயின் உறவினர் சார்லஸ் ட்ரெவெல்யன் (Charles Trevelyan) என்பவர் 'தக்கி வரலாறு இந்து மதத்தின் தீயசக்தியைக் காட்டுகிறது. இந்து மதத்தைவிடச் சிறந்தது ஆங்கில கலாசாரம், பண்பாடு, இலக்கியம், மொழி' எனப் பிதற்ற அது விபரீதமானது. 1901ல் Quarterly Review இதழில் தக்கர்கள் பற்றி வெளியான A Religion of Murder என்ற கட்டுரை பெரும் எதிர்ப்பைச் சந்தித்தது.

ஆனால் நம்மைக் குறைகூறும் அவர்களது நிலை என்ன? ரோமன் கத்தோலிக்கர்களுக்கு எதிராக எலிசபெத் மகாராணியும், மகாராணி மேரியும், புரோடஸ்டண்டுகளை எப்படி கொடுமைப்படுத்தினார்கள்? பியூரிடன்ஸ் காலத்தில் மன்னர் ஜேம்ஸ், மன்னர் சார்லஸ் எப்படி நடத்தினார்கள் தெரியாதா? ரோமன் கத்தோலிக்கர்களுக்கு எதிராக அயர்லாந்தில் புதிய சட்டங்களே இயற்றினார்களே? இதுபோல இந்தியாவில் நடந்தது உண்டா? 5 வது நூற்றாண்டில் இந்தியா வந்த சீன யாத்திரிகர் பாகியான் ஆறு ஆண்டுகள் இந்தியாவில் சுற்றி வந்தார். மிகப் பெரும் இலவச மருத்துவமனைகளில் எல்லா ஊர்களில் இருந்தும் வந்த பொதுமக்கள் நாள் கணக்கில் தங்கி வசதியாக குணமாகிச் சென்றதை வியப்புடன் குறிப்பிடுகிறார். ஆனால் ஐரோப்பாவின் முதல் பொது மருத்துவமனை, Maison Dieu பாரிஸ் நகரில் 7ஆம் நூற்றாண்டில்தான் துவக்கப்படுகிறது. ஆகவே இதுபோன்ற பயனற்ற விவாதங்கள் மூலம் நம்மை இழிவுபடுத்த முடியாது. 180 ஆண்டுகள் நாம் ஆங்கிலேயர்களுக்கு அடிமைப் பட்டிருக்கலாம். ஆனால் 500 ஆண்டுகள் ரோமசாம்ராஜ்யத்துக்கு அடிமைப்பட்டிருந்தது அவர்கள் அல்லவா? ஆங்கிலத்தைவிட்டு லத்தீன் மொழிக்கு மாறியது யார்? இந்தியாவையும் இந்து மதத்தையும் இழிவுபடுத்தவே தக்கி பிரச்சினை பயன்படுத்தப்படுகிறதா என்னும் சந்தேகத்தைச் சில வரலாற்று ஆய்வாளர்கள் எழுப்புகிறார்கள்.

எது எப்படி இருந்தாலும் இந்துமதம் எந்த இடத்திலும் தக்கி கலாசாரத்தை உருவாக்கவில்லை, ஏற்கவுமில்லை. அதே போல முஸ்லிம் மதமும் இதில் எங்கும் இல்லை. பாரசீகத்தில் முஸ்லிம் மதத்திலிருந்து விலக்கி வைக்கப்பட்ட நாடோடி பழங்குடி இனத்தவர்களும், இந்து பழங்குடி இனத்தவர்களும் இணைந்து உருவாக்கியதே இந்தத் தக்கர் குற்றச் செயல்பாடு. எகிப்து நாட்டு பழங்குடி இனமக்களான Seneca மக்களின் சுருக்குக்கயிறு வீசிக் கொல்லும் முறை, நைல் நதிக்கரையில் இருந்து இந்திய மேற்குப்புற நதிக்கரைக்கு பரவிவிட்டது என்றே வரலாற்று ஆசிரியர்கள் குறிப்பிடுகின்றனர். இந்திய பழங்குடி இனமக்களின் வாழ்க்கை பற்றி ஆய்வு மேற்கொள்ளப்பட்டு அந்த அறிக்கை 1839-ல் அரசுக்கு சமர்ப்பிக்கப்படுகிறது. தக்கர்களாகவும் கொள்ளையர்களாகவும் மாறிய அந்தப் பழங்குடி இன மக்களை அந்த ஆய்வு வெளிப் படுத்தவே, 1871-ல் பழங்குடி குற்றப் பரம்பரைச்சட்டம் ஏற்பட்டது. அது சுதந்திர இந்தியாவிலும் நீடிக்கிறது. இந்தியா, என்றும் எந்த மதத்தையும் இழிவுபடுத்தியது இல்லை. பேரரசர் அக்பர் அவர்களது அரை நூற்றாண்டு கால ஆட்சியே அதற்குச் சான்று.

ஆகவே பயனற்ற விவாதம் தேவையில்லை. அவர்களது செயல்களை, நல்ல திட்டங்களை, உழைப்பைப் பாராட்டுகிறோம். எண்ணூறு ஆண்டுகள் நடந்துவந்த ஒரு ரகசிய குற்ற சாம்ராஜ்யத்தை தன்னலமற்ற கடமை உணர்வுகொண்ட பிரிட்டிஷ் அதிகாரிகள் வீழ்த்தியதை நன்றி உணர்வுடன் போற்றவேண்டும்.

இந்தச் சிறு வரலாற்று நூலை நான் விரைந்து முடிக்க என் தாயார் மறைவுக்குப்பின், என்னை வற்புறுத்திய, எனக்கு பல்வேறு தகவல்கள் பெற்றுத்தந்து, தினமும் எப்படி வந்துள்ளது எனப் பார்த்து, தொடர் கண்காணிப்பில் செயல்பட்ட, நேர்மை தவறாத போலீஸ் அதிகாரியாக பணியாற்றிய மு. அசோக் குமார் I.P.S மற்றும் அவரது துணைவியார் - எனது தங்கை நல்லாசிரியர் விருது பெற்ற, கிரிஜா ஆகியோருக்கும் என் நன்றிகள்.

எங்கள் குடும்பத்தில் முதல் தொழிலதிபராகி, இந்திய நாட்டின் சிறந்த நிறுவனமாக பல்வேறு பரிசுகளைப் பெற்று நாட்டுப்பணிக்கான தொழில் நிறுவனமாக உள்ள The Salem Aero Park நிறுவனரான என் தம்பி இரா.சுந்தரம் அவர்கள் முயற்சியால்தான் இதை நான் செய்ய முடிந்தது. எங்கள் அக்கா இரா.சரோஜா அவர்களின் கணவர் புலவர் கோ.வேள்நம்பி சிறந்த படைப்பாளி. பல்வேறு புத்தகங்களைத் தொடர்ந்து எழுதியதுடன் அவரது பெரும் உழைப்பில் வெளியான 'பயணம்' புத்தகம் திராவிட இயக்க வரலாற்றை முழுமையாக உள்ளடக்கியது. தினத்தந்தி சி.பா. ஆதித்தனார் பரிசினைப் பெற்ற நூல். 'திராவிட இயக்க வரலாற்றில் ஏதும் தெளிவுபெறத் தேவைப்பட்டால் சேலம் வேள்நம்பியை அணுகி தெளிவு பெறுங்கள்' என கலைஞர் அவர்கள் தனது முரசொலியில் எழுதுமளவு புகழ்பெற்றவர். அவரது செயல்களே எங்களுக்கு வழிகாட்டின. அவரது திருமகள் என் தம்பியின் துணைவியார் முனைவர் வே.அன்பரசி சுந்தரம் தனது திறமைகளை அப்படியே தனது எழுத்துக்களில் கொண்டுள்ளார். பேரறிஞர் அண்ணாவின் 'நீதிதேவன் மயக்கம்' நாடகத்தை ஆங்கிலத்தில் மொழிபெயர்த்து புகழ்பெற்றவர். சேலம் அரசு கலைக்கல்லூரியில் ஆங்கிலத்துறை தலைவரான அவர், எனக்குத் தந்த அறிமுகக் கடித உதவியால்தான் தேசிய நூலகங்களில் நுழைய முடிந்தது. ஆசிரியைகளான என் தங்கைகள் தனம், வனஜா ஆகியோர் தொடர்ந்து என் முயற்சிகளுக்கு உறுதுணையாக இருந்தனர். அவர்கள் அனைவருக்கும் என் நன்றிகள்.

தினமும் நான் எழுத உடனிருந்து அனைத்துச் செய்திகளையும் தொகுத்து எனக்கு பெரிதும் உதவியவர் என் துணைவியார் மீரா அவர்கள். என் எழுத்துக்களை அச்சு வடிவாக்கப் பெரிதும் உதவிய

கண்ணன் அச்சக நண்பர் வெங்கடாசலம் மற்றும் என் அன்புக்குரிய சென்னை வேள்கதிரவன் ஆகியோருக்கும் என் நன்றியினை உரித்தாக்கிக்கொள்கிறேன். இந்தப் புத்தகத்தை வெளியிட்ட சென்னை கிழக்கு பதிப்பகத்தாருக்கும் என் நன்றி.

ஏறத்தாழ எட்டு நூற்றாண்டுகளாக ரகசியமாக நடந்து வந்த இந்தக் கொடிய குற்றத் தொழிலைப் பற்றின என் ஆராய்ச்சியின்போது, இத்தொழிலைத் தம் காலத்திலேயே அழித்தொழித்த மேஜர் ஜெனரல் ஸ்லீமன் பாராட்டுக்குரியவராக அறியப்பட்டார். அவருடைய நேர்மையான, துணிவான, வேகமான, நடுநிலையான செயல்பாடுகளும், பாதிக்கப்பட்டோரிடம் அவர் காட்டிய பரிவும், நம் நாட்டுப் பண்பாடுகளைப் புரிந்துகொண்டு அவற்றின்மீது அவர் காட்டிய அக்கறையும் எனக்கு அவ்வப்போது நம் தமிழ்நாட்டு காவல்துறை அதிகாரி திரு வால்டர் தேவாரம் அவர்களை நினைவூட்டியது. இந்நூலுக்கு அவரே அணிந்துரை வழங்கியிருப்பது மிகப் பொருத்தமானது என்று மகிழ்ந்து என் மனமுவந்த நன்றியினையும் வெளிப்படுத்துகிறேன்.

இச்சிறு படைப்பினை எங்களது அன்புப் பெற்றோர் நாகம்மையார் - இராமசாமி அவர்களது மலரடிகளில் சமர்ப்பிக்கிறேன்.

அன்புடன்

இரா.வரதராசன்

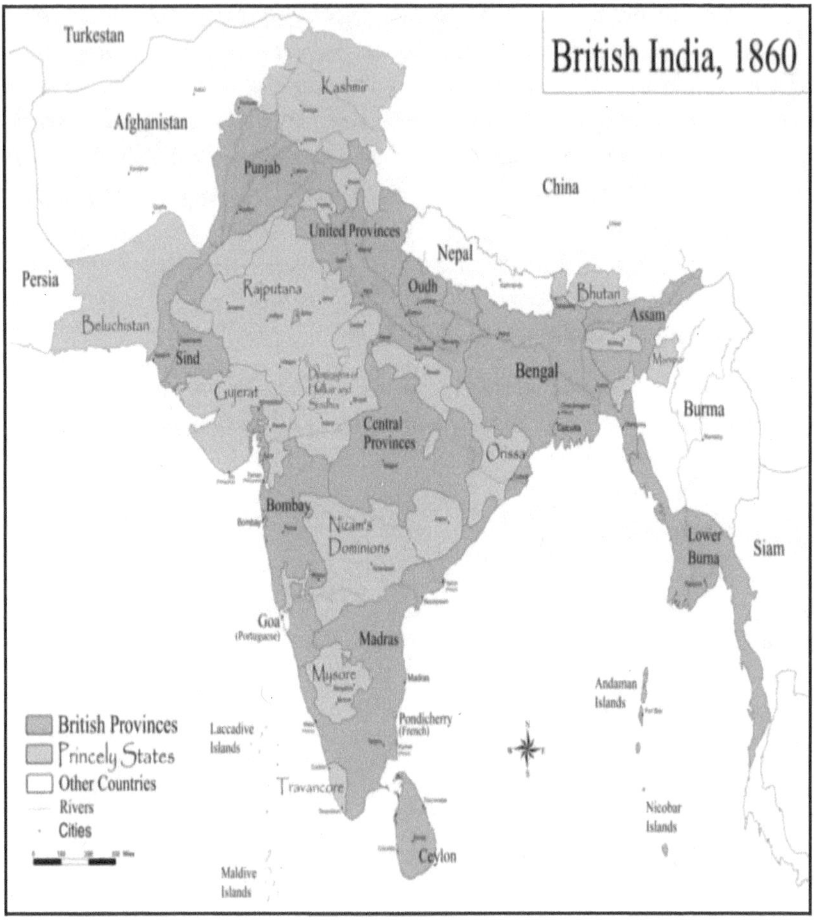
British India, 1860
Turkestan
Afghanistan
Kashmir
Punjab
China
United Provinces
Nepal
Persia
Rajputana
Oudh
Bhutan
Assam
Beluchistan
Sind
Bengal
Gujerat
Central
Provinces
Burma
Orissa
Bombay
Nizam's
Dominions
Lower
Burma
Siam
Goa
(Portuguese)
Madras
Mysore
Andaman
Islands
British Provinces
Princely States
Other Countries
Rivers
Cities
Laccadive
Islands
Pondicherry
(French)
Travancore
Nicobar
Islands
Ceylon
Maldive
Islands

1

ரகசிய இயக்கம்

ஒரே வருடத்தில் ஆயிரக்கணக்கானவர்கள் காணாமல் போனார்கள்! காற்றில் கரைந்ததுபோல மாயமாகிப் போனார்கள்!

எத்தனை தேடியும் அவர்கள் கிடைக்கவில்லை! அவர்கள் என்னவானார்கள் என்றே யாராலும் கண்டுபிடிக்க முடியவில்லை!

18-19ம் நூற்றாண்டுகளில் ஓர் ஊரிலிருந்து இன்னொரு ஊருக்கு வணிகத்துக்காகப் புறப்பட்டுச் சென்ற வியாபாரிகள், காசி, கயா, அலகாபாத் என திருத்தலங்களுக்கு யாத்திரை சென்ற யாத்திரிகர்கள், ஓரிடத்திலிருந்து மற்றோர் இடத்துக்கு பணம், தங்கம் கொண்டு சென்ற அரசு அலுவலர்கள்; பணப் பெட்டிகளைச் சுமந்து சென்ற கூலியாட்கள்; அவர்களது பாதுகாப்புக்கு உடன் சென்ற காவலர்கள் மற்றும் ராணுவ விடுப்பில் தங்கள் வீடுகளுக்கு புறப்பட்டுப் போன சிப்பாய்கள் இப்படி அநேகம் பேர் ஆயிரக்கணக்கானவர்கள் திரும்பி வரவில்லை.

உறவினர்கள் தேடித் தேடி அலுத்துப் போனார்கள். போலீஸ் தேடித் தேடி ஓய்ந்து போனது.

சிறிது காலத்துக்குப் பிறகு 1808-1809 ஒரே ஆண்டில் ஆக்ரா நகருக்கும் மணிப்பூரி நகருக்கும் இடையே உள்ள நெடுஞ்சாலை ஓரமுள்ள விவசாயக் கிணறுகளில் 67 மனித உடல்கள் கண்டுபிடிக்கப்பட்டன. அடுத்து 1810 முதல் மூன்று மாதத்தில் மட்டும் மீண்டும் அதேபோல இட்டாவா எனும் ஊரின் அருகிலேயே 11 மனித உடல்கள் கிடந்தன.

பொதுமக்கள் அதிர்ச்சியடைந்தார்கள். அச்சத்தின் உச்சநிலைக்குச் சென்றார்கள். இதன் பின்னால் தக்கர்களின் ரகசிய இயக்கம் உள்ளது என்று பேசிக்கொண்டார்கள்.

என்ன ரகசிய இயக்கம்? யார் இந்த தக்கர்கள்?

'எந்த ஒரு இயக்கமும் தன் கொள்கைகளையும் செயல்பாடுகளையும் ரகசியமாக வைத்துக்கொள்ளக் கூடாது. அவ்வாறு ரகசியமாக ஒரு இயக்கம் இருக்குமேயானால் அது நிச்சயமாக சட்டத்துக்கும் சமுதாயத்துக்கும் எதிரானதாகவே அமையும்!' என்று தந்தை பெரியார் கூறினார்.

விடுதலைப் போராட்டத்தின்போது எண்ணற்ற ரகசிய இயக்கங்கள் செயல்படத் தொடங்கின. மகாத்மா காந்தி எல்லாவற்றையும் புறக் கணித்தார். 'ரகசிய இயக்கங்கள் ஒருபோதும் வெற்றி பெறாது' என்று அவர் கூறினார்.

பொதுவாகவே, ரகசிய இயக்கங்கள் என்றாலே அவை சமுதாயத்துக்கு எதிரானவை; தீமை விளைவிப்பவை என்ற கருத்து மக்களிடையே பரவலாக உள்ளது. அது உண்மைதான்.

அப்படியொரு சமுதாயத்துக்கு எதிரான கொடிய தீய இயக்கம்தான் தக்கர்களின் ரகசிய இயக்கம். இந்தியாவில் இயங்கி வந்த ஒரு கொடூர மான கொள்ளைக் கூட்டத்தினரின் இயக்கம் அது!

உலகத்துக்கே அன்பையும் ஆன்மிகத்தையும் உபதேசங்களையும் தத்துவங்களையும் அள்ளித்தந்த நாடு இந்தியா. அத்தனை பெரும் சிறப்புகளைக் கொண்ட நமது நாட்டுக்கு மாபெரும் களங்கமாக அமைந்ததுதான் தக்கர்களின் ரகசிய இயக்கம். காளி தேவியின் பிள்ளைகள் என்று சொல்லிக்கொண்டவர்கள் இந்த ரகசிய இயக்கத்தினர்.

கொடிய கொள்ளைக் கூட்டத்தினரான இவர்களது ரகசிய இயக்கம் எப்போது தொடங்கியது? யாரால் தொடங்கப்பட்டது? ஏன்? எதற்காகத் தொடங்கப்பட்டது? எந்த விபரமும் அப்போது யாருக்கும் தெரியாது. ஆச்சரியம் என்னவென்றால் இப்படி ஒரு ரகசியமான இயக்கம் இருக்கிறது என்பது ஏறத்தாழ அறுநூறு ஆண்டுகளுக்கு முன்பே அறியப்பட்டு பதிவு செய்யப்பட்டுள்ளது என்பதுதான்.

இந்திய வரலாற்றில் 'தக்கர்கள்' பற்றிய முதல் பதிவு இடம்பெற்றது 1356-இல் வெளியான 'பெரோஷ் ஷா' வரலாற்றில். அது ஜியாவுதீன் பரானி என்ற வரலாற்று ஆசிரியரால் தொகுக்கப்பட்டது. மன்னர் பெரோஷ் ஷா டெல்லி சுல்தானாக ராஜ்ஜியத்தை ஆண்டபோது

ஓராயிரம் தக்கர்கள் கைது செய்யப்படுகின்றனர். விசாரணைக்குப் பிறகு அந்தக் கொலைகாரத் தக்கர்களுக்கு மரண தண்டனையும் விதிக்கப்படுகிறது. ஆனால் அதை நிறைவேற்றுவதற்கான அரசாணையில் கையொப்பமிட மன்னர் மறுத்துவிடுகிறார். ஏன் எதற்கு என்று எந்தக் காரணமும் சொல்லப்படவில்லை! அவர்கள் அனைவரையும் நாடுகடத்த உத்தரவிடுகிறார் மன்னர் பெரோஷ் ஷா. ஆகவே அவர்கள் அனைவரையும் பெரும் படகுகளில் ஏற்றிச் சென்று வங்காள எல்லையில் உள்ள 'லாக்நாட்' என்ற பகுதியில் இறக்கி விட்டுவிடுகிறார்கள். பிற்காலத்தில் வங்கம் தக்கர்களது சொர்க்க பூமியாக மாறியது இதனால்கூட இருக்கலாம். கங்கை நதியின் கிழக்கே கான்பூரில் இருந்து கல்கத்தாவரை 'நதிநீர் தக்கர்கள்' உருவான காரணமும் இப்படித்தான் இருக்கவேண்டும்.

இரண்டாவது வரலாற்றுப் பதிவு பேரரசர் அக்பர் காலத்தில் *(1556-1605)* நடந்தது. குற்றச் செயல்பாடுகளின் தாயகமாக விளங்கிய இட்டாவா மாவட்டத்தில் *500* தக்கர்கள் பிடிபட்டனர். ஆனால் அவர்களைப் பற்றிய எவ்விதத் தகவலும் பதியப்படவில்லை.

மூன்றாவதாக ஷாஜஹான் காலத்தில் சுற்றுலா வந்த பிரெஞ்சு நாட்டு யாத்திரிகர் 'திவேநாட்' தனது புத்தகத்தில் *1666*-இல் இந்தத் தக்கர் களைப் பற்றிக் குறிப்பிட்டுள்ளார். டெல்லியிலிருந்து ஆக்ரா செல்லும் வழியில் முழுவதும் பரவியிருந்த கொலைகார கொள்ளையர்கள் பற்றி விவரிக்கிறார்.

'புலிகள், சிறுத்தைகள் மற்ற வனவிலங்குகள் நிறைந்த அந்த வழியில் அதைவிடக் கொடியவர்கள் உள்ளனர். நீங்கள் செல்லும் வழியில் ஒரு அழகான இளம்பெண் கண்ணீருடன் எதிர்ப்படுவாள். உங்களிடம் வந்து தன் துயரக் கதைகளைச் சொல்லுவாள். நீங்கள் செல்லும் அதே வழி தான் அவள் செல்லவேண்டிய வழியும் என்னும்போது நீங்கள் இரக்கப் பட்டு உங்கள் குதிரையிலோ அல்லது உங்கள் வண்டியிலோ அவளைப் பின்னால் ஏற்றிக்கொண்டு செல்வீர்கள். சரியான நேரத்தில் உங்கள் பின்னால் உள்ள அந்தப் பெண் தன்னிடம் உள்ள நீண்ட சுருக்குக் கயிறை உங்கள் கழுத்தில் வீசி சுண்டி இழுப்பாள். வழியில் காத்திருக்கும் அவளது கூட்டாளிகள் மீதி கதையை முடிப்பார்கள்!' என்று எழுதியுள்ளார்.

செவி வழிச்செய்திகளை விவரித்து எழுதியுள்ள யாத்திரிகர் திவேநாட் கூறுவது 'தக்கர்களை' என்றால் அது உண்மை அல்ல. தக்கர்கள் ஒருபோதும் தங்கள் செயல்களில் பெண்களைச் சேர்ப்பது இல்லை. ஆண்கள் மட்டுமே வருவார்கள். ஆகவே அவரது குறிப்பில் உள்ளவை

வேறு வகைக் கொள்ளையர்களாக இருக்கக்கூடும் என்றொரு கருத்தும் உண்டு.

வேறு ஒரு கருத்துப்படி இந்தத் தக்கர்கள் பாரசீகத்தில் இருந்து வந்தவர்கள். மேய்ச்சல் நிலங்களில் தங்கள் கால்நடைகளை மேய்த்துக் கொண்டு வாழ்ந்து வந்த ஒரு நாடோடிக் கூட்டத்தினர் என்று இவர்களைப் பற்றி வரலாற்று ஆசிரியர் ஹிரோடோடஸ் குறிப்பிடுகிறார்.

செர்ஷாவின் குதிரைப் படைக்கு 8000 குதிரைகளைத் தந்த 'சாகர்தி' என்ற வழிமுறைப்படி வந்தவர்கள் இந்த நாடோடிக் கூட்டத்தினர். பாரசீக மற்றும் பாக்டியன் வழியினர். இவர்கள் தங்களிடம் எவ்விதப் பெரிய ஆயுதமும் வைத்திருக்க மாட்டார்கள். தோலினால் செய்த சன்னமான முறுக்குக் கயிறு ஒன்றை மட்டும் வைத்திருப்பார்கள். இடுப்பில் ஒரு சிறுகுத்துவாள் மட்டுமே இருக்கும். தங்கள் பகைவர்கள் குதிரை மீதோ, நடந்தோ, ஓடியோ வந்தாலும் தங்களிடம் உள்ள அந்த முறுக்குத் தோல் கயிறை வெகு வேகமாக அவர்கள் கழுத்தில் வீசுவார்கள். முனையில் ஒரு கனமான பொருளுடன் இருக்கும் அந்த சுருக்குக் கயிறு சரியான கோணத்தில் கழுத்தைச் சுற்றிக்கொள்ள, இவர்கள் சுண்டியிழுக்கும் வேகத்தில் அடுத்த நொடி பகைவர் பிணமாகி விழுவார்கள். ஒருவர் படுவேகமாக குதிரையில் வந்தாலும் இதேமுறையில் வீழ்த்திவிடுவார்கள்.

முகமதிய படையெடுப்பாளர்களுடன் இந்தியாவுக்குள் நுழைந்த இந்த நாடோடி இனம் டெல்லிக்கு அருகேயே நிரந்தரமாகக் குடியேறி வசிக்கத் தொடங்கியது.

எல்லாம் சரி. இவர்கள் தக்கர்களின் மூதாதையர் என்றால் காளி தேவியின் பிள்ளைகளாக எப்படியானார்கள்? இவர்களது குலதெய்வமாக காளி தேவி எப்படியானார்? விதிமுறைகள், சடங்குகள், சகுனங்கள், சங்கேத மொழிகள் எல்லாம் எப்படி ஏற்பட்டது? இவர்களோ முஸ்லிம் மதத்தின் கடைக்கோடி மலைசாதி மக்கள். இவர்களுடன் இந்து மதத்தின் முதல் சாதி மக்களான பிராமணர்களும் மற்ற இந்து சாதியினரும் எப்படி இணைந்தனர்? அதுதான் பெரிய மர்மம்!

இந்துக்களும் முஸ்லிம்களும் இணைந்து ஒற்றுமையாக நடத்தி வந்த இந்த ரகசிய இயக்கச் செய்திகள் வெளியே தெரிய பல நூற்றாண்டுகள் ஆயின. பாரசீக முறைப்படியான பதவிப் பெயர்கள், சங்கேதக் குறிப்புகள், இந்து முறைப்படி காளி வழிபாடு, சகுனங்கள், சடங்குகள் என ஒற்றுமையான இந்து - முஸ்லிம் இணைந்த இந்த இயக்க வரலாறு, மேலும் பின்னோக்கிச் செல்கிறது.

●

வருடம் - கி.பி.1092. காஸ்பியன் கடலை ஒட்டிய பாரசீக எல்லை மலைத்தொடர்களில் உள்ள 'கழுகுக் கூடு' (Eagles Nest) என்று அழைக்கப்படும் 'அலாமட்' மலைக்கோட்டை முன் இருவர் நின்றுள்ளனர்.

அதில் முகத்திரை அணிந்த உயரமான தோற்றமுள்ளவராகக் காணப்படுபவன்தான் கடவுளின் அவதாரம் எனப் போற்றப்பட்ட ஹாசன். இவன் சபாத் என்பவரின் மகன். காஸ்பியன் கரை முதல் எகிப்துவரை உள்ள அத்தனை நாட்டு மன்னர்களையும் நடுங்க வைத்துள்ள 'அசாசின்' என்கிற இயக்கத்தின் தலைவன். ஹாசனின் எதிரே நின்றவன் பாரசீக மன்னனின் தனித் தூதுவன். ஹாசனை பாரசீக மன்னனிடம் சரண் அடையச் சொல்லி தூது வந்தவன்.

அசாசின் இயக்கத்தலைவரான ஹாசன் அந்தத் தூதுவன் சொன்னதைக் கேட்டதும் வாய்விட்டுச் சிரித்தான். பின் தூதுவனிடம் சிறிது தொலைவில் உள்ள மலைக்கோட்டையைச் சுட்டிக்காட்டிச் சொன்னான்.

'தூதுவனே! அதோ மலைக்கோட்டை உச்சியில் நிற்கும் அந்தக் காவலனைப் பார்!' என்று சுட்டிக்காட்டி, பின் அந்த மலைக்கோட்டை உச்சியில் நிற்கும் காவலனை நோக்கி ஒரு நீண்ட விசில் அடித்து அழைத்து ஏதோ சைகை காட்டி ஆணையிட்டான்.

அடுத்தநொடி, மலைக்கோட்டை உச்சியில் நீண்ட வெள்ளை ராணுவ உடை அணிந்து நின்றிருந்த அந்தக் காவலன் ஹாசனுக்கு அவர்கள் முறைப்படி வணக்கம் செலுத்திவிட்டு, அடுத்த வினாடி, ஏறத்தாழ 2000 அடி உயரத்தில் இருந்து, தலைக்குப்புற கீழே விழுந்தான்.

'பார்த்தாயா தூதுவனே? இதுபோல எழுபதாயிரம் ஆணும் பெண்ணும் என் கட்டுப்பாட்டில் ஆசியா முழுவதும் இருக்கிறார்கள். என் சுண்டு விரல் அசைவில் உயிர் கொடுக்கத் தயாராயிருக்கும் இது போன்ற உண்மையான விசுவாசிகள் கொண்ட நான் கேவலம் உனது அரசன் மாலிக்ஷாவிடம் போய் சரணடைவதா? முடியாது என்று சொல்! உயிருடன் போய் சேர்! போ!' என்றான் ஹாசன்.

நடந்தது அத்தனையும் பார்த்து பிரமை பிடித்தார்போல நின்றிருந்த அந்தத் தூதுவன் வியர்த்துக் கொட்டி, விட்டால் போதுமென்று அங்கிருந்து புறப்பட்டுப் போனான்.

யார் இந்த ஹாசன்? எங்கிருந்து வந்தவன்? இவ்வளவு செல்வமும் செல்வாக்கும் எப்படி இவனால் பெற முடிந்தது. எகிப்து முதல் காஸ்பியன் கடல் வரை உள்ள எல்லா நாட்டினரது மனதிலும் அச்சத்தையும் நடுக்கத்தையும் உருவாக்கிய ஹாசன் எப்படி இதைச் செய்ய முடிந்தது?

இன்றும் ஹாசனின் இந்த அசாசின் இயக்கம் இஸ்மாயிலியே (Ismailieh) என்ற பெயரில் உள்ளது. இந்த இயக்கத்தின் தலைவர் ஆகா கான் என்பவர் ஆவார்.

எல்லா ரகசிய இயக்கங்களைப் போலவும் அசாசின் இயக்கமும் தனது கொள்கை, கோட்பாடுகளில் எவ்வித சமரசமும் இன்றி கடுமையாக உள்ளது.

இஸ்லாம் மதம் ஏழாம் நூற்றாண்டில் அண்ணல் முகம்மது நபி அவர்களுக்குப்பின் இரண்டாக உடைந்தது. பழமைவாதிகள், இறையருள் பெற்று வந்தவரான அண்ணல் முகம்மது நபி அவர்களையே தலைவராக ஏற்று அவர்கள் வழியிலேயே செல்லத் தொடங்கினர். ஆனால் 'ஷியா' பிரிவு முஸ்லிம்கள், முகம்மது நபி அவர்களது மருமகனும் நான்காவது இமாமும் ஆன அலி அவர்களை தங்கள் தலைவராகத் தேர்வு செய்து அவரது வழிப்படி நடந்தனர்.

பாத்திமிடிஸ் தலைவர் காலிப்பாக இருந்து அவரே எகிப்து மன்னராகவும் ஆட்சியில் இருந்ததால் எகிப்து நாட்டில் கெய்ரோ நகரில் 'ஷியா' பிரிவினர் தொடங்கிய மதப் பள்ளிக்கூடங்களில் மாணவர்கள் சேர்க்கப்பட்டு மிக மிக விரைவாக வளர்ச்சி பெற்றனர்.

அந்தப் பள்ளிகளில் ஒன்றில்தான் இந்த ஹாசன் தனது படிப்பினைத் தொடங்கினான். அங்கேதான் 'உமர்' என்ற மாணவனும் 'உல்முல்க்' என்ற மாணவனும் ஹாசனுக்கு நண்பர்களாகிறார்கள். நெருக்கம் அதிகமாகிறது. மூவரும் இணைபிரியா தோழர்களாகிறார்கள். மூவரும் அப்போதே ஒரு ஒப்பந்தம் செய்துகொள்கிறார்கள். மூவரில் யார் முதலில் உயர் நிலைக்கு வந்தாலும் மற்ற இருவரையும் முன்னுக்குக் கொண்டு வரும் பொறுப்பு முதலாம் நபருடையது என்பதே அந்த ஒப்பந்தம்.

காலம் விரைகிறது.விவசாயக் குடும்பத்தில் பிறந்த போதும் அரச பரம்பரை உறவு காரணமாக உல்முல்க் திடீரென 'நிஜாம் உல்முல்க்' ஆக மாற்றப்பட்டு பாரசீக மன்னனின் பிரதம அமைச்சராக மாறுகிறார்.

பின் அவர் தனது பள்ளி நண்பரான உமரை வரவழைத்து அவரது கவிதை திறமைகளைப் பற்றி மன்னரிடம் கூறி அறிமுகப்படுத்த, உமரின் கவிதைகளைக் கேட்டு மகிழ்ந்த மன்னர் அவருக்குப் பெரும் செல்வத்தை மான்யமாகத் தருகிறார்.

மன்னர் தந்த அந்த மான்யம்தான் உமரின் வாழ்நாள் முழுவதும் அவருக்கு உதவியாக இருக்கிறது. அந்த உமர்தான் பாரசீகத்தை மட்டு மல்லாது உலகையே தன் பாடல்களாலும் கவிதைகளாலும் ஈர்த்த

உமர்கய்யாம் என்னும் மாபெரும் கவிஞர். 'கய்யாம்' என்பது 'டெண்ட்' தயாரிப்பவர் என்னும் அவரது தொழிலைக் குறிக்கும் சொல்லாகும்.

உமருக்குப் பின் தனக்கொரு சரியான வாய்ப்புக்காகக் காத்திருந்தான் ஹாசன். இந்தச் சமயத்தில் பாரசீகத்தின் சக்கரவர்த்தி மூப்பின் காரணமாக திடீரென காலமாகவே அவரது மகன் மாலிக்ஷா மன்னராகிறார்.

இளம் வயது சக்கரவர்த்தி மாலிக்ஷாவுக்கு அவரது வயதுடைய நிஜாம் உல்முல்க்கே பிரதம மந்திரியானதால் மனதளவில் ஒன்றிப்போக முடிகிறது. அவரை தனது நண்பரைப் போலவே நடத்த, நிஜாம் உல்முல்க் மதிப்பு கூடுகிறது.

அடுத்து ஹாசனை அழைத்துச் சென்று மன்னர் முன் நிறுத்துகிறார் நிஜாம் உல்முல்க். ஹாசனைப் பற்றி மிக நல்லவிதமாகச் சொல்லி அறிமுகப் படுத்துகிறார். ஹாசனை மன்னர் மாலிக்ஷா பார்க்கிறார். ஹாசனின் பேச்சும் செயல்களும் மன்னரைக் கவர்ந்துவிடவே அவரையும் ஒரு அமைச்சராக்கி விடுகிறார்.

ஹாசன் மற்றவர்களைக் கவரும் வகையில் பேசத் தெரிந்த திறமைசாலி என்பதால் விரைவிலேயே மன்னரின் குழுவில் முக்கிய நபராக மாறி விடுகிறார்.

ஒருநாள் மன்னர் மாலிக்ஷா தனது பேரரசின் ஒட்டுமொத்த வருவாய், வரவு செலவினங்களின் கணக்கு குறித்த முழுத் தகவலையும் அறிய விரும்புகிறார். அதை நிஜாம் உல்முல்க்கிடம் கூறிய மன்னர், 'மந்திரியாரே இதைக் கணக்கிட்டுச் சொல்ல எவ்வளவு நாட்களாகும்?' என்று விசாரிக்கிறார்.

நிஜாம் உல்முல்க், 'அரசரே! நமது நாட்டின் நகரம், கிராமங்கள், நான்கு எல்லைப்புற பிரதேசங்கள் என அனைத்துப் பகுதிகளின் வரவு செலவு விவகாரங்களையும் முழுதாகக் கணக்கிட்டு துல்லியமாகச் சொல்ல வேண்டுமானால் நிச்சயம் ஓராண்டுக்கு மேல் ஆகும்!' என்று கூறினார்.

அப்போது சட்டெனக் குறுக்கிட்ட ஹாசன், கேலியாகச் சிரித்துவிட்டு, 'ஓராண்டு எதற்கு? சரியாக நாற்பது நாளில் எல்லா வகை கணக்கு வழக்குகளையும் துல்லியமாக எழுதி முடிக்கலாமே!' என்று கூறினான்.

பிரதம மந்திரி நிஜாம் உல்முல்க் திடுக்கிட்டுப் போனார். 'என்ன பைத்தியக்காரத்தனம் இது? நாட்டின் எல்லைப் புறங்களுக்கு தகவல் தந்து, அவர்கள் போக வரவே, பத்துநாள் போய்விடுமே? இந்த ஷியா

நம்மை அழித்துவிடுவான்போல உள்ளதே!' என்று மிக வேதனையுடன் ஏதும் பேசாமல் மௌனமாக அமர்ந்திருந்தார்.

மன்னர் மீண்டும் ஹாசனை விசாரிக்கிறார். 'உண்மையாக உன்னால் அது முடியுமா? அத்தனை சீக்கிரத்தில் கணக்கிட்டு முடித்து விடுவாயா?' என்று கேட்க, ஹாசன் தன்னால் முடியுமென்று நிச்சயமாகக் கூறவே, நாற்பது நாட்களில் வ்ரவு செலவு கணக்கு சமர்ப்பிக்கும் முழு பொறுப்பினையும் அதற்கான அதிகாரங்களையும் ஹாசனிடம் ஒப்படைக்கிறார்.

காரியங்கள் வேக வேகமாக நடைபெறுகின்றன. இரவுபகலாக எல்லா வகைத் தகவல்களும் அவசர கோலத்தில் பதியப்படுகிறது. நாற்பதாவது நாள்! அரசவையில் ஹாசனின் வரவுசெலவு திட்ட பதிவுகள் படிக்கப்படுகிறது. முழுவதும் அபத்தமாக இருக்கிறது! மொத்த கணக்கிலும் குழப்பம். வரவிலும் செலவிலும் குழப்பம். மொத்தமாக கூட்டிக் கழித்துப் பார்த்தால் கணக்குகள் தடுமாற்றத்தில் பித்தலாட்ட கணக்காக மாறுகிறது.

மன்னன் மாலிக்ஷா கோபத்தின் உச்சிக்கே சென்று விட்டார். 'எங்கே அந்த ஹாசன்? இத்தனைப்பேர் உழைப்பினையும், காலநேரத்தையும் வீணாக்கிய அந்தக் கயவனை கைது செய்து இழுத்து வாருங்கள்!' என்று ஆணையிட்டார்.

இதையறிந்த ஹாசன் தலைமறைவாகிவிடுகிறான். ஹாசனைத் தேடி படை நாலாபுறமும் சுற்றுகிறது.

தப்பியோடிய ஹாசன் காவலர்களின் கைக்குச் சிக்காமல் எங்கெங்கோ அலைகிறான். 'என்ன மன்னன் இவன்? துரித காலத்தில் பதியப்பட்ட கணக்குகளில் சில தவறுகள் நேரத்தான் செய்யும். அதற்காக என்னை தண்டிக்கத் தேடுவதா? என் சொற்படி கேட்கும் ஊழியர்கள் நான்கு பேர் என்னுடன் இருந்தால் போதும். இவர்களை பழிக்குப் பழி வாங்கி விடுவேன்!' என்று எண்ணுகிறான் ஹாசன். தனது தவறை அவன் உணரவே இல்லை.

பாரசீக எல்லையான மலைத்தொடருக்கு அருகில் மறைந்து வாழ்கிறான் ஹாசன். காலம் ஓடுகிறது. எல்லாம் மாறுகிறது. வாழ்க்கையில் தனக்குத் தேவையான பணத்தைப்பெற சகலவிதமான வழிமுறைகளிலும் முயன்று அந்த வழி முறைகளிலேயே வெற்றியும் பெற்றுவிட்டான் ஹாசன்.

அசாசின் என்ற ரகசிய இயக்கத்தைத் தொடங்கி இரண்டு மலைத் தொடர்கள் இடையே 'அலாமட்' என்கிற கோட்டையையும் கட்டி

அந்த மலைச் சரிவுகளில் பூலோக சுவர்க்கம் எனப்படும் மிக அற்புதமான பெரும் பூங்காவையே உருவாக்கி விட்டான் ஹாசன்.

1271-இல் அந்த வழியாக வந்த மார்கோ போலோ என்கிற இத்தாலிய யாத்திரிகர் சொர்க்கம் போன்ற அந்தப் பூங்காவையும் அழகான அந்தக் கோட்டையையும் வர்ணிக்கிறார்.

'அழகான இரண்டு மலைச் சரிவுகளிடையே அமைந்த அந்தப் பூங்கா கண்கொள்ளா காட்சிகளை நமக்குத் தருகிறது. எல்லாம் அழகு. வண்ண வண்ணமயமான நாம் இதுவரையிலும் பார்த்திராத மலர்கள், பல்வேறு கனிவகைகளைத் தரும் மரங்கள், இடைஇடையே சிற்றோடைகள். மிக நீண்ட வண்ணமயமான மாடமாளிகைகளில் பொன்னால் செய்யப் பட்ட வேலைப்பாடுகள்' என்று வர்ணிக்கிறார் யாத்திரிகர் மார்க்கோ போலோ.

The Ancient Art of Imposture என்ற நூலில் டமாஸ்கஸ் நகரைச் சேர்ந்த அப்துல் ரஹ்மான் என்பவர் ஹாசனின் திறமைகள் மற்றும் மோசடிகளை விளக்குகிறார்.

'ஹாசனுடைய அரண்மனையில் அரசு தர்பார் கூடும் கூடத்தில் ஆள் நிற்குமளவு குழி வெட்டி, அதில் ஒரு ஆடவனை அவனின் கழுத்து மேலே இருக்கும்படி நிறுத்தி வெட்டிய குழி தெரியாதபடி வண்ணக் கற்களால் மூடி, பின் ஒரு தாம்பாளத் தட்டை இரு துண்டுகளாக நறுக்கி இணைத்து அந்தத் தாம்பாளத் தட்டின் நடுவில் அந்த மனிதனின் தலை இருக்கும்படிச் செய்வார்கள்.

மிக அருகில் சென்று பார்த்தாலும் துண்டிக்கப்பட்ட தலை ஒரு தாம்பாளத்தில் வைக்கப்பட்டுள்ளதுபோல்தான் தெரியும். அந்தத் தலையைச் சுற்றி கொல்லப்பட்ட ஆட்டு ரத்தம் ஊற்றிவிட, வெட்டப் பட்ட மனிதனின் தலை கண்கள் மூடிய நிலையில் இருப்பதுபோல் தெரியும்.

அனைவரும் சபைக்கு வந்து கூடியதும் ஹாசன் எல்லோர் முன்பாகவும் அந்த வெட்டப்பட்ட தலைக்கு முன் சென்று கேள்விகள் கேட்பான்.

சபையினர் எல்லோரும் திகிலுடன் பார்க்க, வெட்டப்பட்ட தலை தன் கண்களைத் திறந்து பார்த்துவிட்டு ஹாசனுடன் பேசும். இந்தக் காட்சியைக் காண்பவர்கள் குலை நடுங்கி ஓடுவார்களாம்.

இப்படிப்பட்ட பல்வேறு நூதனமான தகிடுதத்தங்கள் செய்து தன்னைக் கடவுள் அவதாரமாக காட்டிக்கொண்ட ஹாசன் கிராமங்களி லிருந்து அழைத்து வரப்படும் பத்துப் பன்னிரண்டு வயதுச் சிறுவர்

களுக்கு இவற்றையெல்லாம் காட்டி அவர்களுக்கு விசேஷ பயிற்சிகள் தந்து அவர்கள் அனைவரையும் தான் சொல்வதைத் தட்டாமல் கேட்கும் திறமை மிக்க கொலைகாரர்களாக மாற்றி ஒரு படையை உருவாக்கினான்.

தன்னை ‘கடவுளின் அவதாரம்’ என அவர்களை நம்பச் செய்து தான் இடும் ஆணைகளைத் தவறாது நிறைவேற்றும் கல்நெஞ்சக் கொலை காரர்களாக அவர்களை உருமாற்றி அக்கம்பக்கத்து நாடுகளிலும் அரசவைகளிலும், மன்றங்களிலும், காவல்துறை, அமைச்சரவை, பணியாட்கள், சிப்பாய்கள் என்று அங்கிங்கெனாதபடி எல்லா இடங்களிலும் ஊடுருவி நிலைக்கச் செய்து தான் இடும் ஆணைகளை நிறைவேற்றச் செய்தார்.

ஹாசனின் ஆரம்ப நோக்கம் சிலுவைப்போரில் கிறிஸ்துவர்களை அழிப்பது. ஆனால் தற்போது ஹாசனின் கொலைகார ஆட்களால் அரசர்கள், அமைச்சர்கள், பெரு முதலாளிகள் என அனைவரும் அச்சத்துடன் உயிர் வாழ வேண்டியதாகிவிட்டது.

ஹாசன், அலாமட் கோட்டைமீது படையெடுக்க ஆணையிட்ட அன்றிரவே விஷக்கத்தி மார்பில் பாய்ந்து மடிந்தார் பாரசீகப் பேரரசன் மாலிக்ஷா. பிரதம அமைச்சர் உல்முல்க்கும் அதே நிலையில் இறந்து கிடந்தார்.

அலாமட் கோட்டையில் ஹாசன் முப்பத்து நான்கு ஆண்டுகள் அனைவரையும் நடுநடுங்க வைத்து வாழ்ந்தான். 34 ஆண்டுகளில் இரண்டே முறைதான், அவன் தனது அறையைவிட்டு வெளியேறி வேறு பெயரில் சில நாடுகளுக்குச் சென்று வந்தான். அவனது பயங்கர சாம்ராஜ்யத்தில் எதிர்ப்பார் யாருமே இல்லை. அவன் என்ன நினைத்தானோ அதனைச் சாதித்தான். தனது தொண்ணூறாவது வயதுவரை தனது அழிவு சாம்ராஜ்யத்தை நடத்தினான் ஹாசன். தொண்ணூறு வயதில் காலமான ஹாசன் தனது இரண்டு மகன்களையும் முன்னரே இழந்துவிட்டான். ஒருவன் மது அருந்தி யதற்காகவும் மற்றவன் கடமையைச் செய்யத் தவறியதற்காகவும் கொல்லப்பட்டிருந்தனர். ஹாசனுக்குப் பின் அவனது உறவினன் ஒருவன் தலைவனாக, அலாமட் கோட்டை ராஜ்ஜியத்தின் ஆட்சி நடந்தது.

சில காலத்துக்குப் பின் எல்லாம் ஒரு முடிவுக்கு வந்தது.

மங்கோலியர் தலைவன் செங்கிஸ்கானின் தளபதி ஹலாகு பாரசீகத்தின் மீது படையெடுத்து வந்து அதைக் கைப்பற்றினான். எல்லாம் அழிக்கப்பட்டது. அலாமட் கோட்டை தகர்க்கப்பட்டு தரை

மட்டமானது. அசாசின் கொலைக் கலைஞர்கள் மூலைக்கு மூலை ஓடி ஒளிந்தனர். ஆசியா கண்டம் முழுவதும் பரவிவிட்டனர்.

இந்தியாவில் தோன்றிய தக்கர்கள் மேற்படி அசாசின் கொலைக் கலைஞர்களது வழித்தோன்றல்கள்தான். அவர்களது சங்கேத வார்த்தை 'அலி பாய்... சலாம்' என்பதுதான். அவர்கள் ஒருவரை ஒருவர் சந்திக்கும்போது வாழ்த்தவும் ஒருவர் மற்றவரை அறியவும் இந்த சங்கேத வார்த்தையைப் பயன்படுத்தினர்.

மலேயா, இந்தோனேசியா, கிழக்கு ஆப்பிரிக்கா, இந்தியா, இலங்கை என எல்லா இடங்களிலும் அவர்கள் பரவி விட்டனர்.

பின்னாளில் அலாமட் கோட்டையின் 4 ஆவது தலைவரைத் தேடியலைந்து 1810-இல் பிரெஞ்சு தூதர் உதவியால் டெஹ்ரான் - இஸ்பாஹான் நகரங்களுக்கிடையே ஒரு சிறு கிராமத்தில் அந்தத் தலைவரை அடையாளம் கண்டனர். 'கலிலுல்லா' என அவரைப் போற்றி வணங்கினர்.

அடுத்தபடியாக அந்த இயக்கம் வெளிப்பட்டது 1866 - இல் பம்பாய் நகரில்.

பாரசீகத்தில் இருந்து இந்தியா வந்து குடியேறிய 'கோஜாஸ்' என்கிற இனத்தின் மக்கள் தலைவரான ஆகாகான் அவர்கள் பற்றிய செய்திதான் அது.

A persian என்ற நூலின்படி 1866-இல் பாரசீகத்தின் ஓர் இயக்கத்தினர் பம்பாய் நீதிமன்றத்தில் மனு ஒன்றை அளித்தனர். அது என்னவென்றால், 'மேஹாலேட்டி ஆகாகான் (பாரசீகத்தில் mehalate என்ற ஊர்க்காரர்) அவர்கள் தனது சமூக மக்களான கோஜாக்கள் சார்பாக வருடா வருடம் தரும் தொகை தரப்படவில்லை. ஆகவே அவர்கள் சார்பாக திரு. ஆகாகான் 10,000 பிரிட்டிஷ் பவுண்டு பணம் தரவேண்டும்' என்பதே அவர்கள் வழக்கு போட்ட மனுவின் சாராம்சம்.

அதை எதிர்த்து ஆகாகான் அதே ஆண்டு பம்பாய் நீதிமன்றத்தில் பதில் மனு தாக்கல் செய்தார்.

'400 ஆண்டுகளுக்கு முன்னர் எனது முன்னோர் அந்த அசாசின் இயக்கத்தில் இருந்திருக்கலாம். அலாமட் கோட்டையின் 4-ஆவது கிராண்ட் மாஸ்டர் வரிசையில் என் முன்னோர்கள் செயல்பட்டிருக்கலாம். ஆனால் கோஜாக்கள், அசாசின் இயக்கத்திலிருந்து நீங்கி 400 ஆண்டுகளுக்கு முன்னரே ஒரு இஸ்மாலிட் இயக்கத்தின் மூலமாக மதம் மாறி வந்துவிட்டோம் என்ற விபரம் கோஜாக்களின் புனித நூலில் பதியப்பட்டுள்ளது' என்று அதை நீதிமன்றத்தில் சுட்டிக்

காட்டினார். பிரிட்டிஷ் அரசு சர் ஜோசப் அர்னால்ட் என்ற போலீஸ் அதிகாரியை நீதிமன்றம் மூலம் நியமித்து இந்த வழக்கினை விசாரணை செய்தது.

விசாரணையின் முடிவில் அந்த அதிகாரி தனது அறிக்கையை நீதிமன்றத்தில் சமர்ப்பித்தார். அதன்படி 400 ஆண்டு முன்னரே கோஜாக்கள் அசாசின் இயக்கத்தில் இருந்து விலகிவிட்டது தெளிவாகியது. எனவே நீதிமன்றம் ஆகாகான் அவர்களை விடுவித்து வழக்கை முடித்தது.

இதன் மூலம் அசாசின் இயக்கத்தார் இந்தியா வந்தனர் என்ற செய்தி நீதிமன்றம் மூலமாகவே உறுதி செய்யப்பட்டுவிட்டது!

2

தக்கர்கள் என்பவர்கள் யார்?

தக்கர்கள் என்பவர்கள் யார் என்ற கேள்விக்கு சரியான பதில் - அவர்கள் மிகக் கொடூரமான வஞ்சக நெஞ்சம்கொண்ட ஈவிரக்கமற்ற கொலை பாதகர்கள் என்பதுதான்.

கொலை செய்வதற்காகவே கூட்டம் கூட்டமாக இந்தியா முழுவதும் கிட்டத்தட்ட எண்ணூறு ஆண்டுகளாக அலைந்து வந்த ரகசிய இயக்கத்தைச் சேர்ந்தவர்கள் தக்கர்கள்.

அவர்கள் பாரசீகத்தைத் தாயகமாகக் கொண்டவர்களாக இருந்த போதும், அவர்களது சங்கேத வார்த்தைகள் 'அலி பாய் சலாம்' என்றெல்லாம் இருந்தபோதும் இவர்கள் காளி தேவியை தங்கள் குல தெய்வமாக எண்ணி வாழ்ந்தவர்கள்.

அதற்கு அவர்கள் கூறும் கதையானது:

'ஒருமுறை இந்த உலகத்தை அழிக்க 'ருக்த் பிஜ்தானா' என்ற அரக்கன் புறப்பட்டான். மக்களை விழுங்கி ஏப்பம் விட்டுக்கொண்டிருந்த அவனுக்கு ஆழ்கடலே முழங்கால் அளவுதான் இருந்தது.

எல்லா மக்களையும் பிடித்துத் தின்றுகொண்டே உலகை அழிக்கப் புறப்பட்ட அவனை முகமது நபி அவர்களின் மகளும், அலி அவர்களின் மனைவியுமான பாத்திமா எதிர்த்துப் போரிட்டார். பாத்திமா அரக்கனை பலமுறை வெட்டி வீழ்த்தியும் அவன் மீண்டும் மீண்டும் எழுந்தான். அத்துடன் அவனது உடலிலிருந்து சொட்டிய ரத்தத் துளிகளிலிருந்து புதிது புதிதாக அரக்கர்கள் முளைத்தனர்.

கடைசியில் பாத்திமா தன் சீடர்களை அழைத்து ஒரு நீண்ட சுருக்குக் கயிறைத் தந்து அதைக்கொண்டு அரக்கர்கள் கழுத்தில் வீசியிழுத்து அவர்கள் உடலிலிருந்து ரத்தம் வராதபடி கழுத்தை நெறித்து அவர்களைக் கொல்ல உத்தரவிட்டார். அதேபோல எல்லா அரக்கர்களும் சுருக்குக் கயிறு மூலமாக கழுத்து நெறித்துக் கொல்லப் பட்டனர். பாத்திமா மகிழ்ந்து, தனது சீடர்களிடம் அந்தச் சுருக்குக் கயிறைத் தந்து அதன் மூலமாக அவர்கள் வாழ வழி செய்தார்' என்று பாரசீகத்தில் இருந்து இந்தியா வந்த அந்த முஸ்லிம் பழங்குடி இன மக்கள் கூறினர். அவர்கள் நம்பிக்கைப்படி அந்த பாத்திமாதான் மாகாளி. அவர்தான் அவர்களது தொழில் தெய்வம்.

இப்படியாக காளியின் பிள்ளைகள் என்று சொல்லிக்கொண்ட தக்கர்கள் முகமூடி அணிந்த களவாணிகளாகவோ, இரவில் வீடுகளில் கன்னக் கோல் வைத்துத் திருடுபவர்களாகவோ பயந்து ஒளிந்து கொள்ளையடிப்பவர்களாகவோ இல்லை. அவர்கள் மக்களோடு மக்களாகக் கலந்திருந்தே கொள்ளையடித்தார்கள்.

இந்தியாவின் பிரதான சாலைகளை ஆக்கிரமித்திருந்த தக்கர்கள் அவ்வழியில் செல்லும் வியாபாரிகள், யாத்திரிகர், ராணுவ விடுப்பில் செல்லும் சிப்பாய்கள், பணப் பரிமாற்றம் செய்யச் செல்லும் அரசு ஊழியர்கள் அனைவருடனும் பல்வேறு வேடங்களில் சென்று அப்பாவிகள் போலப் பழகுவார்கள். கூடவே நடந்து சென்று அவர்களுடன் நெருங்கிப் பேசி, நம்பிக்கை ஏற்படுத்தி, சரியான தருணம் வந்ததும் அவர்களைக் கொன்று புதைத்துவிட்டு பணத்துடன் மறைந்து விடுவார்கள். அவர்கள் யார்? என்ன? எங்கே போனார்கள்? கொல்லப்பட்ட நபர்கள் எங்கே? கொள்ளையடிக்கப்பட்ட பொருள்கள் என்னவாகின? சிறு சுவடும் கிடைக்காது! யாராலும் கண்டுபிடிக்கவும் முடியாது!

இந்தத் தக்கர்களுடன் பல்வேறு தரப்பினரும் பிராமணர் முதலான பல்வேறு இதர சாதி இந்துக்களும்கூட இணைந்து ஒற்றுமையாக சட்டதிட்டங்கள் வகுத்து, சடங்கு சம்பிரதாயங்கள், சகுனங்கள், குறிப்புகள், குறியீடுகள் என அனைத்தும் உருவாக்கி ஒற்றுமையாக இந்த ரகசிய சாம்ராஜ்ஜியத்தை நடத்திவந்தனர்.

பதவி, பலம், அதிகாரம், கடமை எல்லாம் இருந்தும் இந்திய பெரு மன்னர்கள், குறுமன்னர்கள், ஜமீன்தார்கள் போன்றோர், மாகாளியின் பிள்ளைகளான தக்கர்களைத் தொட்டால் 'காளி தேவி' தங்களைத் தண்டித்து விடுவாள் என்று அஞ்சி அவர்கள்மீது எந்த நடவடிக்கையும் எடுக்காமல் அமைதியாக பார்த்துக்கொண்டிருந்தார்கள். இன்னும் சில ஆட்சியாளர்கள் தக்கர்கள்மீது எந்த நடவடிக்கையும் எடுக்காமல்

விட்டு வைப்பதன் மூலம் அவர்களால் தங்களுக்கு பொன்னும் பொருளும் கொட்டும் என்று பணத்துக்காக அந்தச் செயல்களைக் கண்டும் காணாமல் மௌனப் பார்வையாளர்களாக இருந்தார்கள்.

இவ்வாறு காலம் காலமாக தக்கர்கள் தங்கள் வெறியாட்டங்களை நடந்திவந்த வேளையில் ஆறாயிரம் மைல் தொலைவிலிருந்து வந்து இந்தக் கொடுமையைக் கண்டு திடுக்கிட்டான் ஒரு அந்நிய தேசத்தவன். தக்கர்களின் கொடூரச் செயல்பாடுகளைக் கண்டு பொங்கியெழுந்தான்.

அன்பு, கருணை, இரக்கம், தர்ம நியாயம் ஏதுமின்றி சக மனிதர்களை தங்கள் சுயநலத்துக்காகக் கொன்று குவிக்கும் இந்தக் கொடியவர்களை இனியும் விட்டு வைக்கக்கூடாது என்று முடிவெடுத்தான். அதன் படியே துல்லியமாகத் திட்டமிட்டு படிப்படியாக காய் நகர்த்தி, வலைகள் பின்னி நாலா திசையிலும் தக்கர்களை வளைத்துப் பிடித்தான். பாரபட்சமில்லாமல் விசாரணை நடத்தி தண்டனைகள் பெற்றுத் தந்து, தக்கர்கள் இனத்தையே அடியோடு அழித்து ஒழித்தான்.

தக்கர் ஒழிப்பு வரலாற்றில் அழுத்தமாக பொறிக்கப்பட்ட அந்த ஆங்கிலேயனின் பெயர் வில்லியம் ஹென்றி ஸ்லீமன்.

•

'தக்' என்ற இந்தி வார்த்தைக்கு ஏமாற்றுபவன், மோசடிக்காரன் என்று பொருள். 'ஸ்தக்கா' என்ற சமஸ்கிருத வார்த்தைக்கு 'வஞ்சகன்', 'திருடன்' என்று பொருள். 14 ஆம் நூற்றாண்டில் வாழ்ந்த மகான் கபீர்தாசர் தன்னுடைய கவிதைகளில் தக்கர்களைக் குறிப்பிட்டுள்ளார்.

'தூண்டிலில் சிறு இரையை வைத்து மீனைப் பிடிப்பதுபோல இனிப்பான லட்டு, இனிமையான பேச்சு இவற்றால் வழிப்போக் கனை மயக்கி அவனைக் கொன்று அவன் சொத்துக்களை எடுத்துக் கொள்கிறான் தக்கி!' என்று பாடியுள்ளார்.

இந்தத் தக்கிகளின் செயல்பாடுகள் உச்சத்தில் இருந்தபோது நாட்டில் சட்டம் ஒழுங்கு எப்படியிருந்தது என்று தெரிய வேண்டுமல்லவா? அந்தச் சமயத்தில் இரண்டு நூற்றாண்டுகளுக்கு முன்னர், அதாவது ஆங்கில ஆட்சியின் தொடக்க காலத்தில் வட இந்தியாவில் சட்டம் ஒழுங்கு நிலை எப்படியிருந்தது என்று பார்ப்போம்.

ஒவ்வொரு கிராமத்திலும் சௌகிதார் எனப்படும் கிராம காவலாளி இருந்தார். இந்தக் கிராமங்கள் எல்லாம் 'தானா' என்னும் ஒரு காவல் எல்லைக்கு உட்பட்டது. அதற்கு தானாதார் என்னும் ஒரு காவல் அதிகாரி இருந்தார். அவருக்குக் கீழே 'தரோகாஸ்' எனப்படும் பலநிலைக் காவலர்கள் இருந்தார்கள்.

சௌகிதார் என்று அழைக்கப்பட்ட அந்தக் கிராம காவலாளி மட்டும் தனது சம்பளம் மற்ற தேவைகளுக்கு அந்தப் பிரதேசத்தின் ஜமீன்தார்களை நம்பியிருந்தார்.

ஒரு தாலுகா அளவிலான சிறுவிவகாரங்களை அந்தந்த காவல் நிலைய தானாதார்கள் விசாரித்து முடித்து வைப்பார்கள். மிகப்பெரும் திருட்டு, கொலை, கொள்ளை வழக்குகளை தானாதார் குற்றப்பதிவு ஏட்டின்படி அந்தந்த மாவட்ட நீதிபதிகள் விசாரித்து தண்டனை வழங்குவார்கள்.

மிகப் பெரும் வழக்குகள் மற்றும் மரண தண்டனைக்குரிய வழக்குகள் ஹைகோர்ட் அல்லது 'நிஜாமத் அதாலத்' என்று அழைக்கப்பட்ட கல்கத்தா பெரிய சுப்ரீம் கோர்ட்டுக்குச் செல்லும். தண்டனை, விடுதலை எல்லாம் அங்கேதான் வழங்கப்படும்.

அந்த 'நிஜாமத் அதாலத்' என்ற சுப்ரீம் கோர்ட் மூன்று ஆங்கிலேய நீதிபதிகளைக் கொண்டது. அந்தச் சட்டங்கள் அனைத்தும் முகலாய மன்னர்களால் கொண்டுவரப்பட்ட முஸ்லிம் சமயச் சட்டங்கள்தான். அதைக் கண்காணிக்க, அங்கே தனியாக ஒரு முஸ்லிம் சட்ட அதிகாரி இருந்தார்.

முஸ்லிம் சட்டப்படி, குற்றம் என்பதும் அதற்கான தண்டனையும் முக்கிய சாட்சிகளை வைத்தே முடிவு செய்யப்படும். இந்த வகை விதிகளால் பல்வேறு குற்ற வழக்குகளில் குற்றவாளிகள் தப்பி வந்தனர்.

அது மட்டுமல்லாது முதலாவதாக குற்றங்களை, குற்றவாளிகளைப் பிடித்து, முதல் தகவல் அறிக்கை கொண்டுவருவதே சௌகிதார் என்னும் கிராம காவலாளிதான். அவருக்கு சம்பளம் தருவதோ அந்த வட்டார ஜமீன்தார்.

ஆகவே காவல்நிலையத்தில் தானாதார்கள் எனப்படும் காவல் அதிகாரிகள் முதற்கொண்டு ஜமீன்தார் கட்டுப்பாட்டில் உள்ளதால் ஜமீன்தார்களே அந்த வட்டார சட்டம் ஒழுங்கு துறைக்கு மறைமுக அதிகாரி ஆகிறார்! இந்த நிலையில்தான் அன்றைய காலம் இருந்தது.

இந்தச் சூழலில்தான் தக்கிகள் வழக்கொன்று முதல் முதலாக நீதிமன்ற விசாரணைக்கு வந்தது. ஆமாம்! அதற்கு முன்பாக எத்தனையெத்தனையோ திருட்டு, கொலை, கொள்ளை வழக்குகள் நீதிமன்றத்துக்கு விசாரணை வந்திருந்த போதிலும், தக்கிகள் வழக்கென்று பதிவாகி விசாரணைக்கு வந்த முதல் வழக்கு அதுதான்.

3

முதலாவது தக்கி வழக்கும் முரண் வாக்குமூலமும்

தாமஸ் பெர்ரி என்பவர் இட்டாவா மாவட்ட நீதிபதியாகவும், சட்டம் ஒழுங்கு நிர்வாக அதிகாரியாகவும் 1808 ஆம் ஆண்டு பதவியேற்றார்.

அவர் பதவியில் அமர்ந்த சமயத்தில்தான் ஆக்ரா நகருக்கும் மணிப்பூரி நகருக்கும் இடையே நெடுஞ்சாலை ஓரமுள்ள விவசாயக் கிணறுகளில் 67 மனித உடல்கள் கண்டுபிடிக்கப்பட்டன. அடுத்து வருடத்திலேயே முதல் மூன்று மாதத்திலேயே மறுபடியும் அதேபோல இட்டாவா அருகிலேயே 11 மனித உடல்கள் கிடந்தன.

பொதுமக்கள் அச்சத்தின் உச்சநிலைக்குச் சென்றனர். இது தக்கர்கள் வேலை என்று பேசிக்கொண்டனர்.

தாமஸ் பெர்ரி அந்தச் சடலங்கள் குறித்த தனது விசாரணையைத் தொடங்கினார். அந்த வழக்கின்போது நகரின் முக்கிய பிரமுகர்கள், ஜமீன்தார்கள் அனைவரையும் வரவழைத்து விசாரணை செய்தபின் தாமஸ் பெர்ரி ஒரு தீர்மானத்துக்கு வந்தார்.

'தக்கர்கள்' காடுகளில் ஒளிந்திருந்து கொலை செய்யும் காட்டு மிராண்டி கள் அல்ல. அந்தந்தப் பிராந்தியங்களின் ஜமீன்தார்களுடைய பாதுகாப்பில், எங்கோ இருக்கிறார்கள் என்னும் முடிவுக்கு வந்தார். இந்தக் கொடூரமான கொலைகார தக்கிகளைப் பற்றித் தகவல் தருபவர் களுக்கு 1000 ரூபாய் சன்மானம் தரப்படும் என அறிவித்தார்! அந்தநாளில் 1000 ரூபாய் என்பது மிகப் பெரிய தொகை!

மாஜிஸ்திரேட் தாமஸ் பெர்ரியின் கட்டளையின்படி போலீஸார் மிகத் துரிதமாகச் செயல்பட்டு தங்களது கடுமையான நடவடிக்கைகள், விசாரணைகளுக்குப் பிறகு ஷிகோஹாபாத் நகர் அருகே சந்தேகப் பட்ட எட்டு பேரை தக்கர்கள் என்று கைது செய்தனர்.

போலீஸ் அதிகாரிகளின் கடுமையான விசாரணையில் எட்டு பேரில் ஒரு இளவயது வாலிபன் குற்றத்தை ஒப்புக்கொண்டு அப்ரூவராக (அரசுத் தரப்பு சாட்சியாக) மாறி மன்னிப்புக் கோரினான். அவன் பெயர் குலாம் உசேன். வயது பதினாறு. 'ஆறுமாதங்களாக அந்தக் கூட்டத்துடன் இருந்ததாகவும் அவர்களுக்கும் தனக்கும் எந்த உறவும் இல்லை!' என்றும் சொன்னான்.

மாஜிஸ்திரேட் தாமஸ் பெர்ரி, குலாம் உசேனுக்கு அவன் கேட்டபடி மன்னிப்பு வழங்கச் சம்மதித்தார். எல்லா விவரங்களையும் எதையும் மறைக்காமல் சொல்லச் சொன்னார்.

குலாம் உசேன் அவர் முன்னிலையில் வாக்குமூலம் அளித்தான். 'நான் மிகவும் சிறு பையனாக இருந்தபோது என் அப்பா மற்றும் சிற்றப்பாவுடன் குதிரைகளை விற்கச் சென்றோம். வழியில் தக்கர்கள் கூட்டத்தில் எப்படியோ சிக்கிக் கொண்டோம். அப்பா சிற்றப்பா இருவரையும் கொன்ற தக்கர்களில் ஒருவன் என்னை அவனது வீட்டுக்குக் கொண்டு சென்றான். அங்கே நான் வளர்ந்தேன். அவன் இறந்தபின் அனாதையான நான் பழைய நட்பின் காரணமாக ஒரு தக்கியால் அடையாளம் காணப்பட்டு அவர்களுடன் இணைந்தேன்.' என்றான்.

'அவர்களுடன் கொள்ளையடிக்கச் சென்றிருக்கிறாயா?'

'ஆம்! ஒரே ஒரு முறை மட்டும் அவர்களுடன் கொள்ளைக்குச் சென்று வந்தேன். எனக்குத் தெரிந்தவரை இட்டாவா நகரைச் சுற்றி சுமார் 1500 தக்கர்கள் உள்ளனர். அவர்களுடன் லக்னோ, டெல்லி, ஜெய்ப்பூர், பண்டல் கண்ட் எல்லாம் சென்று வந்தேன். மனிதர்களைக் கொல்ல அவர்கள் சணல் கயிறு, நரம்புக்கயிறு எல்லாம் வைத்துக் கொள்வதில்லை. அம்மாதிரியான கயிறுகள் அவர்களைக் காட்டிக் கொடுத்து விடும் என்பதால் உபயோகிப்பது இல்லை. அதற்குப் பதிலாக துணியால் ஆன நீளமான கைக்குட்டையை முறுக்கி அதை வைத்துக் கொண்டே மனிதரை தீர்த்துக்கட்டி விடுவார்கள்!' என்று கூறியதுடன் ஒரு மனிதனை பின்புறமிருந்து நீள முறுக்குத் துணியால் எப்படிக் கொல்வார்கள் என்று நடித்தும் காட்டினான்.

மாஜிஸ்திரேட் மற்றும் சட்டம் ஒழுங்கு நிர்வாக அதிகாரியான தாமஸ் பெர்ரி அந்தப் பையனை நம்பிவிட்டார். அவன் சொன்னதின் பேரில்

குற்றப் பத்திரிகையும் தயாராகி விட்டது. மொத்தம் எழுபது பேர் தக்கர்கள் என்ற பெயரில் கைது செய்யப்பட்டனர். தவிர விசாரணை வளையத்துக்குள் ஜமீன்தார்களும் வந்துவிட்டனர்.

அப்படியிருந்தும் எந்தப் பயனும் இல்லை. தக்கர்களைப் பற்றிய முழு விபரங்களும் இன்னும் கிடைக்கவில்லை. அவர்கள் எங்கோ மலைக் காடுகளில் பதுங்கியிருந்து இருளில் திடீரென பயணிகளைத் தாக்குபவர்கள் என்றுதான் எல்லோரும் கற்பனை செய்திருந்தனர். ஆனால் விசாரணை அதிகாரியும் மாஜிஸ்திரேட்டுமான தாமஸ் பெர்ரி அப்படிக் கருதவில்லை. பணத்தாசை பிடித்த ஜமீன்தார்கள்தான் தக்கர்களுக்கு ஆதரவாக அவர்களுக்கு அடைக்கலம் தந்து, ஊர் எல்லையில் எங்கோ மறைவாக இருக்கவைத்துள்ளார்கள் என்று கருதினார்.

1810 நவம்பர் முதல் நாள் புதிதாக கைது செய்யப்பட்ட நான்கு தக்கிகள் மற்றும் அப்ரூவராக ஏற்றுக்கொள்ளப்பட்ட குலாம் உசேன் அனைவரும் மாவட்ட நீதிபதி புரூக்ஸ் அவர்கள் முன் ஆஜர்படுத்தப் பட்டனர்.

புனித குரான் நூல் மீது ஆணையிட்டு குலாம் உசேன் வாக்குமூலம் தந்தான்:

'ஐயா! என்னை மன்னித்து விடுங்கள்! என் வயது நான் முன் சொன்னபடி 16 அல்ல! இருபது! என் பெயரும் குலாம் உசேன் அல்ல. என் உண்மை பெயர் குலாம் ரப்சூல். சையது வழியில் ராம்பூரில் பிறந்தேன். என் தந்தையார், சிற்றப்பாவுடன் நானும் குதிரைகளை அழைத்துக் கொண்டு குதிரை வியாபாரத்துக்காகச் சென்றோம். அப்போது என் வயது ஆறு. வழியில் வழிப்போக்கர்கள்போல எங்களுடன் இணைந்த தக்கிகள் நீண்ட துணிபோல உள்ளதை முறுக்கி கழுத்தில் வீசி என் தந்தை, சிற்றப்பா அனைவரையும் கொன்றனர்.

ஒரு தக்கி என்னை எடுத்துச் சென்று அவன் வீட்டில் வளர்த்தான். நான் அவர்களுடன் 4 முறை பயணங்களுக்குச் சென்று வந்தேன். அதில் ஒரு பயணத்தில் மட்டும் மொத்தம் 95 பேர்களை அவர்கள் கொன்றார்கள்!' என்று கூறியவன் கடைசி விசாரணையில் மீண்டும் மாற்றிப் பேசினான்.

'ஐயா என் பெயர் குலாம் உசேன்தான். வயதும் 16 தான். குரான் மீது சத்தியம் செய்து இப்படி சொல்லச் சொல்லி என்னைக் கைது செய்த சகோஹாபாத் நகர் போலீஸ் அதிகாரி கட்டளையிட்டதால்தான் நான் இப்படிப் பொய் பேசினேன். இதுபோல சொன்னால் எனக்குப் பரிசுப் பணம் தந்து, விடுதலையும் வாங்கித் தருவதாக அந்த போலீஸ் அதிகாரி கூறினார்.' என்றான்.

மாவட்ட நீதிபதி கோபத்தின் உச்சத்துக்கே சென்றுவிட்டார். 'குரான் மீது சத்தியமிட்டு இத்தனை முறை மாற்றி மாற்றிப் பேசுகிறாயே!' எனச் சீறி விசாரணை அதிகாரியும் மாஜிஸ்திரேட்டுமான தாமஸ் பெர்ரியை அழைத்து குற்றம் சாட்டப்பட்ட நால்வரையும் விடுவிக்க ஆணையிட்டு மாற்றி மாற்றி வாக்குமூலம் அளித்த குலாம் உசேனையும், அப்படி அவனை பொய் சொல்லவைத்த போலீஸ் அதிகாரியையும் நிஜாமத் அதாலத் என்னும் சுப்ரீம் கோர்ட்டுக்கு அனுப்பி வைத்தார்.

சுப்ரீம் கோர்ட்டு விசாரணையில் தாமஸ் பெர்ரியின் தக்கர்கள் குறித்த விளக்கம் ஏற்றுக்கொள்ளப்பட்டாலும் சரியான சாட்சிகள் இல்லாத தால் அனைவரும் விடுதலை செய்யப்பட்டனர்.

இப்படியாக முதல் தக்கர்கள் வழக்கு புஸ்வாணமாகி விடுதலையில் முடிந்தது.

இதனால் தாமஸ் பெர்ரியின் கைது நடவடிக்கை விமர்சனத்துக் குள்ளானது. ஜட்ஜ் புரூக்ஸ் கடைசியாக ஒரு அறிக்கை வெளியிட்டார். 'தக்கர்கள் கொடூரமானவர்களே என்றாலும் தக்கர்கள் என்ற பெயரில் விசாரணை இன்றி 162 பேர்களை, தாமஸ் பெர்ரி காவலில் வைத்திருப்பது சரியல்ல' என்று கூறினார்.

'நான் அந்த 162 பேர்களை கைது செய்து சிறையில் வைத்திருப்பதுதான் பொது மக்களுக்கு பெரும் பாதுகாப்பு. இல்லையென்றால் அவர்கள் தினமும் 20 கொலைகள் செய்திருப்பார்கள்!' என்று பதில் கூறினார் தாமஸ் பெர்ரி.

இது இப்படியிருக்க 'கோயிந்தாக்கள்' என்பவர்கள் புதியதாக முளைத்தனர். கிழக்கிந்திய அரசு கீழ்மட்டத்தில் போலீசுக்கு தகவல் தருவதற்காக கூலி கொடுத்து ஆட்களை நியமித்திருந்தது. அவர்கள் 'கோயிந்தாக்கள்' என்று அழைக்கப்பட்டனர். விபச்சார விடுதிகள், கள், சாராயக் கடை கள், சராய் என்னும் பயணிகள் தங்குமிடங்கள் என்று பலவிதமான ஆட்கள் புழங்கும் இடங்களில் 'கோயிந்தா'க்கள் பரவலாகக் காணப்பட்டனர்.

1808ஆம் வருடம் கல்கத்தாவின் அருகே உள்ள ஹூக்ளி மாவட்டத்தில் நடைபெற்ற ஒரு மாபெரும் கொள்ளை, ஆட்சியாளர் களை திகைக்க வைத்தது. அந்த மாவட்ட நிர்வாக அதிகாரியாகவும் மாஜிஸ்திரேட் ஆகவும் 'ஏர்னஸ்ட்' என்பவர் பணிபுரிந்து வந்தார்.

அவருடன் புதியதாக ஜாயிண்ட் மாஜிஸ்திரேட் பணியில் W.C. பிளாக்கொயர் என்பவர் நியமிக்கப்பட்டார்.

இதனால் கோபமான ஏர்னஸ்ட், ‘என் நிர்வாகத்தில் கடந்த ஆண்டுகளை விட குற்றங்கள் குறைந்துள்ளன. இப்போது இந்த பிளாக்கொயர் இங்கே நிறைய ‘கோயிந்தாக்களை’ அனுப்பி குற்றங்களை அதிகரிக்கச் செய்கிறார்’ என்றார்.

ஆனால் கிழக்கிந்தியக் கம்பெனியின் அரசு நிர்வாகம் அவரது கூற்றை ஒப்புக் கொள்ளவில்லை.

ஏர்னஸ்ட் மூன்று வழக்குகளைப் பதிவு செய்து ஒரு வயதான மூதாட்டி மற்றும் இரண்டு பைராகிகள் ஆக மூன்று பேரை தக்கர்கள் என்று கைது செய்து நீதிமன்றத்தில் நிறுத்தினார்.

ஊமத்தை விதைகளைப் பொடி செய்து உணவில் அதைக் கலந்து கொடுத்து, அதை உண்பவர் மயக்க நிலையில் இருக்கும்போது, அவர்கள் உடைமைகளைக் கொள்ளையடித்துக் கொண்டு தலை மறைவு ஆகிவிடுவார்கள் சில கொள்ளையர்கள். அவர்களை ‘ததூரா கில்லர்ஸ்’ என்று போலீஸில் அழைப்பார்கள். அவர்கள் ஆளைக் கொல்வது இல்லை! ஆனால் இவர்களைத்தான் தக்கிகள் என்று ஏர்னஸ்ட் கூறினார்.

நீதிமன்ற விசாரணையில் அவர்கள் தக்கிகள் அல்ல. வெறும் திருடர்கள் என்று தீர்ப்பானது. தக்கர்களைப் பற்றிய அவரது விமர்சனம் சிறு பிள்ளைத்தனமானது என்று அரசு கூறியது.

இவ்வாறு எல்லாம் நடந்து கொண்டிருந்தபோது ‘கோயிந்தாக்கள்’ உழைப்பு வீணாகவில்லை. அவர்களிடமிருந்து பல்வேறு புதிய தகவல்கள் அரசுக்கு வரத்தொடங்கின. அவர்களைக் கடுமையாக மீண்டும் எதிர்த்த ஏர்னஸ்ட் ஒரு கட்டத்தில் பதவியிலிருந்து டிஸ்மிஸ் செய்யப்பட்டார்.

இவ்வாறாக கிட்டத்தட்ட 1810 வரையில் யார் தக்கிகள், யாரெல்லாம் சாதாரணத் திருடர்கள் என்கிற எந்தப் புரிதலும் இல்லாமல் தக்கிகளைப் பற்றிய உண்மையான மதிப்பீடு இல்லாமலேயே காலம் நகர்ந்து சென்றது.

4

லெப்டினன்ட் மான்செல் கொலையும் விளைவுகளும்

1810-இல் புதியதாக ஒரு அதிகாரி அலிகார் நீதிமன்றத்துக்கு கூடுதல் மாஜிஸ்திரேட் பதவியில் அமர்த்தப்பட்டார். அவர் பெயர் N.J. ஹாலெட். இவர்தான் தக்கர்கள் பற்றிய விவரங்களை முழுமையாக அறிந்து கொள்வதிலும், அவர்கள்மீது நடவடிக்கை எடுப்பதிலும் மற்றும் ஒழிப்பதிலும் முக்கியப் பங்காற்றியவர்.

ஹாலட் அங்கே நியமிக்கப்படுவதற்கு முன்பு அங்கே மாஜிஸ்திரேட்டாகப் பணியாற்றியவர் திரு ரோஸ் அவர்கள். ஏராளமான வேலைகளுக்கு மத்தியில் ரோஸ் நேரமின்மையால் மிகுந்த சிரமப்பட்டார். நிர்வாக அதிகாரிகளே மாஜிஸ்திரேட்களாக பணியாற்றிய காலம் அது. குற்றங்கள் மிகப் பெருகிவிட்ட நிலையில்தான் ஹாலட் அங்கே பணியமர்த்தப்பட்டார்.

அலிகார் மாவட்டத்து மக்கள் தொகையில் மிக அதிகமாக இருந்தவர்கள் கூஜார்ஸ், ஜாட், மற்றும் மேவாட்டிஸ் எனப்படும் மிக மோசமான குற்றப் பரம்பரையினர்தான். 'திருட்டு கொள்ளை கொலைகளில் அதிகம் ஈடுபடும் கூட்டம்தான் மேவாட்டிஸ் சாதி மக்கள்!' என்றது போலீஸ்.

அலிகார் மாவட்டத்திலேயே மிக அதிக குற்றங்கள் நடக்கும் 15 போலீஸ் தானாக்கள் அதிகாரி ஹாலட் வசம் ஒதுக்கப்பட்டன.

அச்சமயத்தில் 'கஜாக்குகள்' எனப்படும் குதிரைப்படை கொள்ளையர்களின் அட்டூழியம் மிக அதிகமாக இருந்தது. கொள்ளையர் தலைவன்

கேசரி சிங் என்பவன் மக்களுக்கு பெரும் அச்சுறுத்தலாகத் திகழ்ந்தான். எனவே ஹாலட் அவனைப் பிடிக்கும் தீவிர முயற்சியில் ஈடுபட்டார். நாலாபுறமும் ஆட்களை அனுப்பி தேடுதல் வேட்டை நடத்தியதில் கேசரி சிங்கின் இருப்பிடத்தைப் பற்றி ஹாலட்டுக்கு ரகசியத் தகவல் வந்து சேர்ந்தது. உடனே ஹாலட், 60 பிரிட்டிஷ் படைவீரர்களுடனும் 100 உள்நாட்டு வீரர்களுடனும் அவனைப் பிடிக்க விரைந்தார். ஹாலட் வரும் தகவலறிந்ததும் அவரது கைக்குச் சிக்காமல் தப்பி ஓடிய கேசரி சிங் அலிகார் மாவட்டத்தின் ஜாரோ கோட்டை என்னும் பெரிய கோட்டைக்குள் நுழைந்து பதுங்கிக்கொண்டான். கோட்டைக் கதவுகளை மூடிக்கொண்டான்.

ஹாலட் தனது படையுடன் அக்கோட்டையைச் சுற்றி முற்றுகையிட அந்த வட்டாரத்து ஜமீன்தாரும்கூட கேசரி சிங்குக்குச் சாதகமாக நடந்துகொண்டு, அவனைப் பிடித்துத் தருவதில் ஹாலட்டுக்கு ஒத்துழைப்பு தர மறுத்து விடுகிறான்.

ஹாலட் தன்னிடமிருந்த பீரங்கிகளால் கோட்டைச் சுவரை தூள் தூளாகப் பிளந்து நொறுக்கினார். கோட்டையின் முற்றுகையை மேலும் இறுக்கினார். ஆனால் எல்லாவற்றையும் மீறி இரவில் கேசரி சிங்கும் அவனது தம்பி முதலான அனைவரும் ஹாலட் கைகளுக்குச் சிக்காமல் தப்பியோடிவிடுகின்றனர். அவன் தம்பி மிகப்பெரும் தக்கர் கூட்டத் தலைவன்.

அரசுக்கு மிகப் பெரும் சோதனையும் பின்னடைவையும் ஏற்படுத்திய இந்தச் சம்பவம் அவர்கள் உடனடியாக சில முடிவுகள் எடுக்க வழி செய்தது.

1810 ஆகஸ்ட் பத்தாம் தேதி அரசால் ஒரு தீர்மானம் நிறைவேற்றப் பட்டு, அதன்படி மேற்கு பகுதிகளான பனாரஸ், பெரைலி பகுதி களுக்கு புதியதாக ஒரு போலீஸ் சூப்பரின்டென்டெண்ட் நியமிக்கப் படுகிறார். அப்பகுதி யின் கொள்ளையர்களை, கஜாக்குகளை முக்கிய மாகத் தக்கர்களை ஒழிப்பதற்காகவே அவர் நியமிக்கப்படுகிறார். அந்த அதிகாரியின் பெயர் ஜி.டி. குத்ரி (G.D. Guthrie). அந்த அதிகாரியின் அடுத்த நிலையில் ஹாலட் நியமிக்கப்படுகிறார்.

பதவியேற்றதுமே ஆக்ரா நகர் பாதுகாப்புக்காக அனுப்பப்படுகிறார் ஹாலட். குதிரைப் படை கொள்ளையர்களான கஜாக்குகளுக்கு எதிராக நிற்க, இங்கே சரியான குதிரைப்படை இல்லை என்று ஆக்ரா மாஜிஸ்திரேட் மற்றும் நிர்வாக அதிகாரி குறைபட்டுக்கொண்டிருந்தார். அந்தக் குறையை நீக்குகிறார் ஹாலட். அவருடைய திறமையான பணியினால் குற்றங்கள் குறைகின்றன.

ஆக்ரா அருகே கஜாக் கொள்ளையர்கள் முகாமிட்டு இருப்பதை சரியான தகவல் மூலமாக அறிந்த ஹாலட் உடனே பெரிய படையுடன் அங்கே சென்று திடீர் தாக்குதல் நடத்த, பெரும் துப்பாக்கிச் சண்டைக்குப் பின் ஏழு கொள்ளையர்களும் அவர்களுக்குத் துணையாக இருந்த ஒரு பெண்ணும் சுட்டுத் தள்ளப்பட்டார்கள்.

இப்படியாக ஆக்ராவில் குற்றம் குறையத் தொடங்குகிறது. குதிரைப் படை கொள்ளையர்கள் தங்கள் இடத்தை மாற்றிக்கொண்டு ஓடுகின்றனர். சம்பல் நதிக்கு மேற்கே, நதியின் வடக்கு தெற்கு பகுதிகளில் மறைகின்றனர்.

மராட்டிய எல்லைப்பகுதியான பரிஹாரா சிந்தோஷ் பகுதி, சம்பல் நதிக்கு வடக்கு பகுதிகள் என அப்பகுதிகளின் மைல் கணக்கான பள்ளத் தாக்குகள் குன்றுகள் எல்லாமே நீண்ட நெடிய காலமாகக் கொள்ளையர்களின் கூடாரமாக இருந்தவை. அந்த சிந்தோஷ் பகுதி இன்றைய மத்திய பிரதேசம், ராஜஸ்தான், உத்திரப் பிரதேசம் என மூன்று மாநிலங்களும் சந்திக்கும் பாலைவனம் போன்ற எல்லைப் பிரதேசமாகும். கொள்ளை யர் மறைந்துகொள்ள வசதியான இடம். அதுதான் தக்கர்களின் பூர்வீகம்.

ஹாலட் அப்பிரதேசத்தைச் சுற்றியுள்ள ஜமீன்தாரர்களுக்கு ஒரு அவசர கடிதம் அனுப்பி வைத்தார். வரவு செலவு ரெவின்யூ கணக்குகள் மற்றும் சட்டம் ஒழுங்கு நிலைப்பற்றி விவாதிக்க வருமாறு அழைப்பு விடுத்தார்.

ஆனால் ஜமீன்தார்கள் அவரது அழைப்பிற்கு மதிப்பு தராமல் புறக்கணிக்கவே, ஹாலட் தானே நேரடியாக அங்கே புறப்பட்டுச் சென்றார்.

ஹாலட் தனது ஒருசில காவலர்களுடன் சென்றபோது, அவர் சம்பல் நதியைக் கடந்தவுடன் அவருக்கு சிந்தோஷ் பகுதி பிரிட்டிஷ் அதிகாரி யிடமிருந்து அவசர ஓலையொன்று வந்தது.

லால்ஜி என்கிற ஒரு கொடிய ஜமீன்தார் தலைமையில் மற்ற ஜமீன்தார்கள் அனைவரும் ஒன்றுபட்டு ஹாலட்டைக் கொல்வதற்காக பெரிய படையொன்றைத் திரட்டி மறைவாகக் காத்திருக்கிறார்கள் என்றும் தவிர, அந்த ஜமீன்தார் லால்ஜியின் கட்டுப்பாட்டில் ஏராள மான தக்கர்களும் உள்ளதால் உடனடியாக பயணத்தை நிறுத்தவும்' என்று அந்தக் கடிதம் எச்சரித்தது.

திகைப்படைந்த ஹாலட் எச்சரிக்கையாகி, மேலும் அதிகப்படியாக லெப்டினன்ட் மான்செல் என்பவர் தலைமையில் முழு ஆயுதங்களுடன் 40

சிப்பாய்கள் 16 குதிரைப்படை வீரர்கள் கொண்ட படை திரட்டி, மீண்டும் புறப்பட்டார். அனைவரும் 1812 அக்டோபர் 9ஆம் நாள் சிந்தோஷ் பகுதியைச் சென்றடைந்தனர்.

சிந்தோஷ் பகுதி பார்ப்போர் மனத்தில் திகில் ஏற்படும்படி காட்சியளித்தது. அது தக்கர் பூமி. ஆனால் ஆளரவமே இல்லை. வெறிச்சோடிப்போன மயானஅமைதி. எங்கோ தொலைவில் சில வீடுகள்! எந்த நேரமும் எந்தத் திசையிலிருந்தும் தாங்கள் தக்கர்களால் தாக்கப்படலாம் என்பது அவர்களுக்கு நிதர்சனமாகப் புரிந்தது.

எனவே ஹாலட் குழுவினர் அந்த சிந்தோஷ் நகர கோட்டையில் இருக்க விருப்பமில்லாமல் நகரை ஒட்டிய வெட்ட வெளியில் கூடாரம் அமைத்துத் தங்கினர். சுற்றுமுற்றும் கண்காணித்து எச்சரிக்கையா யிருந்தனர்.

ஆனால் எத்தனைதான் விழிப்பாக இருந்தபோதிலும் அவர்களுக்கு ஓர் அபாயம் நேர்ந்தது. எல்லோரும் அருகாமையில் உள்ள கிராமத்துக்குச் சென்று வாங்கி வந்து பாலை குடித்தபோது, பாலை அருந்திய ஹாலட்டும் ஒரு பிரிட்டிஷ் அதிகாரியும் மயங்கி விழுந்தனர். அவர்களுக்கு கடுமையான காய்ச்சல் ஏற்பட்டது. அவர்கள் அருந்திய பாலில் ஊமத்தைக் காயின் விதைகளை அரைத்துக் கலந்து கொடுத்துள்ளது தெரிய வந்தது.

உடனடியாக ஹாலட்டின் குதிரைப் படை வீரர்கள் விரைந்து செயல்பட்டு இட்டாவா நகரத்திலிருந்து மருத்துவரை போய் அழைத்து வந்தனர். ஹாலட்டுக்கும், அந்த மற்றொரு பிரிட்டிஷ் அதிகாரிக்கும் சரியான நேரத்தில் சரியான மருத்துவம் தரப்பட்டதால் இருவரும் பிழைத்தனர்.

சிந்தோஷ் நகர எல்லைக் கிராம மக்கள் அந்த நள்ளிரவிலும் உறங்காமல் ஹாலட் படையினர் தங்கியிருந்த கூடாரத்தையே கண்காணித்துக்கொண்டிருந்தனர். விஷப் பாலை அருந்தி அனைவரும் பரலோகம் சென்றிருப்பர் என்று எதிர்பார்த்துக் காத்திருந்த அவர்களுக்கு காலையில் ஹாலட் படைவீரர்கள் வழக்கம் போல் அணிவகுப்பு மற்றும் பயிற்சிக்குத் தயாராவதைக் கண்டு அதிர்ந்து போயினர்.

விடிவதற்கு முன்னரே ஜமீன்தார் லால்ஜியும் அவனது ஆட்களும் தமது படையினருடன், ராம்புரி மகாராஜா மதோசிங்கின் ஆதரவை நாடி தப்பி ஓடிவிட்டனர்.

இரண்டு நாளில் ஹாலட் முற்றிலும் குணமடைந்து விட்டார்.

மீண்டும் தங்கள்மீது ஏதாவது ஆயுத தாக்குதல் நடந்து அப்பிரதேசம் ரத்தக்களரி ஆவதை ஹாலட் விரும்பவில்லை. தன் படை வீரர்கள் மற்றும் உள்ளூர் போலீஸாரைக் கொண்டு கிராமத்தின் ஒவ்வொரு வீட்டிலும் ஆயுத சோதனை நடத்த ஆணையிட்டார். முன்னதாக அந்த வட்டார தாசில்தார் அவரது ஆட்களுடன் சென்றார்.

ஆனால் அந்தக் கிராம மக்கள் ஆயுதங்களுடன் ஒன்றுகூடி தாசில்தாரும் அவரது ஆட்களும் உள்ளே நுழைய எதிர்ப்பு தெரிவித்தனர். பின் ஹாலட்டின் சிப்பாய்கள் அவர்கள் அனைவரையும் மராட்டிய எல்லைக்கு அப்பால் விரட்டியடித்தனர். ஹாலட் அன்று மாலை உள்ளூரிலும் இன்னும் சுற்றிலும் உள்ள ஜமீன்தார்களை எல்லாம் வரவழைத்து அவர்களுடன் பேசினார். கம்பெனி அரசு விதித்துள்ள 1810 விதிஎண் 6 பற்றி விபரமாக விளக்கி அனுப்பி வைத்தார்.

ஜமீன்தார்கள் ஒரு தீர்மானத்துக்கு வந்தனர். கிழக்கிந்தியக் கம்பெனியின் ஆட்சி தங்களை அழிக்கத் திட்டமிடுகிறது. அவர்களின் இத்தகைய புதிய விதிமுறைகள் நம்மை அழித்துவிடும் என்று முடிவு கட்டினார்கள். எனவே ஜமீன்தார்களுள் பெரும்பாலானோர் அன்று இரவே தங்கள் பொருள்களை அள்ளி வாரி மூட்டை கட்டிக்கொண்டு குடும்பத்துடன் மராட்டிய எல்லைக்குள் ஓடிவிட்டனர். ஹாலட் தரப்பினருக்கு இது காலையில்தான் தெரிந்தது.

ஹாலட் சிந்தோஷ் பகுதிக்கு வந்து இரண்டு வாரங்கள் ஓடிவிட்டன. அவரால் ஒன்றும் செய்ய முடியவில்லை.

அக்டோபர் 22 மாலை நேரத்தில் ஹாலட், லெப்டினன்ட் மான்செல் இன்னுமொரு பிரிட்டிஷ் அதிகாரி, இவர்களுடன் ஒரு டஜன் படைவீரர்கள், கூடவே மூன்று வழிகாட்டிகள் என எல்லோரும் ஒரு கூட்டமாக வழக்கமான மாலைநேரத்து அணிவகுப்பாக செல்லத் தொடங்கினர். பள்ளத்தாக்கு வழியாக சற்றுத் தொலைவு மராட்டிய எல்லைவரை சென்று திரும்புவது அவர்கள் திட்டம்.

மாலை முடிந்து இருள் சூழத்தொடங்கியவேளை! ஹாலட் குழுவினர் திரும்ப தங்கள் முகாமுக்குத் திரும்பியபோது, பிந்தோவா கிராமத்தைத் தாண்டிவந்த வேளையில் எதிரே, ஆயுதங்களுடன் முன்னூறுக்கும் மேற்பட்ட கிராமவாசித் தக்கர்கள் வழிமறித்து நிற்பதைக் கண்டனர்.

ஹாலட் படையினர் அப்போது இருந்தது ஓடை போன்ற பள்ளத்தாக்குப் பகுதி. இரண்டுபுறமும் மேடு. அடர்ந்த காடு. திரும்பிப் போக முடியாது. ஆனால் முன்னேறிச் சென்றால் உயிருக்கு

ஆபத்து! இவர்கள் ஒரு பத்துப் பதினைந்து பேர்தான். எதிர்த்து நிற்கும் கிராமவாசிகளோ முந்நூறு பேருக்கும் மேல்!

என்ன செய்வது என்று புரியாமல் ஹாலட் குழுவினர் திகைத்து நின்றபோது, திடீரென கிராமவாசித் தக்கர்கள் துப்பாக்கிகளால் சுடத் தொடங்கினர். ஒரு குண்டு ஹாலட் காலில் பாய்ந்தது. இன்னொரு குண்டு குதிரை மீது பாய மிரண்ட குதிரையின் மீதிருந்து ஹாலட் கீழே சாய்ந்தார். குண்டடிப்பட்ட காலில் இருந்து ரத்தம் கொட்டியது.

'ஒரு பரங்கியை வீழ்த்தி விட்டோம்!' என்று கிராமவாசி ஒருவன் வெற்றிக் கூச்சலிடுவது கேட்டது.

'எதிர்த்துச் சுட வேண்டாம்!' என்று படை வீரர்களை எச்சரித்த ஹாலட் பின்புறம் திரும்பிப் பார்க்க, 'அடக்கடவுளே! என்ன அநியாயம் இது?' அங்கே லெப்டினன்ட் மான்செல் நெஞ்சில் குண்டு பாய்ந்து உயிர் போன நிலையில் கீழே கிடந்தார்.

லெப்டினன்ட் மான்செல் மரணத்தால் கொதித்தெழுந்த வீரர்கள் கிராமத்து தக்கர்களை நோக்கிச் சுட முயல, ஹாலட் சுட வேண்டாம் என்று வீரர்களைத் தடுத்தார். லெப்டினன்ட் மான்செல் உடலைத் தங்கள் இடத்துக்கு எடுத்துச் செல்ல ஆணையிட்டார்.

ஹாலட் வீரர்கள் தாக்காததால் கிராம மக்களும் சுடவில்லை. இருதரப் பிலும் அமைதி நிலவியது. லெப்டினன்ட் மான்செல் உடலுடன் தங்கள் இடத்துக்குத் திரும்பினர். இந்தியாவில் ஒரு தக்கர்கள் கிராமத்தில் முதலாவது பலி ஒரு ஆங்கில அதிகாரி லெப்டினன்ட் மான்செல்.

சிந்தோஷ் மாவட்டத்திலும் அதைச் சுற்றியுள்ள பகுதிகளிலும் கிட்டத் தட்ட 4000 தக்கர்கள் விவசாயிகள் என்ற போர்வையில் அந்தந்த ஜமீன் தார்கள் கட்டுப்பாட்டில் இருந்தார்கள்.

ஆரம்பத்தில் ஓராண்டுக்கு ஒரு குடும்பத்துக்கு 25 ரூபாய் வரி என்றிருந் ததை 3 ஆண்டுக்கு ஒருமுறை என மாற்றி 'சிப்பாய் வரி' என்ற பெயரில் மராட்டிய மன்னன் ஹோல்கார் பெயரில் ஜமீன்தார்கள் வரி வசூலித்தனர்.

அதுமட்டுமன்றி தக்கிகளின் செலவுகளுக்கும், அவர்கள் கொள்ளை யடிப்பதற்காக மூன்று நான்கு மாதங்கள் பயணங்கள் மேற்கொள்ளும் போது தக்கர்களின் குடும்பத்தினருக்கான செலவு பொறுப்புகளையும் கூட ஜமீன்தார்களே ஏற்றனர்.

சும்மா ஒன்றும் இல்லை! ஜமீன்தார்கள் 100 ரூபாய் தந்தால் தக்கர்கள் அதைத் திரும்ப 150 ரூபாயாகத் திருப்பித் தரவேண்டும் என்பது எழுதப்படாத விதி.

அதுமட்டுமல்லாமல் தக்கிகள் தங்கள் கொள்ளையின்போது பயணி களைக் கொன்று கிடைக்கும் நல்ல உயர் சாதி குதிரைகள், அரிய வகை அணிகலன்கள், பெரிய வாள்கள் மற்றும் முக்கிய விலை உயர்ந்த பொருள்களையெல்லாம் தாமாகவே ஜமீன்தார்களுக்கு தந்தனர். இப்படி பல்வேறு வகை ரகசிய வருமானங்களால் ஜமீன்தார்கள் கொழுத்தனர். அதனாலேயே அவர்கள் தக்கர்களுக்கு ஆதரவாக இருந்தனர். இதில் ஜமீன்தார் லால்ஜி முதன்மையானவனாக இருந்தான்.

ஹாலட் வரும் தகவல் தெரிந்ததும் (தாசில்தார் செய்த முன் ஏற்பாடுகள் மூலமாக லால்ஜிக்கு தகவல் கசிந்தது) பாலில் ஊமத்தை விதைகளைக் கலந்து காய்ச்சி அதை அனைவரும் பருக அளித்தது முதல் லெப்டினன்ட் மான்செல் கொலைத் திட்டம்வரை அத்தனையும் லால்ஜியின் திட்டம்தான்.

இது எல்லாவற்றையும், நடந்தது அனைத்தையும் ஹாலட், கவர்னர் ஜெனரலுக்குத் தெரிவித்து பதிலுக்காகக் காத்திருந்தார்.

அந்த நாட்களில் தகவல் தொடர்பு மிக மிகக் காலதாமதமாக நடந்தன. கல்கத்தாவிலிருந்து கவர்னர் ஜெனரலின் ஆணை மற்றும் திட்ட முடிவுகள் வரவே நிறைய தாமதமானது. எனவே ஹாலட் பொறுமை யுடன் காத்திருக்க நேர்ந்தது.

கடைசியாக கவர்னர் ஜெனரலின் ஆணையுடன் கேப்டன் பாப்ஹாம் என்பவர் ஹாலட்டிடம் வந்து சேர்ந்தார். அவர் மட்டும் வரவில்லை. தன்னுடன் பெரிய ராணுவப் படையையும் அழைத்து வந்திருந்தார்.

கவர்னர் ஜெனரலின் ஆணை கைக்குக் கிடைத்ததுமே ஜமீன்தார் லால்ஜி மீது குற்றப்பத்திரிகை தாக்கல் செய்யப்பட்டு அவனைக் கைது செய்ய வாரண்ட் பிறப்பிக்கப்பட்டது. ஆனால் தலைமறைவாக உள்ள லால்ஜியை எப்படிப் பிடிப்பது? லால்ஜியைப் பிடித்துத் தருபவர் களுக்கு ரூபாய் 5000/- பரிசு என அறிவிக்கப்பட்டது. அந்த நாளில் அது மிகப்பெரும் தொகை!

சிந்தோஷ் பகுதிகளில் அநேக ஜமீன்தார்கள் இருந்தார்கள். அந்த ஜமீன்தார்களுக்குள் தக்கிகளைப் பிரித்துக்கொள்வதில் தகராறு ஏற்படுவது மிகவும் சகஜம். ஜமீன்தார்களுள் மிகுந்த செல்வாக் கானவன் முக்கியஸ்தன், என்றால் அது ஜமீன்தார் லால்ஜிதான்.

அவனுக்கு அடுத்த இடத்தில் இருந்தவன் ஜமீன்தார் தேஜன். லால்ஜி ஆட்கள் பலமுறை தேஜனது ஆட்களைக் கவர்ந்துகொள்ள, ஜமீன்தார் தேஜன், லால்ஜியைப் பழிவாங்க சரியான சந்தர்ப்பத்தை எதிர்நோக்கிக் காத்திருந்தான்.

ஏற்கெனவே லால்ஜி பற்றியும் அவனுக்கு தக்கர்களுடனிருந்த உறவு பற்றியும் ஹாலட்டிடம் ரகசியமாகத் தகவல் தந்தவன் தேஜன்தான். இப்போது ஆங்கில அரசு லால்ஜியைக் கைது செய்யத் துடிப்பதைக் கண்டு, இந்த வாய்ப்பினை மிகச் சரியாகப் பயன்படுத்திக்கொள்ளத் திட்டமிட்டான் தேஜன்.

மராட்டிய மாநில எல்லைக்குள் லால்ஜி பதுங்கியிருப்பதைத் தெரிந்து கொண்ட தேஜன் தன் உளவு ஆட்களுடன் புறப்பட்டுச் சென்று லால்ஜியைத் தேடிக் கண்டுபிடித்து பாசமழையைப் பொழிந்தான்.

'ஐயா! உங்களுக்கா இந்த நிலை வரவேண்டும். என் உயிரே போனாலும் சரி, நான் உங்களுக்கு ஆதரவாக இருப்பேன். கவலைப் படாதீர்கள், நான் உங்களைக் காப்பாற்றுகிறேன்! உங்களுக்குத் தேவையானவற்றை யெல்லாம் செய்து தருகிறேன்!' என்றெல்லாம் பசப்பு வார்த்தைகள் கூற, ஏற்கெனவே நொந்து நூலாகிக் கிடந்த லால்ஜி, தேஜன் கூறியதை அப்படியே நம்பி விட்டான்.

தேஜன், தான் சொன்னபடியே நல்ல பாதுகாப்பான புதிய இடம் ஒன்றைத் தேர்வு செய்து லால்ஜியையும் லெப்டினன்ட் மான்செல்லை சுட்டுக்கொன்ற கங்கா பிரசாத் என்ற ராஜபுத்திர இன தக்கர் தலைவனை யும் இன்னும் அவர்களது ஆட்கள் அனைவரையும் அழைத்துப்போய் தங்க வைத்தான். எல்லோருக்கும் தேவையான அத்தனை வசதிகளையும் செய்து கொடுத்தான் தேஜன்.

இப்படி இவர்களைத் தங்க வைத்து உபசரித்த அதேவேளையில், ஹாலட்டுக்கும் கேப்டன் பாப்ஹோப்புக்கும் ரகசிய தகவலையும் அனுப்பி விட்டான்.

தேஜன் அனுப்பிய தகவல் கிடைத்ததுமே பிரிட்டிஷ் படை புறப்பட்டு வந்து லால்ஜி, கங்கா பிரசாத் உட்பட அனைவரையும் கைது செய்து நீதிமன்றத்தில் கொண்டு சென்று நிறுத்தியது. விசாரணையின் முடிவில் லால்ஜிக்கு கடும் உழைப்புடன் கூடிய கடுங்காவல் தண்டனையுடன் ஆயுள் தண்டனை கிடைத்தது.

தேஜன் ஒரே கல்லில் இரண்டு மாங்காய் அடித்ததுபோல அந்த நாளில் மிகப் பெரும் தொகையான ரூபாய் 5000 பரிசு பெற்றதோடு பெரும் ஜமீனையும் சன்மானமாக அடைந்தான்.

லெப்டினன்ட் மான்செல்லைக் கொன்ற கங்கா பிரசாத் சிறைக்குச் செல்லும் வழியில் இரண்டு சிப்பாய்களைக் கொன்றுவிட்டு தப்பித்து ஓடினான். பின்னர் அவன் மீண்டும் பிடிபட்டு குண்டு காயத்துடன் படகிலேற்றிக் கொண்டு வரும்போது விலங்குடன் கங்கை நதியில் விழுந்து ஆற்றிலேயே மூழ்கி மடிந்தான். இப்படியாக தக்கர்களால் கொலை செய்யப்பட்ட ராணுவ அதிகாரி மான்செல் கொலை வழக்கில் தொடர்புடைய அனைவரும் தண்டனை பெற்றனர்.

இது நடந்த சிறிது காலத்துக்குப் பிறகு, கேப்டன் பாப்ஹாம் பெரும் ராணுவத்துடன் அந்தத் தக்கர்கள் வசித்த 'மூர்னே' கிராமத்துக்குச் சென்று அதை முற்றுகையிட்டார்.

விடிவதற்கு முன்னாலேயே அவரது ராணுவம், கிராமத்தைச் சுற்றிச் சூழ்ந்துகொண்டது. கிராமமே ஆழ்ந்த உறக்கத்தில் இருக்க, கிராமவாசிகள் சிலர் மட்டும் விழித்தெழுந்து வீட்டை விட்டுப் புறப்பட்டு அருகில் அமைதியாக ஓடிக்கொண்டிருந்த ஆற்றுக்குச் செல்ல விரைந்தனர்.

அவ்வளவுதான் அவர்களை நோக்கி, ராணுவ வீரர்களின் துப்பாக்கிகள் குண்டுமழை பொழிய அனைவரும் செத்து விழுந்தனர். துப்பாக்கி சத்தம் கேட்டு வெளியே ஓடிவந்த மற்றவர்களும் ராணுவத்தினரால் சுட்டு வீழ்த்தப்பட்டனர்.

அடுத்து வந்த சில நிமிடங்களில் லெப்டினண்ட் மான்செல் மரணத்துக்குப் பழி வாங்கும் விதமாக தக்கர்களின் குடியிருப்பான அந்த மூர்னே கிராமம் தீயிடப்பட்டு முற்றிலும் எரிந்து சாம்பலாகியது!

பிரிட்டிஷ் ராணுவத்தின் அதிகார பலம், கொடூரம் அனைத்தின் வெளிப்பாடாக அமைந்த அந்த நிகழ்வு, பிரிட்டிஷாரை தொட்டால் என்ன ஆகும் என ஒட்டு மொத்த இந்திய மக்களுக்கும் உணர்த்தும் விதமாக எச்சரிக்கை விடுத்தது!

5

தக்கர்களுக்கு எமன்!

வில்லியம் ஹென்றி ஸ்லீமன்! தக்கர்களின் வரலாற்றில் அழுத்தம் திருத்தமாக பதிவான பெயர் இது! தக்கர்களை நடுநடுங்க வைத்த பெயர். தக்கர்களுக்கு எமனாக வந்து அவர்களை அடியோடு வேரறுக்க முற்பட்ட கதாநாயகன் என்று புகழப்பட்டார் இந்த வில்லியம் ஹென்றி ஸ்லீமன்.

1809ம் வருடம், அக்டோபர் மாதம் வில்லியம் ஹென்றி ஸ்லீமன் இந்திய ராணுவத்தில் பணியாற்றுவதற்காக இங்கிலாந்தில் தேர்ந்து எடுக்கப்பட்டு கப்பலில் புறப்பட்டு கல்கத்தா வந்து சேர்ந்தார்.

கல்கத்தாவின் போர்ட் வில்லியம்ஸ் கோட்டையில் பயிற்சி மேற்கொண்டார் ஸ்லீமன். அப்போது அங்கே உள்ள பெரிய நூலகத்தில் பல்வேறு வகை நூல்களைப் படித்து வரும்போது பிரெஞ்சு நாட்டு யாத்ரிகர் திவேநாட் (Jean de Thevenot) என்பவர் இந்தியாவில் உள்ள ஒரு ரகசிய இயக்க கொள்ளையர்கள் பற்றிக் குறிப்பிட்டிருந்ததை திரும்பத் திரும்பப் படித்தார்.

‘டெல்லி ஆக்ரா செல்லும் பாதைகளில் திரிந்த அந்தக் கொள்ளையர் கூட்டத்தைச் சேர்ந்த ஒரு இளம் பெண், பயணிகள் வரும் பாதையில் கண்ணீர் விட்டபடி நிற்பாள். பரிதாபப்பட்டு அவள் கதையைக் கேட்டால்... நீங்கள் செல்லும் வழியிலேயே அவளும் செல்ல வேண்டி இருப்பதாகக் கூறி உங்கள் மாட்டு வண்டி, குதிரை எதிலாவது அவளும் ஏறிக்கொண்டு வந்துவிடுவாள். பயணத்தின்போது நீங்கள் சற்று அயர்ந்த வேளையில் தன்னிடமுள்ள நீண்ட சுருக்குக் கயிறை

உங்கள் கழுத்தில் வீசிக் கொன்று விடுவாள். அதற்காகக் காத்திருந்த அவளது கூட்டத்தினர் அவளது முயற்சியை முழுவதுமாக முடிப் பார்கள்!' என்று எழுதியிருந்தார்.

ஸ்லீமன்

இதைப் படித்து திடுக்கிட்ட ஸ்லீமன் அந்த ரகசியக் கூட்டத்தை எப்படிக் கண்டறிவது என்று யோசிக்கத் தொடங்கினார். அதே சிந்தனையில் இருந்தார். பல்வேறு பணிகளில் ராணுவத்தில் இருந்த ஸ்லீமன் பின்னர் சிவில் உத்தியோகத்துக்கு மாற்றப் பட்டார்.

நர்மதை நதி பள்ளத்தாக்கில் உள்ள நரசிங்கப்பூர் மாவட்ட தனி சிவில் அதிகாரியாக பொறுப்பேற்றுக் கொண்டார் ஸ்லீமன்.

இந்தக் காலக்கட்டத்தில் இந்திய அளவில் உள்ள சூழ்நிலை பல்வேறு காரணங்களால் குழம்பிக் கிடந்தது. தெற்கே 1799-1800 வருடங்களில் மைசூர் போர் முடிந்து திப்பு சுல்தான் கொல்லப்பட்டு அந்தப் பகுதி முழுவதும் சட்டம் ஒழுங்கு பிரச்னை சீரழிந்து கிடந்தது.

பிரிட்டிஷார் ஸ்ரீரங்கப்பட்டினத்தை (மைசூர் அரசாங்கம்) கைப்பற்றிய பிறகுதான் தக்கர்களைப் பற்றிய கவனம் அனைவருக்கும் வந்தது. அந்தச் சமயத்தில் நூற்றுக்கணக்கான மனித உடல்கள் அந்தப் பகுதியில் கிணறுகளில் கண்டெடுக்கப்பட்டன. எந்தவித நிலையான அரசும் அந்தச் சமயத்தில் இல்லாததால் அந்தச் சூழல் தக்கர்களுக்கு கொண்டாட்டமாக ஆனது.

பிரிட்டிஷ் காவல் துறையினர் பெங்களூர் அருகே நூறு பேரை தக்கர்கள் என்ற சந்தேகத்தின் காரணமாக கைது செய்தனர். ஆனால் அவர்கள்மீது குற்றம் சொல்ல எந்தவித ஆதாரமும் சாட்சியமும் இல்லை. எனவே அந்தத் தகவலே பின்னர் கவனிக்கப்படாமல் சென்றுவிட்டது.

அதன்பின் 1807ஆம் ஆண்டு ஒரு பெரும் கொள்ளைக் கூட்டத்தினர் சித்தூர் நகருக்கும் ஆற்காடு நகருக்கும் இடையே கைது செய்யப்பட்டு சித்தூர் மாஜிஸ்திரேட் முன் ஆஜர்படுத்தப்பட்டனர். அவர்கள் அனைவரும் திருவனந்தபுரம்வரை சென்று வந்தது கண்டறியப் பட்டது. மிகப் பெரும் பணமூட்டைகளை, பெரும் பொக்கிஷங்களை அவர்கள் சுமந்து வந்தது தெரிந்தது.

சித்தூர் மாஜிஸ்திரேட் நீதிமன்ற விசாரணைக்குப் பின் தனது அறிக்கையில் தெளிவாகக் குறிப்பிட்டார்.

'இவர்கள் அனைவரும் பயங்கர கொலைகாரத் தக்கர்கள். இவர்களில் ஒரு சிலர் 200 கொலைகளைச் செய்துள்ளனர். கொலை செய்வது இவர்களது தொழிலாகவே இருந்திருக்கிறது. கடந்த ஓர் ஆண்டாக இவர்களது கொலைப் பயணம் நீடித்துள்ளது. ஒரு பயணத்தில் குறைந்தது 10 பேரையாவது இவர்கள் கொன்றுவிடுவார்கள்!' என்றார்.

ஐந்து ஆண்டுகளுக்கு முன் அரசு கஜானாவில் இருந்து சென்ற 16,000 ரூபாய் நாணயங்களைக் கொள்ளையடித்து, அந்தத் தொகையை எடுத்துச் சென்ற ஆட்களுடன் கோலாபியூன்கள் என்ற அரசு ஊழியர்களையும் இவர்கள் கொலை செய்துவிட்டனர்.

1805-இல் கோயமுத்தூரில் அரசு ஊழியர்கள் 5 பேர் கொல்லப்பட்டனர். கோயமுத்தூர் கலெக்டர் அனுப்பி வைத்த 25,000 தங்க நாணயங்கள் (பகோடா) வழியில் கொள்ளையிடப்பட்டது. அதே ஆண்டு இரண்டு வர்த்தக பிரமுகர்கள் சென்னையிலிருந்து 5 துணை ஆட்களுடன் புறப்பட்டனர். அவர்கள் மலபார் கடற்கரைவரை வியாபார விஷயமாக தகுந்த பாதுகாப்புடன் நிறைய பணத்துடன் சென்றனர். அவர்களுடன் வழியில் இரண்டு புது ஆட்கள் வந்து சேர்ந்தனர். பயணத்தின்போது தகுந்த சமயம் வந்ததும் வழியில் அந்தப் புதிய ஆட்கள் (தக்கர்) அனைவரையும் கொன்று மொத்தப் பணத்தையும் கொள்ளையடித்துச் சென்றனர். அதேபோல 1000 பகோடாக்களுடன் சென்ற கட்டுமானத் துறை எஞ்சினியர்கள் இருவர் வழியில் கொல்லப்பட்டனர். - என்பதெல்லாம் இந்த நீதிமன்ற விசாரணையின்போது அறியப்பட்டது.

ஒரேயொரு ஆறுதலான செய்தி! தமிழகத்தில் நமது எல்லையில் இத்தனை நடந்தாலும் தமிழ்நாட்டில் பிறந்த எவரும் தமிழர்கள் எவரும் தக்கர்களாக மாறவில்லை!

இந்த ரகசிய இயக்கத்தை ஒழித்த ஸ்லீமன் தனது பல்வேறு அறிக்கைகளில் சேலத்தைப் பற்றிக் குறிப்பிடுகிறார்.

'பாராமஹால்!' பன்னிரண்டு கோட்டைகள்! திப்புசுல்தான் காலத்தில் உருவாக்கப்பட்ட 12 கோட்டைகளின் (பன்னிரண்டு தாலுக்காக்கள்) தலைநகரம் சேலம் பாராமஹால் தலைமையகம். பாராமஹால் தாண்டி அதாவது சேலத்தைத் தாண்டி வேறெங்கும் தக்கர்கள் குமரி வரை எந்த இடத்திலும் இல்லை. ஆனால் தொழில் பயணமாக அவர்கள் மதுரை திருவனந்தபுரம்வரையிலும்கூட சென்று வந்துள்ளனர்.

'ஆற்காடு தக்கர்கள்' என்பவர்கள் இந்திய அளவில் பெயர் பெற்ற முஸ்லிம் இனத்தைச் சார்ந்த தக்கர்கள். மிகப் பயங்கரமான இவர்களது எல்லைக் குடியிருப்பு வேலூர் ஆற்காடு, சித்தூர், கடப்பா என நீண்டது. தீவட்டிப்பட்டி என்பது சேலம் மாவட்ட இன்றைய எல்லை. அங்கே இஸ்மாயில் என்ற தக்கர் தலைவன் வசித்து வந்ததாகப் பதிவு உள்ளது. ஆற்காட்டு தக்கர் இனத்தவனான அவனைப்பற்றிக் குறிப்புகள் பல உள்ளன.

டாக்டர் ஷெர்வுட் எழுதிய அதிர்ச்சித் தகவல்கள்

சென்னை செயிண்ட் ஜார்ஜ் கோட்டை என்பது பிரிட்டிஷ் அரசாங்கத்தின் தமிழகம், ஆந்திரா, கர்நாடகம், கேரளம் ஆகிய நான்கு மாநிலங்களையும் ஒரிசாவின் கட்டாக் வரையும் உள்ள நிலப்பரப்புக் களைக் கொண்ட பெரிய பிரதேசத்தை நிர்வகிக்கும் தலைமை இடமாக அமைந்தது.

அதில் தலைமை சர்ஜனாக பணியாற்றியவர் டாக்டர் ஆர்.சி. ஷெர்வுட். மிகப்பெரும் மருத்துவரான அவர், 1816-இல் தக்கர்களைப் பற்றி இந்திய வரலாற்றில் முதல்முதலாக நாற்பது பக்க கட்டுரை ஒன்றை எழுதினார். இந்தியா மட்டுமல்ல உலகமே வியக்கும்படியான அந்தத் தகவல்தான் இந்தியாவில் முதல்முதலாக வெளியான தக்கர் களைப் பற்றிய ஆதாரப் பூர்வமான செய்தி எனலாம்!

டாக்டர் ஷெர்வுட், மெட்ராஸ் லிட்ரெரி கெஜெட் என்ற பத்திரிகையில் Of The Murderers Called Phansigars என்ற தலைப்பில் அந்தக் கட்டுரையை எழுதினார்.

நாடெங்கும் மிகப்பெரிய அதிர்ச்சி அலையை உருவாக்கியது அந்தக் கட்டுரை. அப்போதைய 'கவர்னர் ஜெனரல்' அந்தக் கட்டுரையின் அதிர்ச்சித் தகவலை கவனமாக உள்வாங்கிக்கொண்டார். அதற்கு முன்னரே 1810-இல் இந்திய ராணுவத்தின் மேஜர் ஜெனரல் St Leger கான்பூர் தலைமையகத்திலிருந்து ஒரு முக்கிய அறிவிப்பு வெளியிட்டி ருந்தார்.

'விடுமுறைக்குச் சென்ற சிப்பாய்கள் வீட்டுக்கு வரவில்லை என்று ஏராளமான புகார்கள் வந்துள்ளது. தங்களது சேமிப்புப் பணத்துடன் விடுமுறைக்குச் சென்ற சிப்பாய்கள் திடீரென்று மாயமாக மறைந்து விட்ட தகவல் அதிர்ச்சியளிக்கிறது! எனவே அரசு அவர்களைப் பற்றி அறிய தீவிரமாக முயற்சித்து வருகிறது.' என்று குறிப்பிட்டிருந்தார்.

இப்படி காணாமல் போனவர்களின் எண்ணிக்கை மிக அதிகமாகவேதான் இப்படிப்பட்ட ஒரு அறிக்கை வெளியிடவேண்டி வந்தது.

உண்மையிலேயே பயம் கொள்ளக்கூடிய அளவுக்கு நிறைய சிப்பாய்கள் மாயமாகிவிட்டனர்.

'நீங்கள் எந்தத் தொகையையும் கையில் எடுத்துச் செல்லவேண்டாம். உண்டிமுறையில் அனுப்புங்கள். வழியில் புதியவர் யாருடனும் தொடர்பு கொள்ளவேண்டாம். வழியில் நீங்கள் தங்கும் (சாராய்) விடுதி யிலிருந்து நன்றாக விடிந்தபின் புறப்படவும். ரகசிய தக்கர்கள் உங்களைக் கொல்லக்கூடும்!' என்று பல்வேறு எச்சரிக்கைகள் விடப்பட்டன.

ஆனால் அப்போதும் அதற்கு முன் லெப்டினன்ட் மான்செல் கொல்லப் பட்டபோதும் தக்கர்கள் என்று ஒரு தனி கொள்ளைக்கூட்டம் கிடையாது என்று மறுத்துவந்த கிழக்கிந்தியக் கம்பெனி அதிகாரிகள் இந்தக் கட்டுரை ஏற்படுத்திய பெரும் அலையால் தங்களது போர்டு மீட்டிங் கூட்டி தக்கர்களைப்பற்றி விவாதித்து அவர்களை 'எப்படி அழிப்பது' எனப் பேசத் தொடங்கினர்.

டாக்டர் ஷெர்வுட் கட்டுரையின் தலைப்பே அனைவரையும் வியப்பில் ஆழ்த்தியது. தக்கர்களை அவர் 'பான்சிகார்ஸ்' என்று குறிப்பிட்டார். சுருக்குக் கயிறினை கழுத்திலிட்டு இழுப்பவர்கள் என்பது இதன் பொருள்.

தமிழ்நாட்டில் இந்தத் தக்கர்களை அரிதுலுக்கர் என்று அழைத்தனர். அரி என்பதற்குக் கயிறு என்று பொருள்பட அவ்வாறு குறிப்பிட்டனர். தெலுங்கில் வார்லுவான்ட்லு,வார்லு வேசே வான்ட்லு - கயிறு வீசிக் கொல்பவர்கள் என்ற பொருளில் கூறினர். கன்னட மாநிலத்தில் தந்தி கல்லேறு - நரம்புக் கயிற்றினை கழுத்திலிட்டுக் கொல்பவர் என்ற பொருளில் கூறினர்.

ஐரோப்பியர் குறிப்பாக ஆங்கிலேயர் வெகுகாலத்துக்கு இப்படிப் பட்ட செய்திகளைப் புறக்கணித்தே வந்தனர். 1799 திப்பு சுல்தான் மரணத்துக்குப்பிறகு 1801-முதல் கிட்டத்தட்ட பத்து ஆண்டுகள் அந்தப் பகுதி தக்கர்களின் கொலைக் களமாகத் திகழ்ந்தது.

1800 ஆண்டில் பெங்களூர் அருகே நூறு பேரை காவலர்கள் கைது செய்கின்றனர். அவர்கள் தக்கர்கள் என்றே கைது செய்து, பின்னர் எந்தத் தகவலுமில்லாமல் செய்தி புஸ்வாணமாகிப் போனது.

மற்றொருமுறை திருவாங்கூர் வரை சென்று பெரும் கொலைகள், கொள்ளைகள் நடத்தித் திரும்பி வந்த ஒரு கூட்டத்தை ஆற்காடு அருகே பெரிய மூட்டைகளுடன் பிடித்து போலீஸார் சித்தூர் மாஜிஸ்திரேட் வசம் ஒப்படைத்தனர்.

ஆனாலும் என்ன? தக்கர்களின் கொடூரங்கள் நிற்கவில்லை.

கோயமுத்தூர் கலெக்டர் அனுப்பி வைத்த 25,000 பகோடாக்கள், தங்க நாணயங்களுடன் தக்கர்களால் கொள்ளையடிக்கப்பட்டதும், அதுதவிர அந்தப் பணம் கொண்டு சென்ற குழுவினர் அனைவரும் தக்கர்களால் கொல்லப்பட்டதும் முன்பே பார்த்தோம்.

தங்களிடம் சிக்கிய வழிப்போக்கர்கள் யாரையும் தக்கர்கள் தப்ப விடுவதில்லை! அனைவரையும் கொன்று விடுவார்கள்! தக்கர்கள் பத்து முதல் ஐம்பது பேர்கூட ஒரே குழுவாகச் செல்வார்கள். புனிதத் தலங்களுக்கு யாத்திரை செல்பவர்கள்போல, ராணுவ வேலைத் தேடிச் செல்பவர்போல அல்லது விடுப்பில் செல்பவர், வியாபாரி அல்லது கொள்முதலுக்குச் செல்பவர் என அவர்கள் பல்வேறு வேடங்களில் ஒருவருக்கு ஒருவர் அறியாதவர்போலச் செல்வார்கள். அவர்களில் பெரும்பான்மையினர் முஸ்லிம்களே! சில இந்துக்களும் இணைந்து செயல்பட்டனர்.

ராஜஸ்தான் மாநில பழங்குடி இன மக்கள் மற்றும் பிராமணர்கள் இனத்தில் 10 பிரிவு இனத்தவரும் இருந்தனர். Khurgeea, Kunojea, Kusbattee, Morea, Pande, Parasior, Poorbeeta, Puchoree, Tehngoria மற்றும் பிற சாதிகளான Guria, Koomar, Lodhee, Lohar. அதேபோல முஸ்லிம் மதப்பிரிவுகளில் முஸ்லிம் Bhoot, Bhys, Bursote, Delhiwald, Dhadee, Kaea, Kala, Kuthur, Muneehar மற்றும் ராஜபுத்திர தாகூர், சோனார் போன்ற இனத்தவரும் ஒன்றாக இணைந்து காளி தேவியை தங்கள் குலதெய்வமாக வழிபட்டு தக்கர்களானார்கள்.

இந்தத் தக்கர்கள் முக்கிய வியாபார வழித்தடங்களில் நகரை ஒட்டி வெளியே நல்ல இரைக்காக பணத்துடன் வரும் வழிப்போக்கர் களுக்காகக் காத்திருப்பார்கள். வழியில் உள்ள சாராய் என்னும் விடுதிகளிலும் காத்திருப்பார்கள்.

அவர்களில் பல தொழில் வகை பிரிவினர்கள் இருந்தனர். சுருக்கிட்டு கொலை செய்பவர்; தங்களிடமுள்ள புனித கோடாலி மூலமாக புதைகுழி பறிப்பவர், புதைகுழிக்கு கொல்லப்பட்டவரை தூக்கிச் செல்பவர், சுருக்கிட்டுக் கொல்லும்போது கொல்லப்படும் நபரை முன்னும் பின்னும் இறுக்கிப் பிடித்துக் கொள்பவர்கள் என அவரவர் பணியை அவரவர் கச்சிதமாகச் செய்பவர்கள். அத்தனை பிரிவுக்கும் மேலாக அவர்களில் மிக அழகாகத் தோற்றமளிக்கும் ஒருவன் முக்கிய மானவனாக இருப்பான். அவன் மிக அற்புதமாக நடித்து மிகத் திறமை யாகப் பேசி வழிப்போக்கர்களை மயக்கும் வார்த்தைகளால் ஈர்த்து அவர்கள் கூட்டத்துடன் கொண்டு வந்து சேர்ப்பான். அவனுக்கு 'சோதா'

(Sotha) என்று பெயர். தக்கர் குழுவின் பயணங்களில் இந்த 'சோதாக்கள்' மிகமுக்கியமானவர்கள்.

இவர்கள், தங்களால் கொல்லப்பட இருக்கும் பலி ஆடுகளான வழிப் போக்கர்களுடன் சிரித்துப் பேசி, மகிழ்ந்து அவர்களுடன் நன்கு பழகி எல்லா விபரங்களும் அறிந்து வருவார்கள்.

வழிப்போக்கர்கள் பத்துபேர் என்றால் நிச்சயம் முப்பதுக்கும் மேற்பட்ட தக்கர்கள் இருப்பார்கள். அவர்கள் ஒருவருக்கு ஒருவர் அறிமுகம் இல்லாத புதியவர்கள் போல நடித்துப் பேசிக்கொண்டு வருவார்கள்.

தக்கிகள் தங்கள் பலி ஆடுகளான வழிப்போக்கர்களுடன் சில நாட்கள் நடந்து தங்களது பலி இடங்களான Beyl என்னும் இடங்களுக்கு அருகில் வரும்போது கொலை கொள்ளைக்குத் தயாராகிவிடுவார்கள். மணல் மேடுகள் ஆறு, ஓடை இவற்றை ஒட்டிய கற்கள் இல்லாத மணல் பாங்கான ஈரமான இடங்களே அவர்களது Beyl. இதுவே தக்கர்களது புதைகுழிகள். புதைகுழிக்கு அருகாமையில் உள்ள மரங்கள் சூழ்ந்த இடங்களைத்தான் தக்கர்கள் தங்குமிடமாகத் தேர்ந்தெடுப்பார்கள்.

மாலை மறைந்து இருள் சூழத்தொடங்கும் நேரம், பயணிகள் அனைவரும் சாப்பிடத் தயாராக வட்டமாகச் சுற்றி அமர, அப்போது ஒரு பயணிக்கு மூன்று தக்கர்கள் வீதம் தயார் நிலையில் இருப்பார்கள். பல்வேறு சுவாரஸ்யமான விவாதங்கள், பாடல்கள், இசைக்குழுவின் இன்னிசை எல்லாம் சேர்ந்து கலகலப்பான சூழலை உண்டாக்கிவிடும்.

முன்னால், பின்னால், இடது வலது எல்லா பக்கமும் சென்று பார்த்து எந்தப் புதிய ஆட்களும் இல்லை என்று தலைவனுக்குத் தகவல் சைகை மூலம் தரப்படும். தக்கர் எல்லாரும் எதற்காகவோ தயாராக இருப்பது தெரியும்.

திடீரென தலைவன் சப்தமாக 'தம்பாக்கோ லாவ்' (புகையிலை கொண்டு வா) என்று கூவுவான்! அடுத்த நொடி தயாராக இருக்கும் கொலைஞன் தன் கையில் இருக்கும் சுருக்குக் கயிறை பயணியின் கழுத்தில் வீசுவான். அது சரியான கோணத்தில் கழுத்தைச் சுற்றிக் கொள்ளும். அடுத்த நொடி வெடுக்கென அந்தக் கயிறை பின்னோக்கி இழுப்பான். இதற்காகவே காத்திருக்கும் மற்ற இருவரும் பயணியின் கை கால்களை அழுத்திப் பிடித்து முன்புறமாக இழுப்பார்கள். அதே போல ஒரே நேரத்தில் ஒரு பயணிக்கு மூன்று தக்கர்களாகச் செயல்பட்டு மற்றவர்களும் மிகச் சரியாக தங்களது செயலைச் செய்து முடிப்பார்கள்.

ஒரே நொடியில் உயிரற்ற சடலம் கீழே விழும். 'பொத், பொத்', என

அடுத்தடுத்து எல்லாப் பயணிகளும் மடிவார்கள். உடல்களை தயாராக இருக்கும் புதைகுழிக்குக் கொண்டு செல்ல அதற்கான ஆட்கள் ஆயத்தமாக இருப்பார்கள்.

அதற்குள் அந்தப் பயணியின் உடல் முழுதும் உடைகள் முழுதும் சோதிக்கப்பட்டு குண்டூசி விடாமல் அனைத்துப் பொருள்களும் எடுத்த பிறகு உடலை புதைகுழிக்குக் கொண்டு செல்வர். வட்டவடிவில் அவர்கள் கையில் இருந்த பிக்காசு என்ற சிறு ஆயுதத்தால் சத்தமின்றி சுமார் 6 அடி ஆழம் தோண்டப்பட்ட ஒரு குழியில் தலைகீழாக உடலைப் போட்டு முதுகு கை கால்களை ஒடித்து எல்லா சடலங் களையும் நெருக்கமாகப் போட்டுப் புதைத்து ஒரு சிறு சுவடுகூடத் தெரியாமல் அடைத்து அதன்மீது இலை தழைகளைப் பரப்பிவிட்டு வருவார்கள்.

ஒரு சில பயணிகள் தங்கள் செல்லப் பிராணிகளான நாய்களையும் அழைத்து வருவார்கள். அவைகளைக் கொல்லாமல் விட்டால் தங்கள் எஜமான்கள் புதைத்த இடத்தை விட்டு அந்தப் பிராணிகள் போகாது. புதைத்த குழியைத் தோண்டத் தொடங்கி, காட்டிக் கொடுத்துவிடும் என்ற பயத்தால் அவற்றையும் கொன்றுவிடுவர்.

சில சமயங்களில் பயணிகளுடன் சிறு குழந்தைகள் வந்துவிட்டால் அவர்களுக்கும் அதே கதிதான். மிகச் சிறு வயது என்றால் எல்லாம் முடியும்வரை ஒரு தக்கி அவர்களை தூரமாக அழைத்துச் சென்று விடுவான். எல்லாம் முடிந்த பின் பல கதைகள் சொல்லி அக்குழந்தை கள் சிந்தனை மறக்கடிக்கப்பட்டு ஆண் குழந்தையானால் தக்கியாக உருவாகும். பெண் குழந்தையெனில் வளர்த்து தங்கள் ஆண் குழந்தை களுக்குத் திருமணம் செய்துவைப்பார்கள்.

எல்லாம் முடிந்ததும் உடல்கள் புதைக்கப்பட்டபின் அனைவரும் குளித்து விட்டு வந்து சிறு பூசை செய்து வணங்கிய பின் பங்கு பிரிக்கப்படும். பெரிய சால்வைகள், மிகச் சிறந்த வாள், மதிப்பு மிக்க அணிகலன்கள் போன்றவைகளையெல்லாம் தங்களைப் பாதுகாக்கும் ஜமீன்தார்களுக்கு அளிப்பதற்காக தனியாக எடுத்து வைத்து விடுவார்கள். குதிரை போன்றவையும் அவர்களுக்கே!

பணம், நகை, பொற்காசுகள் இவை மொத்தமாக எண்ணி முடிக்கப்பட்டு விகிதாச்சாரப்படி பிரிக்கப்படும். மொத்த ஆட்கள் எத்தனையோ அத்தனை பகுதிகள் பிரிக்கப்படும்.

தலைவனுக்கு 2 பங்குகள். முக்கியப் பங்காற்றிய பயணிகளை அழைத்து வந்த சோதா , கயிறு வீசி கொலை செய்தவன், புதைகுழிக்கு எடுத்துச் சென்று பிணத்தை வெட்டி சரியாகப் புதைத்தவன் இவர்

களுக்கு 1 பங்குடன் ½ பங்கு அதிகமாக அதாவது 1½ பங்கு. மற்றவர்களுக்கு 1 பங்கு. அதுதவிர முன்னர் கொள்ளையில் பங்கேற்ற தக்கிகள் யாராவது இறந்திருந்தால் அந்த விதவைப் பெண்ணுக்கு 1 பங்கு என்று இத்தனை பங்குகளாகப் பிரிப்பார்கள்.

பின்னர் பயணம் நிறைவுறும் நிலையில் ஒரு ஆடு பலியிடப்பட்டு, சாணம் மெழுகி புதிய இடத்தில் சிறு கடவுள் பொம்மைகள் வைத்து முறையாகப் பூஜை செய்து பின்னர்தான் வீடு திரும்புவார்கள்.

இந்தத் தக்கர்களின் கொலைப்பட்டியலில் விதிவிலக்குகள் நிறைய உண்டு. அவர்களது கொள்ளையின்போது இன்னின்னாரை கொல்லக் கூடாது என்பது ஒரு விதி. கீழே பட்டியலில் உள்ளவர்கள் தக்கர்களின் கொலைப் பட்டியலில் இருந்து நீக்கப்பட்டவர்கள். அதாவது காளி தேவியின் ஆணைப்படி:

கம்மாளர் (பொன், வெள்ளி, செம்பு, பித்தளை உட்பட அனைத்து உலோகப் பொருள்களில் வேலை செய்பவர்கள். மரச்சாமான்கள் தச்சு வேலை செய்பவர்கள் உட்பட), வண்ணார் (துணி துவைப்பவர்), குயவர் (பானை செய்பவர்), பறையர், சக்கிலியர் (இது 1816ல் எழுதப் பட்ட கட்டுரைப்படி), குஷ்ட ரோகிகள், குருடர்கள், உடல் ஊனமுற்ற வர்கள், பசுமாட்டை கையில் பிடித்தபடிச் செல்பவர், பெண் ஆடுகளை ஓட்டிச் செல்பவர் அல்லது பிடித்துச் செல்பவர், காளிக்கோயில் பூசாரிகள், கோயில் பணியாளர்கள், காளி பக்தர்கள், காளி பூசை செய்யும் சீடர்கள், பெண்கள் (எந்த நிலையிலும் பெண்களைக் கொல்லக் கூடாது), கங்கை நீர் சுமந்து சென்று பூஜைக்காக பலருக்கும் வழங்குபவர். குடங்களில் நீருடன் செல்லும் போது தவிர்க்கப்பட வேண்டியவர்கள், இசைப்பாடகர்கள் மற்றும் இசைக்குழுவினர், மேற்கண்டவர்கள் எக்காரணம் கொண்டும் கொல்லப்படக்கூடாது என்பது விதி!

இருப்பினும் பல்வேறு சூழலில் இந்த விதிமுறைகள் கடைபிடிக்கப் படு வதில்லை! பின் நாட்களில் கைதான தக்கர்கள், 'நாங்கள் தேவியின் கட்டளையை மீறி பெண்களைக் கொன்றதால் கைதானோம்!'என வருத்தப்பட்ட கதையெல்லாம் உண்டு.

6

தக்கர்களை ஒழிக்க புதிய சட்டங்கள்

டாக்டர் ஷெர்வுட் தனது நூலில் சில நிகழ்ச்சிகளையும் குறிப்பிடுகிறார்.

1800ஆம் ஆண்டு மைசூர் அரசாங்கம் பிரிட்டிஷார் கையில் வந்த சமயத்தில், மைசூரின் தெற்கே உள்ள பாளைய ஜமீன்தார்களை அடக்குவதற்காக பிரிட்டிஷ் படை தயாராகிறது.

அப்படையின் ஆங்கிலேய ரெஸிடெண்ட்டுடன் பாதுகாப்புக்குச் செல்லும்படி முகம்மது ரவுஸ் என்ற ராணுவ சுபேதாருக்கு ஆணையிடப் படுகிறது.

சுபேதார் முகமது ரவுஸ், தான் ஆங்கிலேயப் படையுடன் புறப்பட்டுச் சென்றால் திரும்பி வர நீண்டநாள் ஆகும் என்பதால் குடும்பத்தை மதராஸ் நகரில் உள்ள தனது சொந்த ஊருக்கு அவர்களை அனுப்பி வைக்க முடிவெடுக்கிறார்.

உடனே சுபேதார் முகமது ரவுஸ் தனது துணைவியார், கூடவே உதவிக்கு அவருடன் இரண்டு பெண்கள், சமையல்காரர், மூன்று வேலையாட்கள் இன்னும் வழித்துணைக்குப் பாதுகாப்பாக சிறு காவலர்கள் படை என்று ஏற்பாடு செய்து மாடுகள் பூட்டிய பெரிய கூண்டு வண்டியில் பெண்களை ஏற்றி அனுப்புகிறார். பூட்டிய வீட்டுக்குள் வைத்திருக்க வேண்டாமென்று மொத்த பணம், மற்ற

விலை மதிப்புமிக்க பொருள்களையெல்லாம் மனைவியிடம் கொடுத்தனுப்பி வழியனுப்பி வைத்தார்.

சுபேதார் முகமது ரவுஸ் கடைசியாக தனது மனைவி மற்றும் குடும்பத்தினரைப் பார்த்தது அப்போதுதான்! 1800 டிசம்பர் மாதம் புறப்பட்டுச் சென்ற அவரது மனைவி மற்றும் குழுவினர் ஒருவர்கூட மதராஸ் சென்று சேரவில்லை. அனைவரும் வழியில் மாயமாகி விட்டனர். 1801ம் ஆண்டு ஜுன் மாதம்வரை அவர்களைப் பற்றி எந்தத் தகவலும் இல்லை.

1801 ஜுன் மாத இறுதியில் கூண்டு வண்டியொன்றை இழுத்துச் சென்ற காளை மாடுகளை பெங்களூர் அருகே கண்டுபிடித்தனர். அவை சுபேதார் முகம்மது ரவுஸ் அவர்களது காளைகள் என்று கண்டறிந்து, அந்த மாடுகளை விற்பனைக்கு ஓட்டிக்கொண்டு வந்தவனை கைது செய்து விசாரித்தனர். ஆனால் பலன் ஏதுமில்லை. சுபேதார் மனைவி கொண்டு சென்ற பணம், பொருள்களுக்காக தக்கர்கள், அத்தனை பேரையும் கொன்று புதைத்துவிட்டனர் என்பது யூகமாகியது. ஆனால் அந்தக் கொலைகாரர்களை கண்டுபிடிக்க முடியவில்லை. இறந்தவர்களின் உடல்கள் என்னவாகின என்பதும் கண்டறியப்படவில்லை.

அடுத்து மாவட்ட கலெக்டராகவும் பிறகு கர்னல் ரீட்ஸ் அவர்களின் அடுத்த அதிகாரியாகவும் பணியாற்றிய திரு கிருஷ்ணாராவ் என்பருக்கு நடந்த சம்பவம்.

அப்போது நாகபுரியில் இருந்தார் கிருஷ்ணாராவ். அவருடைய மனைவி பூனாவில் இருந்தார். மனைவியை தானிருக்கும் நாகபுரிக்கே அழைத்துக்கொள்ள விரும்பினார் கிருஷ்ணாராவ். அதன்படி அவரது மனைவி தனது மிக நெருங்கிய உறவினர் சிலர், ஒரு பிராமண சமையல்காரர், உதவியாளர்களாக இரண்டு பெண்கள், தவிர இன்னும் இரண்டு பியூன்கள், இரண்டு கூலி ஆட்கள், மற்றும் சிறு காவலர் படையுடன் எல்லோருமாக பூனா நகரில் இருந்து நாகபுரிக்குப் புறப்பட்டனர்.

அவர்கள் அனைவரும் தங்கள் பயணத்தைக் கிட்டத்தட்ட முடித்து விட்டனர். நாகபுரிக்கு 15 மைல் தொலைவில் இருந்த ஒரு கிராமத்தில் அவர்கள் தங்கியிருந்தபோது, கணவர் கிருஷ்ணாராவுக்கு தாங்கள் அருகே வந்துவிட்டதாக தகவல் அனுப்பினார் மனைவி. உடனே கிருஷ்ணாராவ் தனது ஆட்களை அனுப்பி அழைத்து வர ஏற்பாடு செய்கிறார். ஆனால்... ஆனால்... கிருஷ்ணாராவ் அனுப்பி வைத்த ஆட்கள் அங்கு சென்று பார்த்தபோது அங்கு யாருமே இல்லை! நாலாபுறமும் ஆட்களை அனுப்பி எங்கு தேடியும் கிருஷ்ணாராவின்

மனைவி மற்ற ஆட்களைப் பற்றி எந்தச் சிறு தகவலும் கிடைக்கவே இல்லை. வழக்கம்போல தக்கர்கள், பெரும் செல்வத்துடன் வந்த கிருஷ்ணாராவின் மனைவியையும் அவருடன் வந்த மற்றவரையும் மண்ணுக்குள் மண்ணாக்கி விட்டனர் என்பது புரிந்தது. ஆனால் நான்கு ஆண்டுகள் தேடியும் குற்றவாளிகள் பிடிபடவில்லை.

இப்படி சுபேதார், கலெக்டர் என்று சமுதாயத்தில் பெரும் பதவி, பலத்துடன் உள்ள இவர்களுக்கே இந்த நிலை என்றால் சாமான்ய வழிப்போக்கர்கள் என்ன ஆவார்கள் என்பதை நம் கற்பனைக்கே விட்டு விடுகிறார் டாக்டர் ஷெர்வுட்.

தக்கர்களும், சங்கேத மொழியும்...

தக்கர்கள் தங்களுக்குள் பேசிக்கொள்ள ரகசிய சங்கேத வார்த்தைகள் பயன்படுத்துவர். அதேபோல சைகைகளில் தகவல் தெரிவிக்கவும் பலமுறைகள் இருந்தன. அவர்கள் புதிதாக ஒரு மனிதனைச் சந்திக்கும் போது அவன் தன் இனத்து தக்கனா என்று அறியவும் பல வழிமுறைகள் வைத்திருந்தார்கள்.

முஸ்லிம் எனில் ஒருவன் மற்றவரைக் கண்டு ‘அலிபாய் சலாம்’ என்றால் அவன் ஒரு தக்கன் என அறியலாம். அதேபோல இந்து தக்கர்களிடம் ஒருவன் வந்தால், ‘அலிபாய் - ராம் ராம்’ என்று கூறினால் அவன் இந்து தக்கி என்று பொருள்.

இவ்வாறு கூறிவிட்டு மிக லேசாக ஒரு பொய் இருமல் செய்தால் அவன் தக்கி என்பது அவர்களுக்குத் தெரியும்!

சைகை மொழியில் வலது கையினால் தன் மோவாயைத் தடவி தன் தொண்டை மீது விரல்களை வைத்து வெளியே கொண்டு போனால் ‘புதிய ஆள் வருகிறான்! எச்சரிக்கை’ என்று பொருள். கையை விரித்து வாய் மீது படும்படிச் செய்து கீழே கையைக் கொண்டுபோனால் ‘ஆபத்து விலகிவிட்டது’ என்று பொருள். அதேபோல் தமது கொள்ளைப் பயணங்களில் முன்னால் செல்லும் தக்கர்கள் பின்னால் தொடர்ந்து வரும் தக்கர்களுக்கு புரியும்படியாக சாலையில் கற்களை வைக்கும் முறையிலும் பலப்பல குறிப்புகளையும், குறியீடுகளையும் விட்டுச் செல்வார்கள். இதன்மூலம் சரியான முறையில் தொடர்ந்து வரச் செய்வர்.

தக்கர்கள் அவர்களுக்கென்று தனியாக ஒரு மொழியை உருவாக்கி பேச மட்டும் அதைப் பயன்படுத்தினார்கள். அம்மொழிக்கு ‘ராமாசி’ என்று பெயர். அவர்கள் அந்த ராமாசி என்னும் பரிபாஷை மொழியின் வார்த்தைகளைக் கூறிப் பேசினால் யாரும் நிச்சயமாகப் புரிந்துகொள்ள

முடியாது. டாக்டர் ஷெர்வுட் அந்த ராமாசி மொழி வார்த்தைகளைக் கண்டறிந்து வெளியிட்டார். அவர் குறிப்பிட்டுள்ள ஏராள வார்த்தைகளில் ஒரு சிலவற்றை இங்கே பார்ப்போம். YELU என்றால் ஒன்று என்று அர்த்தம்.

YELU	-	1
BITRI	-	2
SANCOD	-	3
WODLI	-	4
PANCHURU	-	5
SERLU CHERU	-	6
SATHURU	-	7
DESRU	-	10
MAHI	-	100
HACADE	-	1000
DOACADE	-	2000
DESACADE	-	10,000
SITCALE	-	பகோடா எனும் தங்க நாணயம்
BURCE	-	ரூபாய்
CHILTA	-	'பணம்' எனும் நாணயம்
SITAC	-	தங்கம்
CAWUDGA	-	வெள்ளி
CURPANI	-	பெண்குதிரை
LAMCANI	-	முயல்
MOZ	-	எருது
COCK COMUDA	-	சேவல்
COMUDI	-	கோழி
AGASEE	-	தலைப்பாகை
RUMAL, NEWAR, NARMUCTEM, CANCHA	-	கொலைக்கு சுருக்கிடப் பயன்படும் நீளமான கைக்குட்டை
SENDRI	-	பவளம்

இதைப் போன்ற நூற்றுக்கணக்கான புதிய சொற்களைப் பயன்படுத்தி தக்கர்கள் பேசி வந்தனர். பல்வேறு மனிதர்கள் மத்தியில் தங்களுக்குள் பேசிக் கொள்ளும்போது இந்த வார்த்தைகளின் பொருள் அவர்களுக்கு மட்டுமே புரியும்.

பின்னாளில் மேஜர் ஜெனரல் ஸ்லீமன் இந்த வார்த்தைகளை அகர வரிசைப்படித் தொகுத்து அதைப் பதிப்பித்து 'The Ramaseena' என்ற தலைப்பில் சொல் அகராதியாக வெளியிட்டார்.

அந்தப் புத்தகம் தக்கர் ஒழிப்புக்கான போலீஸ், ராணுவப் படைகளுக்கு வழங்கப்பட்டது.

அதன் பிறகு ஆச்சரியம் என்னவென்றால் இந்து யோகிகள் பலரும் கூட இந்த ரகசிய மொழியில் பேசிக்கொண்டதால் அந்நாளில் கைது செய்யப்பட்டனர்.

காசி கங்கைக்கரை பெரும் கோயில்களில் பூசை செய்த பண்டாக்கள் பலர் இந்த ராமாசி மொழியில் பேசியது கண்டறியப்பட்டது. பல பண்டாக்கள் சில காலம் தக்கிகளாகத் திரிந்ததும் கண்டறியப்பட்டது.

தக்கிகள் என்பவர்கள் குடும்பம் குடும்பமாக நூறு இருநூறு குடும்பங்கள் சேர்ந்து மிகத் தொலைவான பகுதிகளில் தனியான கிராமங்களில் வசித்தார்கள். இவர்கள் பெரும்பாலும் ஓர் அரசனின் எல்லைக் கிராமங் களில் விவசாயிகள்போல, பெரும்பாலும் பெரிய ஜமீன்தார்களின் அரவணைப்பில் அவர்களது நிலங்களை உழுது கொண்டு விவசாயிகள் என்ற போர்வையில் வாழ்ந்துகொண்டிருந் தார்கள்.

தக்கிகள் பெரும்பாலும் தலைமுறை தலைமுறையாகக் கொள்ளை யைத் தொழிலாகக் கொண்டவர்கள். ஏதேனும் உடல் ஊனம் போன்ற காரணங்கள் தவிர விதிவிலக்கில்லாமல் தக்கிகள் தங்கள் மகன்களை அதேவழியில் கொண்டு வந்திடுவார்கள். தங்கள் மகனுக்கு 12 வயது நிறைந்ததும் அவனை குலத்தொழிலுக்குக் கொண்டுவர நல்ல நாள் தேர்ந்தெடுத்து பூஜை புனஸ்காரங்கள் முடித்து புத்தாடை அணிவித்துத் தயார்படுத்த, அந்தச் சிறுவன் ஒரு சிறு குதிரையில் ஏறி தக்கர்களுடன் புறப்பட்டு விடுவான்.

அவனுக்கு வயதில் மூத்த தக்கி உறவினர் ஒருவர் குருவாகச் செயல்படு வார். அதற்கான மரியாதைகள் காணிக்கைகள் அவருக்குச் செலுத்தப் படும்.

சிறுவன் அந்தக் கொலைக்காரர்களுடன் புதிய ஊர்கள், புதிய ஆட்கள், நாடு, நகரங்கள் எனப் பார்த்து உற்சாகம் அடைவான். அவனது புதிய

பயணத்தில் சோதாக்கள் புதிது புதிதாக பலி ஆடுகளான வழிப்போக்கர் களைக் கொண்டுவந்து கூட்டத்தில் சேர்ப்பார்கள்.

கூட்டம் பெருகும். ஒரே உற்சாகம் கொண்டாட்டத்துடன் செல்லும் கூட்டம் 'BEYL' எனப்படும் பலியிடமான புதைகுழிகள் உள்ள இடம் வந்தவுடன் அனைவரும் ஓய்வு எடுக்க அமர்வார்கள்.

எல்லாம் தயாரானவுடன் குரு தன் மாணவனை சற்றுத் தொலைவுக்கு அழைத்துச் சென்றிடுவார். கொலை நிகழ்ச்சியை பையன் பார்த்து அதிர்ச்சி அடைந்து விடக்கூடாது என்ற நல்லெண்ணம்!

சிறிது நேரத்துக்குப் பிறகு வரும் பையன் தங்களுடன் வந்த மொத்த வழிப்போக்கர்களும் மாயமாக மறைந்துவிட்டதை உணர்வான்! பலியானவர்களது பணம், பொருள்கள் பங்கு பிரிக்கப்படும்போது பையனுக்கும் செலவுக்கு ஒரு நல்ல தொகை தரப்படும். அந்த மகிழ்ச்சி ஒருபுறம் இருந்தாலும் பலத்த சந்தேகமும் பதில் தெரியாத மர்மங்களும் நீடிக்கும்.

ஆனால் சில நாள் பயணத்திலேயே அவனுக்கு நடந்தது என்னவென்று லேசாகப் புரிந்து விடும்! அடுத்தடுத்த இரண்டாவது மூன்றாவது பயணங்களின்போது சிறுவனின் மனம் தெளிவு பெறும். பிறகு அந்த ரகசியங்களை அவனே பேச மாட்டான்.

பையனுக்கு குரு மெதுவாக எல்லாச் செய்திகளையும் கூறுவார். காளி தேவியின் கட்டளைப்படி நாம் நடக்கிறோம். காளி தேவிக்கு நிவேதன மாக இந்த பலிகளைச் செய்கிறோம் என்று விரிவாக எடுத்துரைப்பார். படிப்படியாக அவனுக்கு சகலமும் சொல்லித் தந்து பையனுக்கு நல்ல உடல்கட்டும், பலமும் வந்தவுடன் கழுத்தில் சுருக்குக் கயிறு எப்படி வீசுவது எப்படி இழுப்பது என்று குரு பயிற்சி தருவார்.

ஒரு நல்ல நாளில் பலி பூஜைகள் செய்து குருவின் ஆசியுடன் பையன் தன்னுடைய 'ருமால்' எனப்படும் நீளமான துணியைப் பக்தியுடன் பெற்றுக்கொள்வான். பல்வேறுவகைப் பயிற்சிகள் தரப்பட்டு முதல் கொலையில் மிக எளிதாகத் தேர்ச்சிப் பெற்றுவிடுவான். பிறகென்ன? அடுத்தடுத்து கொலை செய்ய ஆட்களைத் தேடத்தான் செய்வான். பெரும்பாலும் கொள்ளையை குடும்பத் தொழிலாகக் கொண்டு வரும் தக்கர்கள் வெற்றிபெற்ற தக்கர்களாகிறார்கள். அவர்களுள் தலைவன் மகன்தான் அடுத்த தலைவன்.

இப்படியெல்லாம் கொடூரமாகச் செயல்பட்ட தக்கர்களது அட்டூழியம் பற்றித் தெரிந்திருந்தாலுமேகூட கர்நாடக நவாப் மன்னர்கள் தக்கிகளை ஒழிக்க தீவிர முயற்சி எடுத்தது இல்லை.

ஹைதராபாத் நவாப் மன்னரால் ஆங்கிலேயர்களுக்கு ஒதுக்கப்பட்ட Ceded Districts எனப்படும் போர் முடிவில் ஒதுக்கப்பட்ட எல்லையோர மாவட்டங்கள் கவனிப்பாரற்று இருந்தன. முதலாவது யுத்தம் முடிந்து திப்பு மூலமாகப் பெறப்பட்ட எல்லை மாவட்டங்களும் அப்படித்தான் கிடந்தன. ஆங்கிலேய ஆட்சி அவற்றைச் சீராக்கவில்லை.

இப்படிப்பட்ட கவனிப்பாரற்ற பகுதிகளில்தான் அதிக அளவிலான தக்கர்கள் வாழ்ந்து வந்தனர். அப்பிரதேசங்களின் அருகாமையில்தான் மிக அதிக கொலைகள், திடீர் திடீரென பல்வேறு வகை வழிப்போக்கர் கள், வியாபாரிகள் மாயமாகி விடுவது சர்வ சாதாரணமாக நடந்தது. மன்னர் ஹைதர் அலி அவரது ஆட்சியின்போது மிகக் கடுமையான முறையில் அவர்களை அடக்கினார். சர்வ சாதாரணமாக தக்கர்களைப் பிடித்துத் தூக்கிலிட்டார். அவருக்குப்பின் மன்னர் திப்பு சுல்தானும் தக்கிகளை மிகக் கடுமையாகத் தண்டித்தார். கடுமையான உடல் உழைப்புடன் கூடிய ஆயுள் தண்டனை தக்கிகளுக்குத் தரப்பட்டது. சில சமயங்களில் கை கால்களை முடமாக்கும் தண்டனையும் திப்புவால் தரப் பட்டது. பொதுவாக ஹைதர் அலி, திப்பு சுல்தான் இருவரும் தக்கர்கள் விஷயத்தில் மிகக் கடுமையாக நடந்து கொண்டார்கள். இவர்களது காலங்களில் திவானாக பதவி வகித்த பூர்ணய்யா மிகக் கடுமையான சட்டங்கள் இயற்றி தக்கிகளை ஒழிக்கப் பாடுபட்டார் என்று டாக்டர் ஷெர்வுட் குறிப்பிட்டுள்ளார்.

ஆனால் ஆங்கிலேயர்களுடனான போரில் திப்பு மடிந்தபின், அவரது நாடு ஆங்கில அரசின் கட்டுப்பாட்டில் வந்ததும் எல்லைப்புற மாகாணங் கள் கட்டுப்பாடு இன்றி குற்ற பூமிகளாக, தக்கர்களின் கொலைக் கூடாரமாக மாறிப் போயின. நாம் முன்பே பார்த்ததுபோல உயர்பதவி யில் இருந்த அதிகாரிகளின் குடும்பங்களே படு கொலையில் சிக்கின.

எல்லையோர கர்நாடக நவாப்பின் சுபேதார்கள் கட்டுப்பாட்டில் இருந்த இடங்களும் அப்படித்தான். கவனிப்பாரற்ற காவலற்ற இடங்கள் அவை. அங்கு பிடிபட்டாலும் கடுமையான மரணதண்டனை இல்லை. 17 ஆண்டுகளுக்கு முன் பெத்த நாயக்க துர்க்கம் கணவாயில் ஒரு பெரிய தக்கர்கள் கூட்டம் பிடிபட்டது. அவர்களிடமிருந்து பெரும் தொகை, ஏராளமான நகை, எக்கச்சக்க மான அரிய பொருள்கள் எல்லாம் கைப்பற்றப்பட்டது. ஆனாலும் அந்த வட்டார சுபேதார் அவர்களுக்கு மொத்தமாக 5000 ரூபாய் அபராதம் விதித்து விடுவித்துவிட்டார் (அவருக்கு வருவாய் எத்தனை ஆயிரமோ!).

டாக்டர் ஷெர்வுட் இதை மிக வருத்தத்துடன் குறிப்பிடுகிறார். 1799 முதல் 1807- 1808 வரையிலான காலகட்டங்களில் தக்கர்களின் கொடூர

கொள்ளைகளும் கொலைகளும் மிக மிக அதிகமானது. பல நூறு மரணங்கள் அந்த எல்லைகளில் நிகழ்ந்தன என்றாலும் அரசியல் மாற்றங்கள், அதிகாரிகளின் அலட்சியங்கள், ஜமீன்தார்களின் ஒத்துழைப்பு இவை தக்கர்களை கொழிக்கச்செய்தன.

சில நேரங்களில் தக்கர்கள் கைது செய்யப்பட்டு நீதிமன்றத்தில் நிறுத்தப்பட்டபோதும் பிடிபட்ட குற்றவாளிகள் தண்டனை பெற இயலாதபடி முகலாயச் சட்டங்கள் தடுத்தன. சரியான சாட்சியம் இல்லை என்ற காரணத்தால் எல்லாரும் விடுவிக்கப்பட்டனர்.

இதையடுத்து 1808-இல் கிழக்கிந்திய கம்பெனி ஆதிக்கத்தில் இருந்த மாநிலங்களில் சில மாற்றங்களுடன் ஆங்கிலேய சட்ட திட்டங்களும் ஆங்கில நீதிபதிகள் உருவாக்கிய கோர்ட் முறை புதிய சட்டங்களும் உருவானது. உடனே பெரும்பாலான தக்கர்கள் எச்சரிக்கையாக தங்கள் பெயர்களை மாற்றிக்கொண்டு ஹைதராபாத் நிஜாம் எல்லைக்குள்ளும் மராட்டிய மாநில எல்லைக்கும் ஓடி ஒளிந்தனர். ஆங்கில ஆதிக்கத்தில் உள்ள மாநிலங்களில் மிகக் குறைவான தக்கர்களே இருந்தனர்.

ஆங்கிலேயர்களின் புதிய சட்டங்கள் தக்கர்களை பயமுறுத்தின. அந்தச் சட்டங்கள் மூலமாக முகலாய சட்டத்தில் தப்பிய தக்கர்களை ஆங்கிலேயர்களால் தண்டிக்கமுடிந்தது!

தங்கள் பெயரையும் இடங்களையும் மாற்றிய கர்நாடக தக்கர்கள் மராட்டியத்தின் வழியே இந்தியா முழுவதும் சுற்றத்தொடங்கினர். வட இந்தியாவில் ஏற்கெனவே நிறைய கூட்டங்கள் இருந்தன. அவர்களில் மூன்று பெரும் பிரிவுகள் இருந்தன.

முதலாமவர் முஸ்லிம்கள். மிகப் பெரும் நிலச்சுவான்தார்களின் ஆதரவில் அவர்கள் செயல்பட்டனர். ஹீராசிங், தயாராம் போன்ற பெரிய நிலச் சுவான்தாரர்கள் குற்ற பூமியான இட்டாவா சுற்றிலும் தக்கர்களைப் பாதுகாத்தனர்.

இரண்டாவது பெரும் பிரிவு இந்து தக்கர்கள். பெரும்பான்மையினர் லோடி சாதியைச் சேர்த்தவர்கள். இட்டாவா மாவட்ட கிழக்கு பகுதியில் பெரும்பாலும் இந்த இன மக்களே இருந்தனர். கான்பூரும் அவர்கள் இடமே.

மூன்றாவது அனைத்துச் சாதிகளும் கலந்த தக்கிகள். இவர்களை சிந்தோஷ் பரிஹரா மாவட்டங்களில் காணலாம். சம்பல் நதியின் தெற்கு, வடக்கு தொடங்கி மராட்டிய எல்லைவரை பரவியிருந்தனர். மிகவும் துணிச்சல் மிக்கவர்களான இவர்கள்தான் லெப்டினன்ட் மான்செல் அவர்களைக் கொன்றவர்கள். தக்கர்களால் பலியான முதலும் கடைசியுமான வெள்ளை இனத்தவர்.

பெரும்பாலும் தக்கர்கள் வெள்ளை இன ஐரோப்பிய மக்களைத் தாக்கு வது இல்லை. வெள்ளையர் கொலை விபரீதமாகிவிடும் என்பதுடன், தேடுதல் வேட்டையில் தாங்கள் சிக்கும்வரை ஆங்கிலேயர்கள் விட மாட்டார்கள் என்ற அச்சம் அவர்களுக்கு உண்டு. லெப்டினன்ட் மான்செல் அவர்களைக் கொன்றுவிட்டு, அதன் காரணமாக பழிக்குப் பழியாக தக்கர்களின் முழு கிராமத்தையே கொன்று எரித்த கூட்டம் வெள்ளையர் கூட்டம் என்பதால் அதன் பிறகு தக்கர்கள் மிகுந்த அச்சத்துடன் வெள்ளையரை விட்டு ஒதுங்கி விட்டனர்.

மேற்படியான தகவல்களுடன் கிட்டத்தட்ட 40 பக்கங்களைக் கொண்ட டாக்டர் ரிச்சர்ட் ஷெர்வுட் அவர்களின் கட்டுரை முதலில் 1816ல் ‘மெட்ராஸ் லிட்ரரி கெஸட்’ இதழில் வந்தது. கவர்னர் ஜெனரல் வாரன் ஹேஸ்டிங்க்ஸ் தொடங்கி சாதாரண குடிமகன்வரை வியப்பிலும் திகைப்பிலும், அச்சத்திலும் ஆழ்த்திய அந்தக் கட்டுரை மீண்டும் மறு பதிப்பாக வங்காளத்தில் பிரிட்டிஷ் ஆட்சியின் தலைமையக மான கல்கத்தா வில் இருந்து வெளிவரும் Asiatic Research பத்திரிகையில் 1820 ஆண்டு வெளிவந்து மீண்டும் பெரும் அதிர்வலை களை உருவாக்கியது!

7

தக்கர்களுக்கு முதல் மரணஅடி!

தக்கர்களை கண்டறிவதிலும், அழிப்பதிலும் ஆர்வம் கொண்ட வில்லியம் ஹென்றி ஸ்லீமன் அப்போது அலகாபாத் நகரில் இருந்தார். அங்கிருந்த ரெஸிடென்ட் எனப்படும் ஆங்கில நிர்வாக அதிகாரியின் நேர்முக உதவியாளராக பணியிலிருந்தார்.

ஹென்றி ஸ்லீமனின் நெருங்கிய நண்பர் அப்போது மாவட்ட கலெக்டராக இருந்தார். ஒருநாள் கலெக்டர் அலுவலக புத்தக அலமாரியில் ஸ்லீமன் பழைய புத்தகங்களைப் பார்வையிட்டுக் கொண்டிருந்த போது ஓர் அரிய புத்தகம் அவர் கையில் கிடைத்தது. அவரது வாழ்க்கையையே மாற்றிவிட்ட அந்தப் புத்தகத்தில்தான் நாம் கடந்த அத்தியாயத்தில் பார்த்த டாக்டர் ஷெர்வுட் எழுதிய Of The Murderers Called Phansigars என்ற கட்டுரை இருந்தது. 1816ல் வெளியான கட்டுரை.

ஏற்கெனவே பிரெஞ்சு நாட்டு யாத்ரிகர் திவேநாட் என்பவர் எழுதிய குறிப்புகளில் டெல்லி - ஆக்ரா இடையே எண்ணற்ற தக்கர்களின் கொடூர செயல்பாடுகளைப்பற்றி படித்து வியப்பின் எல்லையில் இருந்த ஸ்லீமனுக்கு இந்தக் கட்டுரை பரபரப்பை ஏற்படுத்தியது.

ஸ்லீமன் மனத்தில் எப்போது பார்த்தாலும் அதே சிந்தனை. தக்கர்களின் நினைவாகவே இருந்தார். அந்த ரகசிய கொலைக் கூட்டத்தை எப்படிக் கண்டறிவது? எப்படிப் பிடிப்பது? சதா சர்வ காலமும் அதைப் பற்றியே மற்றவர்களிடம் பேசிக்கொண்டிருந்தார். ஸ்லீமன் அப்போது மற்றொரு காரியமும் செய்தார். அவர் தனது ஓய்வு நேரங்களில் தக்க ஆசிரியர்கள் மூலமாக உருது, அராபிக், பாரசீகம் ஆகிய மொழிகளில் பேசவும் எழுத வும் கற்றுக்கொண்டார்.

கூர்கா போரில் கலந்து கொண்டபோது கூர்க்க மொழி பேச, புரிந்து கொள்ளுமளவுக்குத் தேர்ச்சி பெற்றார். இந்தி, இந்துஸ்தானி மொழிகளி லும் நல்ல பயிற்சி பெற்றார்.

வழக்கம்போல தனது பணியைச் செய்துகொண்டிருந்த ஸ்லீமன் ஏதோ குறைபாடுபோல மனம் அமைதியற்ற நிலையில் இருப்பதை உணர்ந்தார். ஒரு முடிவுக்கு வந்தார்

1918 அக்டோபர் *22*ஆம் நாள் Commandent for Appointment க்கு ஒரு விண்ணப்பம் அனுப்பினார். பாரசீகம், அராபிக், உருது மொழிகளில் உயர்நிலை தேர்ச்சி பெற்றுள்ள தனக்கு கல்கத்தா Fort Williams இல் உள்ள கல்லூரியில் ஆசிரியராகப் பணிபுரிய வாய்ப்பளிக்குமாறு விண்ணப்பித்துக்கொண்டார்.

சில நாள்கள் கடந்ததும், கர்னல் கிரிகோரியிடமிருந்து ஸ்லீமனுக்கு அழைப்பு வந்தது. திடீரென வந்த பெரிய இடத்து அழைப்பால் வியப்புற்ற ஸ்லீமன், கர்னல் கிரிகோரியைச் சென்று சந்தித்தார்.

'வா... ஸ்லீமன்...' என்று வரவேற்ற கர்னல் கிரிகோரி, 'ஏன் இப்படி ஒரு முடிவை எடுத்தாய்?' என்று கேட்டார்.

பதில் சொல்ல முடியாமல் ஸ்லீமன் திணறினார். 'உன்னால் பதில் சொல்ல முடியாது. நீ அமைதியாக சிறுநரை தாடியுடன் ஒரு பேராசிரியராக கல்லூரியில் உன் வாழ்வினை முடிக்கக்கூடியவன் அல்ல. நீ சாதிக்கப் பிறந்தவன்! சாதனையாளனாக வர வேண்டியவன்! கூர்கா போரில் நீ கர்னல் மில்லர் அவர்களுடன் உன் படைக்கு தலைமை வகித்துச் சென்றாய். அப்போரில் உன் வீரம் போற்றுதலுக்குரியது. நூற்றுக்கணக்கான வீரர்கள் காயப்பட்டு வீழ்ந்தபோதும் நீ காயப்படா மல் வெற்றியுடன் திரும்பினாய். போர் முடிந்தபின், 'Prize Money settlementக்கு உன்னைத்தான் தலைமை தேர்ந்து எடுத்தது. அந்தப் போரில் உனக்கு வார் மெடல் தரப்பட்டது! கவர்னர் ஜெனரல் லார்ட் மொய்ரா அவர்களின் ஃபைலில் உன்னைப் பற்றி 'Able! Impartial!! Satisfactory!!!' என்று மிகவும் சிலாகித்துப் புகழ்ந்து எழுதியிருக்கிறார். இப்போது உன் முடிவு என்ன? சொல்!' என்று கேள்வி எழுப்பியவர் சற்று நேர அமைதிக்குப் பிறகு கூறினார். 'ஸ்லீமன்! உன் எதிர்காலம் மிகச் சிறப்பாக வர உள்ளது. உடனே முடிவு எடு. அதோ அங்கே பேப்பர் உள்ளது. இந்தா பேனா, இங்க் பாட்டில் பிடி. அதோ அந்த டேபிளில் போய் ஒரு விண்ணப்பம் எழுது. சிவில் சர்வீசில் சிறந்த வேலை உனக்குக் கிடைக்க என் முழு அதிகாரத்தைப் பயன்படுத்தி சிபாரிசு செய்கிறேன்!' என்று வாழ்த்துக்களும் கூறினார்.

நெகிழ்ந்து போன ஸ்லீமன் உடனே ஒரு விண்ணப்பம் தயாரித்து அவரிடம் தந்துவிட்டு வணக்கம் கூறி விடைபெற்றார்.

1819 டிசம்பர் மாதம் ஸ்லீமனுக்கு புதிய உத்தரவு கவர்னர் ஜெனரல் அலுவலகத்திலிருந்து வந்தது. 'சாகர் நர்மதா மாவட்டங்களில் இரண்டாம் நிலை அலுவலக அதிகாரியாக (பயிற்சி அதிகாரியாக) ஸ்லீமன் நியமிக்கப்பட்டுள்ளார்' என்பதே அது! 1822-இல் நர்மதை பள்ளத்தாக்கில் உள்ள நரசிங்கப்பூர் மாவட்ட தலைநகரான நரசிங்கப்பூரில் தனி நிர்வாக அதிகாரியாக நியமிக்கப்பட்டார் ஸ்லீமன். சட்டம் ஒழுங்கு மாவட்ட அளவில் அவரது கட்டுப்பாட்டில் இருந்தது. அந்த நாட்களில் மாவட்ட போலீஸ் சூப்பிரடெண்டுகள், நிர்வாக அதிகாரிகள் போன்றோர் மாஜிஸ்திரேட்களாகவும் பணியாற்றினர். அந்த வகையில் ஸ்லீமன் கோர்ட்டில் மாஜிஸ்திரேட்டாகவும் பணியாற்றினார்.

நரசிங்கப்பூர் ஒரு பரபரப்பான நகரம். பல்வேறு புறவழிச்சாலைகளும் செல்லும் மத்தியப் பகுதியாக இருந்தது. இந்த நகரின் வழியாகத்தான் பல்வேறு முக்கிய கோயில்களுக்குச் செல்ல முடியும். ஆகவே எப்போதும் பஜாரில் கூட்டம் இருக்கும்.

அந்த மிகப் பெரும் முக்கியச் சாலையை ஒட்டி அரசு அலுவலகங்கள் அத்தனையும் இருந்தன. ஸ்லீமன் தன் அறையில் அமர்ந்தவாறே சாலையில் செல்பவர்களைக் காண முடியும். ஸ்லீமனும் அவரது போலீஸ்காரர்களும் மிகச் சிறப்பாகச் செயல்பட்டனர். சந்தேகப்படும் படியான புதிய மனிதர்களை சிறு விசாரணை செய்த பின்னரே அனுப்பினர்.

1822 ஆம் ஆண்டு. ஒருநாள், மாலை நேரம். சுமார் முப்பது பேர் கொண்ட ஒரு கூட்டம் கையில் மூங்கில் கழி மட்டும் வைத்துக் கொண்டு நடந்து சென்றனர். சந்தேகம் கொண்ட போலீஸார் அவர்களை மறித்துக் கேள்வி கேட்டபோது அவர்கள் சற்றுக் கோபமான தொனியில் பதில் அளித்தனர்.

'என்ன ஐயா... நாங்கள் எங்கள் கால்நடைகளை ஓட்டி வருகிறோம். பின்னால் அவை வருகின்றன!' என்று கூறிவிட்டுக் கடந்து சென்றனர்.

அது பிப்ரவரி மாதம். திருமணங்கள் விமரிசையாக நடக்கும் காலம். ஆடல் பாடல் வாத்திய முழக்கங்கள், வாண வேடிக்கைகள், பட்டாசு சிதறல்களுடன் இரவு நெடுநேரம் திருமணக் கொண்டாட்ட ஊர்வலங்கள் நடப்பது சகஜமானது.

அதுபோலவே அந்த இரவில் அப்போது வாணவேடிக்கை முழக்கங் களும் வேறு பல்வேறு சப்தங்களுடன் வெடிச் சத்தங்களைக் கேட்ட போது, காவல் நிலையத்திலிருந்த போலீஸ் அதிகாரி, ஏதோ பெரிய திருமண ஊர்வலம் செல்கிறது என்று நினைத்துக்கொண்டார்.

பத்து நிமிடங்கள் சென்றிருக்கும். ஒரு சிறு பையன் சாக்கடை வழியாக தப்பி ஓடி வந்து போலீஸ் ஸ்டேஷனுக்குள் நடுங்கியபடி அவர்களை நோக்கி வருவதைப் பார்த்தார். பயத்தால் நடுநடுங்கியபடி வெளிறிய முகத்துடன் சிறுவன் அழுதபடி மெதுவாகப் பேசினான்.

‘என் அப்பாவைக் கொன்றுவிட்டார்கள். எங்கள் வீட்டை கொள்ளை யடித்து விட்டார்கள்!’ என்றபடி மயங்கிச் சாய்ந்தான் அந்தச் சிறுவன். காவலர்கள் ஓடினர்.

சிறுவன் கூறிய இடத்தில் எங்கும் தீ வைக்கப்பட்டு சில வீடுகள் எரிந்த நிலையில் இருந்தன. சிலர் இறந்து கிடந்தனர். சிலர் காயமடைந்து கிடந்தனர். கொள்ளை கொலை நடத்தி முடிந்து கொள்ளையர் மாயமாகிவிட்டனர்.

செய்தியைக் கேள்விப்பட்டு ஸ்லீமன் குதிரையில் உடனே வந்து விட்டார். பார்த்ததுமே புரிந்து போனது. பெரும் பணக்காரர்களின் வீடுகள் குறி வைக்கப்பட்டு அவர்களது வீடுகளின் உள்ளே வாணங்களைக் கொளுத்திப் போட்டு, பட்டாசுகளைத் தொடர்ந்து வெடித்து, சிறு சட்டிகளில் கொண்டுவந்த வெடி குண்டுகளை வீசிச் சிதறடித்து கொள்ளையடிக்கப் பட்டுள்ளது. எதிர்த்தவர்களைச் சுட்டும், வெட்டியும் தாக்கியுள்ளனர். இந்தக் கொள்ளை கொலை நடவடிக்கைகள் எல்லாம் பத்தே நிமிடத்தில் நடந்து முடிந்துள்ளது. இத்தனைக்கும் போலீஸ் ஸ்டேஷனுக்கு 100 அடி தொலைவிலுள்ள இடத்திலேயே தைரியமாக நடந்து முடிந்திருக்கிறது இந்தக் கொள்ளை!

ஸ்லீமன் உடனே புரிந்துகொண்டார். இந்தக் கொள்ளையை நடத்தியது தக்கர்கள் அல்ல. மிகத் திறமையான பயிற்சி பெற்ற வேறு கொள்ளையர்.

போலீஸார் மிக விரைவாகச் செயல்பட்டு நாலாபுறமும் தேடியும் எந்தவிதத் துப்பும் கிடைக்கவில்லை. மாலை நேரம் மங்கி இருளும் சூழ்ந்துவிட்டது. எல்லாம் திட்டமிட்டு நடந்துள்ளது என்று ஸ்லீமன் புரிந்து கொண்டார்.

நாட்கள் கடந்தன...

ஒருநாள், ஸ்லீமன் தன்னுடைய அறையிலிருந்து பிரதான சாலையைப் பார்த்துக்கொண்டிருந்தார். எப்போதும் பரபரப்பாக இருக்கும் சாகர் செல்லும் அந்தச் சாலையில் மூட்டை முடிச்சுகளுடனும், அரை டஜன் மட்டக் குதிரைகளில் ஏற்றிய சுமைகளுடனும் ஒரு வழிப்போக்கர் கூட்டம் சென்றுகொண்டிருந்தது. இரவு பகலாக இந்த மனிதக்

கூட்டம் போய்க்கொண்டே இருக்கிறது என்று நினைத்தபடி தன் முன்னால் விசாரணைக்கு வைக்கப்பட்டுள்ள குற்ற ஆவணங்களைப் பார்வை யிடத் தொடங்கினார்.

நேரம் விரைந்தோடியது. பகல் ஒரு மணியானது. ஸ்லீமன் எழுந்தார். மதிய உணவுக்காக தனது வீட்டுக்குச் செல்லப் புறப்பட்டார். அலுவலகத்திலிருந்து மிக அருகில்தான் அவர் இருப்பிடம் இருந்தது.

அவர் தனது பங்களாவை நோக்கி நடந்தபோது ஒரு மனிதன் தன்னை நோக்கி வருவதைப் பார்த்தார் ஸ்லீமன். ஏதோ மனு கொடுப்பவன் என்றெண்ணி அவனைக் கவனிக்காததுபோலத் தொடர்ந்து நடந்தார்.

அந்த மனிதனும் அவர் பின்னால் வரத் தொடங்கினான். பங்களாவின் முன்புறக் கதவுக்கு அருகிலும்கூட அவன் தொடர்ந்து வந்ததனால் எச்சரிக்கையான ஸ்லீமன் திரும்பி அவனிடம், 'யார்... நீ? என்ன விஷயம்?' என்று கேட்டார்.

அந்த மனிதன் சுற்றும் முற்றும் பார்த்தான். புரிந்துகொண்ட ஸ்லீமன் தன் பங்களா வாசலில் நின்றிருந்த காவலாளியை அழைத்து, 'நீ உள்ளே போய் இரு! நான் அப்புறம் அழைக்கிறேன்!' என்று அனுப்பிவிட்டார்.

பிறகு அந்தப் புதிய ஆளை தன் தனி அறைக்கு அழைத்துச் சென்றார் ஸ்லீமன்.

'இப்போது சொல்! என்ன செய்தி? யார் நீ?' என்று கேட்டார்.

'ஐயா! என்னைத் தெரியவில்லையா?'

ஸ்லீமன் அவனை உற்றுப் பார்த்தவுடன் தெரிந்து கொண்டார்! 'ஓ! நீ... கல்யாண் சிங்தானே!'

'ஆமாம், ஐயா! கல்யாண் சிங்தான் ஐயா! ஒரு திருட்டுக் குற்றத்துக்காக எனக்கு மூன்றுமாத சிறைவாசம் தந்தீர்கள்...'

'நான் உன்னைத் தண்டிக்கவில்லை! இந்த நாட்டு சட்டம்... உன் தவறுக்காக உன்னைத் தண்டித்தது!'

'ஆமாம் ஐயா. நான் சிறைக்குச் சென்ற பின் தாயற்ற என் சிறு பையனை நன்றாகப் பார்த்துக்கொண்டீர்கள். நான் இல்லாத குறை தெரியாதபடி அவனை எல்லா வகையிலும் பாதுகாத்து கவனித்துக் கொண்டீர்கள். இதற்காக நான் உங்களுக்கு மிகுந்த நன்றிக் கடன்பட்டிருக்கிறேன்.' - தழுதழுத்தக் குரலில் கூறினான் கல்யாண் சிங்.

'அதெல்லாம் இருக்கட்டும் கல்யாண். ஆனால் நீ மீண்டும் அந்தக் கூட்டத்தில் சேராதே. உருப்படும் வழியைப் பார்!' என்றபடி எழுந்தார்.

கல்யாண் சிங் சற்று முன்னால் வந்து ஸ்லீமனது கைகளை மெல்லப் பிடித்தான்.

'ஐயா சற்று முன் ஒரு கூட்டம் அரை டஜன் மட்டக் குதிரைகளும், மூட்டை முடிச்சுகளுமாகச் சென்றதே... பார்த்தீர்களா? அவர்களை உங்களுக்குத் தெரியுமா? அவர்கள் மிக மோசமானவர்கள். அதுவும் அவர்களது தலைவன் துர்க்கா மிக மிகக் கொடியவன்...' என்று அவன் சொல்லிக்கொண்டு வந்தபோது, ஸ்லீமன் குறுக்கிட்டுச் சொன்னார்.

'ஏன்? உனக்கு சரியான பங்கு தரவில்லை என்பதனால் கூறுகிறாயா? என் ஆள் ஒருவனை அனுப்பி கல்யாண் சிங் இங்கேதான் இருக்கிறான் என்று சொல்லச் சொல்லவா?' - வேடிக்கையாகக் கேட்டார் ஸ்லீமன்.

'ஐயா, நான் சொல்வது விளையாட்டல்ல! உங்களுக்கு உதவுவதற்காகவே இதைச் சொல்கிறேன். அவர்கள் அனைவரும் தக்கர்கள்! ஒரு பெரிய வேட்டைக்குப்பின் திரும்புகிறார்கள். அவர்களது தலைவன் துர்க்கா மிகக் கொடியவன்! அந்தக் கூட்டத்தில் எனது சகோதரன் மோதியும் இருக்கிறான்!' என்றான்.

இடியோசை கேட்டதுபோல சிலிர்த்துத் திரும்பினார் ஸ்லீமன். 'என்ன? என்ன சொன்னாய்? அவர்கள் அனைவரும் தக்கர்களா?'

ஸ்லீமனுக்குள் ஆச்சரியம் நிரம்பியது. என்ன அருமையான தகவல்! எத்தனை அருமையான வாய்ப்பு...! அவரது மனம் கூப்பாடு போட்டது.

ஸ்லீமன் பதட்டத்துடன், 'சொல்லிவிட்டாயல்லவா? சரி, இனி நான் பார்த்துக்கொள்கிறேன்! இப்போது நீ என்னுடன் வா!' என்று கல்யாண் சிங்கை அழைத்துக் கொண்டு விரைந்த ஸ்லீமன் அவசரமாக ஒரு போலீஸ் சிப்பாயை அழைத்தார்.

'இதோ இந்த ஆளை பின்புற வாசல் வழியே பத்திரமாக அழைத்துச் சென்று நமது தனி லாக்கப்பில் பாதுகாப்புடன் தங்க வை. இவன் கேட்பதையெல்லாம் வாங்கித் தந்து பத்திரமாகப் பார்த்துக்கொள்' என்று கூறிவிட்டு மற்றொரு போலீஸ்காரருக்கு உத்தரவிட்டார்.

'சிப்பாய்! நீ... உடனே என் குதிரைக்கு சேணம் ஏற்றித் தயார் செய்! நமது குதிரை படையினரை உடனே தயாராகி சாகர் ரோடில் நேராகப் புறப்பட்டு வரச்சொல்! வழியில் என்னைச் சந்திக்கும்வரை அவர்களை விரைந்து வரச் சொல். தானாதாரிடம் உடனே ஓடு' என விரட்டினார்.

பின் ஸ்லீமன் மிக விரைந்து தன் பூட்சுகளை அணிந்து கொண்டு, சவுக்கை கையில் எடுத்துக்கொண்டு, தனது துப்பாக்கியை எடுத்துச் செருகியவாறே தயாராக இருந்த குதிரை மீது தாவி ஏறி புயலாகப் புறப்பட்டார். அவரது வேகத்தைக் கண்டு வியந்து நின்றார் அந்தச் சிப்பாய்.

புழுதி பறக்க வேகமாகச் சென்ற ஸ்லீமன் ராணுவ சப்பார்டினேட் பங்களாவுக்குள் செல்லும் முன்னரே அவரது குதிரை வரும் வேகத்தைப் பார்த்து டிபன் டேபிளில் இருந்த அதிகாரி எழுந்தோடி ஸ்லீமனிடம் வந்து நின்றான்.

'சார்ஜண்ட்! உடனடியாக எனக்கொரு குதிரைப்படை தேவை. பெரும் கொள்ளையர்களைப் பிடிக்க... அவர்களை சாகர் ரோடில் வரச்சொல்!' என்று ஸ்லீமன் வேகமாகக் கூற, அதே வேகத்தில் அந்த அதிகாரி,'ஸார்! பத்து நிமிடத்தில் அந்தப் படை உங்களுக்காக விரைந்து புறப்படும்... குட் லக்... சார்!' என்று பதிலுரைத்தான்.

அடுத்த நொடி வேகமாகப் புறப்பட்டு குதிரையின் புழுதிப்புயலில் மறைந்தார் ஸ்லீமன். அதிகாரி திகைத்துப் போய் ஒரு வினாடி நின்றுவிட்டு பரபரப்புடன் செயல்பட ஓடினார்.

சாகர் செல்லும் சாலையில் குதிரையில் வேகமாகப் பறந்த ஸ்லீமன், 'இவ்வளவு வேகம் கூடாது... தக்கிகள் புரிந்துகொள்வார்கள்...' என்று சற்று வேகத்தைக் குறைத்தார். சிறிது தூரம் சென்றதுமே சற்றுத் தொலைவில் ஓர் ஐம்பது அடி தூரத்தில் அந்த அரக்கர் கூட்டம் மெதுவாகச் செல்வதைப் பார்த்தார் ஸ்லீமன்.

வேகத்தைக் குறைத்துக்கொண்டு அவர்களை நோக்கி 'நில்லுங்கள்' என சத்தமிட்டபடி கையை மேலே உயர்த்தி சைகை காட்டி அவர்களுக்கு முன் சென்று மெல்லத் திரும்பி வழிமறித்தபடி நின்றார்.

திகைத்துப் போன அந்தக் கூட்டத்தினர் தங்களுக்குள் சலசலவெனப் பேசிக்கொள்ள, தலைவன் துர்க்கா முன்னால் வந்து ஸ்லீமனை வணங்கி, 'ஐயா உங்களுக்கு என்ன தேவை? ஏன் எங்களை வழிமறிக்கிறீர்கள்? நாங்கள் சாதாரண வழிப்போக்கர்கள். தலயாத்திரை சென்று விட்டு வீட்டுக்குத் திரும்பிக் கொண்டிருக்கிறோம்!' என்றான்.

ஸ்லீமன் மிகச் சாதாரணமாக அவனிடம் பேசினார். 'இது எந்த இடம்? எந்தச் சாலை வழியாக நீங்கள் செல்கிறீர்கள்? எந்த ஊருக்கு?' என்றெல்லாம் கேட்டு தனது குதிரைப் படை வந்து சேரும்வரை நேரத்தைக் கடத்து வதற்காக மேலும் என்னென்னவோ கேள்விகளைக் கேட்டுக்கொண்டு நின்றார்.

‘ஐயா எதற்காக இதையெல்லாம் எங்களிடம் கேட்கிறீர்கள் என்று நான் தெரிந்துகொள்ளலாமா?’ என்று கேட்டான் தலைவன் துர்க்கா.

‘ஒன்றுமில்லை! சில நாட்கள் முன்னர் ஒரு கொள்ளைக்கூட்டம் நரசிங் கப்பூரில் கொள்ளையடித்து கொலை செய்துள்ளது. அந்த கொள்ளையர்களை நேரில் கண்டவர்கள் சிலர் நகரத்துக்குள் இருக்கிறார்கள். அவர்கள் உங்களைப் பார்த்து நீங்கள் அந்தக் கொள்ளையர்கள் இல்லை என்று சொல்லிவிட்டால் நீங்கள் உங்கள் வழியே போகலாம். எல்லோரும் அப்படியே உட்காருங்கள். குதிரைப்படை வந்து கொண்டுள்ளது!’ என்றார்.’

அனைவரையும் அப்படியே சாலையின் ஓரத்தில் அமர வைத்தார்.

எல்லோரும் அமர்ந்ததும், தலைவன் துர்க்கா முன்னால் வந்து, ‘ஐயா எங்களுக்கும் அந்தக் கொலை கொள்ளைக்கும் எந்தத் தொடர்பும் இல்லை. நீங்கள் எங்கே அழைத்தாலும் நாங்கள் வருகிறோம். எங்களுக்கு ஒன்றும் ஆட்சேபணை இல்லை. ஆனால் ஐயாவுக்குத்தான் வீண் அலைச்சல். நேரம் வீண்!’ என்றெல்லாம் பசப்பலாகக் கூறியவன், மேலும் பணிவுடன் ஸ்லீமனிடம் கேட்டான்.

‘ஐயா’ உங்கள் சாட்சிகள் எங்களைப் பார்த்தது இல்லை என்று கூறி நாங்கள் குற்றமற்றவர்கள் என்று தெரிந்ததும், ஐயா பெரிய மனது வைத்து எங்களுக்கு ஒரு ரோடு பாஸ் தர வேண்டும். எந்தவிதப் பிரச்னை யும் இன்றி நாங்கள் வீடு போய் சேருவோம்!’ என்றான். ஸ்லீமன் தலையாட்டினார்.

குதிரைப் படை வருவதற்காகக் காத்திருந்த ஸ்லீமன் தனது குதிரை யிலேயே அமர்ந்து கண்மூடியபடி சிந்திப்பதுபோல இருந்தார்.

அப்போது கூட்டத்தினர் தங்களுக்குள் பேசிக்கொண்ட பரிபாஷை அவரது காதில் விழுந்தது. அதைக் கேட்டதும் ஸ்லீமனுக்கு மனத்தில் மின்னல் அடித்தது. அவர்கள் பேசிக்கொண்டது தக்கர்களது ‘ராமாசி மொழி! அதே சொற்கள்... அதே பரிபாஷை!’

‘டாக்டர் ஷெர்வுட் பல பக்கங்கள் எழுதிவைத்துள்ள அதே வார்த்தை களைத்தான் இப்போது இவர்கள் பேசிக்கொள்கிறார்கள்!’

அவரது இதயம் படபடத்தது. மெல்ல கண்களைத் திறந்து தொலைவில் தெரிந்த புழுதிப் படலத்தை உற்று நோக்கினார். இனி பயமில்லை! குதிரைப்படை வந்துவிட்டது என அவர் மனம் அமைதியானது.

குதிரைப்படை வந்தது. ஸ்லீமன் அந்தத் தக்கர் கூட்டத்தினரை ஜாக்கிரதையாக அழைத்துவர ஆணையிட்டார். முன்னாலும் பின்னாலும் குதிரைப் படை வர நடுவில் அந்தத் தக்கர்கள் எவ்வித அச்சமும் இன்றி நடந்தனர்.

ஸ்லீமன் அவர்களது ராமாசி பரிபாஷையைக் கேட்டபடி உடன் நடந்தார். எப்படிப்பட்ட வாய்ப்பு நமக்கு கிடைத்துள்ளது என எண்ணி மகிழ்ந்தார் ஸ்லீமன். ராமாசி மொழியில் பணம், தங்கம், வெள்ளி என்று அவர்கள் பேசிக்கொண்டதிலிருந்து அவர்களிடமிருக்கும் மூட்டைகளி லும் அவர்களது மட்டக் குதிரைகள் சுமந்து வரும் மூட்டைகளிலும் அவர்கள் கொலை செய்து கொள்ளையடித்த பல அப்பாவிகளின் சொத்து குவித்துள்ளது என்று அறிந்தார்.

கடவுள் கொலை செய்யச் சொன்னார் என்று ஏமாற்றி அப்பாவி பொதுமக்களை கழுத்தில் கயிறு வீசிக் கொல்லும் இந்தக் கொடியவர் களை சும்மா விடக்கூடாது என்று முடிவெடுத்தார்.

அவர்கள் அனைவரும் ஜப்பல்பூர் வந்து சேர்ந்தனர். அங்கே எல்லாம் தயாராக இருந்தது. தக்கர் கூட்டத்தினர் அனைவரையும் ஜப்பல்பூர் சிறையில் அடைத்தனர். அதற்கு முன் மிக ரகசியமாக, யாருக்கும் தெரியாதபடி, கல்யாண் சிங்கின் சகோதரன் மோதியை தனியாகப் பிரித்து தனிச்சிறையில் அடைத்தனர்.

ஐந்து ஆண்டுகள்... தக்கிகள்... தக்கிகள் என்று அலைந்த தனது கடும் உழைப்புக்கு பரிசு கிடைத்துவிட்டது என மகிழ்ந்தவாறு சிறைச் சாலைக்குள் சென்றார். அங்கு தானாதாரின் அறையில் கல்யாண்சிங், அவனது சகோதரன் மோதி, இருவரையும் பார்த்துப் பேசிவிட்டுத் திரும்பினார்.

அதற்குப் பிறகு எல்லாம் துரிதமாக நடந்தன. சிறிய படை ஒன்று தயா ரானது. பெட்ரோமாக்ஸ் விளக்குகள் ஏற்பாடு செய்யப்பட்டன. அன்று நிலவு ஒளி இருப்பினும் அவர்கள் செல்லும் வேலைக்கு வெளிச்சம் தேவைப்பட்டது. கூடவே மண்வெட்டி, மண்வாரி, கடப்பாரை, கொந்தாளம் கருவிகளுடன் அந்த முன்னிரவில் அனைவரும் புறப் பட்டனர்.

லக்னாதன் என்ற நெடுஞ்சாலை ஓரமிருந்த ஒரு கிராமத்துக்கு அருகே சென்றதும் முன்னால் வழிகாட்டிச் சென்ற கல்யாண்சிங் சகோதரன் தக்கி அவர்களை சாலையை ஒட்டியிருந்த ஒரு அடர்ந்த மாந்தோப்புக் குள் அழைத்துச் சென்றான். அது ஒரு ‘பலிபீடம்’. தக்கர்களது Beyl என்கிற ‘புதைகுழி’ என்று புரிந்து கொண்டார் ஸ்லீமன். நூற்றுக்கணக் கான ஆண்டுகளாக பல்லாயிரக்கணக்கான உடல்கள் தக்கர்களால்

ரகசியமாகப் புதைக்கப்பட்ட மயான பூமி. ஆணும் பெண்ணும் ஏன் எத்தனை குழந்தைகள் அங்கே புதைக்கப்பட்டு மண்ணோடு மண் ஆனார்களோ என்று எண்ணினார்.

அடர்ந்த அந்த மாந்தோப்புக்குள் சென்ற மோதி அந்த இடத்தை நன்றாக ஆராய்ந்தான். ஓரிடத்தில் குனிந்து பார்த்து அந்த இடத்தை தோண்டச் சொன்னான். உடனே அந்த இடம் தோண்டப்பட்டது. சில அடிகள் தோண்டியதுமே மூன்று ஆண் சடலங்கள் கிடைத்தன. ஒரு சிறுவன் சடலமும் மீட்கப்பட்டது. அத்தனை சடலங்களும் கழுத்து உடைபட்ட நிலையில் இருந்தன. ஸ்ட்ரக்சர்களில் வைக்கப்பட்ட அந்த சடலங்களுடன் அந்த இடம் குறிக்கப்பட்டு அனைவரும் சிறைக்குத் திரும்பினர். அச்சமும் அருவருப்பும் கலந்த தங்கள் சுமைகளைப் பாதுகாப்பாக அதற்கான இடத்தில் வைத்தனர்.

ஸ்லீமன் தன் குதிரையில் இருந்து இறங்கி குதிரையைக் காவலர்களிடம் ஒப்படைத்துவிட்டு கனத்த மனத்துடன் தன் இருப்பிடம் சென்றார்.

மறுநாள்... காலையிலேயே அந்தச் சடலங்கள் உரியவர்களால் அடை யாளம் காணப்பட்டன. கைப்பற்றப்பட்ட பணமூட்டைகள் எல்லாம் எண்ணப்பட்டு தனித்தனியாகப் பிரித்து வைக்கப்பட்டன. இவற்றைக் காண ஜப்பல்பூர் நகர மக்கள் அனைவரும் கூட்டம் கூட்டமாகத் திரண்டு வந்தனர். அச்சமும் வியப்பும் ஆட்கொள்ள ஸ்லீமனை அவர்கள் தங்களைக் காப்பாற்ற வந்த தெய்வமாகப் பார்த்தனர்.

போலீஸ் விசாரணை தொடங்கியது. எங்கும் பரபரப்பு. அந்தத் தக்கிகள் உண்மையைச் சொல்லச் சொல்ல மீண்டும் மீண்டும் புதைகுழிகள் தோண்டப்பட்டன - வெவ்வேறு இடங்களில்... வெவ்வேறு புதை குழிகள். சடலங்கள் குவியல் குவியலாகக் கண்டெடுக்கப்பட்டன.

மிகப் பரபரப்பாகத் தொடங்கிய அந்த வழக்கு ஒரு வழியாக முடிவுக்கு வந்தது. 28 தக்கிகள் தூக்கு மேடை ஏறினர். 70 தக்கிகள் ஆயுள் தண்டனை, ஏழாண்டுகள், பத்தாண்டுகள் என தண்டனை பெற்று சிறைக்குச் சென்றனர். இதில் ஒரேயொரு தக்கி மட்டும் அரசாங்க தரப்பு அப்ரூவராக மாறி விடுதலை பெற்றான். அவன்தான் மோதி. கல்யாண் சிங்கின் சகோதரன்.

இந்த வழக்கில் ஒரு வருந்தத்தக்க செய்தியும் உள்ளது! மிக முக்கியமான ஒரு காவல் அதிகாரி, இன்ஸ்பெக்டர் பதவியில் இருந்தவரும் கைது செய்யப்பட்டார். கேவலம் பணத்துக்காக இந்தக் கொடூரமான தக்கர்களுக்குப் பாதுகாப்பாக இருந்து, அவர்களுக்கு உதவிகள் செய்து தன் புனிதமான பதவியை தக்கர்களது கொள்ளைக்கு

உதவியாகப் பயன் படுத்திய அந்த மோசமான மனிதரும் நீண்டகால தண்டனை பெற்று சிறைக்கு அனுப்பப்பட்டார்.

ஜப்பல்பூர் மக்கள் ஸ்லீமனுக்கு மனம் நெகிழ நன்றி தெரிவித்தார்கள். தனிப்பட்ட முறையில் அவருக்கு வாழ்த்துகளும் பாராட்டுக்களும் குவிந்தன!

கல்யாண் சிங்கின் சகோதரனும் திருந்திய மனிதனுமான தக்கி மோத்தி, ஸ்லீமன் தன்னை அப்ரூவராக மாற்றி தனது உயிரைக் காப்பாற்றித் தந்த நன்றிக்காக ஸ்லீமனுக்கு தக்கிகளின் ரகசிய பரிபாஷையான ராமாசியை முழுதும் கற்றுத் தந்தான். ஒரு சில மாதங்களிலேயே ஸ்லீமன் அந்தப் பரிபாஷையில் மிகச் சரளமாகப் பேசக் கூடிய அளவு தேர்ச்சி பெற்றார். உடனே அவர் செய்த முதல் காரியம் The Ramaseena என்ற தலைப்பில் தக்கர்களின் பரிபாஷையை அகர வரிசைப்படுத்தி ஒரு சொல் அகராதியைப் புத்தகமாக வெளியிட்டு எல்லா போலீஸ் அதிகாரிகளுக் கும் தந்ததுதான்!

இந்திய வரலாற்றில் முதன்முறையாக கிட்டத்தட்ட நூறு தக்கிகளை ஒரே நாளில் கைதுசெய்து அவர்களின் கொள்ளை கொலை கொடூரங் களை ஆதாரப்பூர்வமாக நிரூபித்து அத்தனை பேருக்கும் தண்டனை வாங்கித் தந்ததுடன், கூடவே தங்கள் துறையில் தக்கர்களுக்கு ரகசியக் கூட்டாளியாக இருந்து உதவிய கருப்பு ஆடு இன்ஸ்பெக்டருக்கும் தண்டனை வாங்கித் தந்த ஸ்லீமனின் பெயர் எங்கும் பரவியது. கிழக்கிந்திய கம்பெனியின் உயர் அதிகாரியின் பாராட்டும் கிடைத்தது.

ஸ்லீமன் மேலும் புதிய திட்டங்களுடன் தக்கர்கள் ஒழிப்பில் இறங்கி னார். அவர்களைப் பிடிக்க பல்வேறு வழிகளில் முயன்றார், தக்கர்கள் தலைமுறை தலைமுறையாக கொலை கொள்ளையை குடும்பத் தொழிலாகச் செய்து வருவதால் Family Tree என்ற முறையில் ஒவ்வொரு தக்கியின் குடும்ப பரம்பரையின் கிளைத்தோன்றல் எங்கு உள்ளது என ஆராய்ந்தார். அம்முறையில் அவருக்குப் புதிய தகவல்கள் கிடைத்தன. நிறைய அப்ரூவர்கள் மற்றும் உளவாளிகள் மூலமாகவும் புதிய புதிய தகவல்கள் கிட்டின.

ஸ்லீமன் கிட்டத்தட்ட மூன்று ஆண்டுகள் நரசிங்கப்பூரில் அதே பணியில் தான் இருந்தார்.

௪

பதக், பிண்டாரி கொள்ளையர்கள்

தக்கி கொள்ளையர்கள் அட்டூழியம் நடத்திய அதே 19ம் நூற்றாண்டில் மேலும் பல கொள்ளைக் கூட்டத்தினரும்கூட கோலோச்சினார்கள். அவர்களுள் முக்கியமாகக் குறிப்பிட வேண்டிய கொள்ளையர்கள், பதக், பிண்டாரி கொள்ளையர்கள்.

டாக்டர் ஷெர்வுட் எழுதி பத்திரிகையில் வெளியான Of The Murderers Called Phansigars என்ற கட்டுரை 1820 இல் ஏஷியாடிக் ரிஸர்ச்சர்ஸ் என்கிற கல்கத்தாவிலிருந்து வெளிவரும் பத்திரிகையில் மீண்டும் பிரசுரமானது. அதில் போலீஸ் அதிகாரி ஜான் ஷேக்ஸ்பியர் Regarding Badheks and Thugs என்கிற தலைப்பில் ஒரு கட்டுரை எழுதியிருந்தார். அதில் பதக் கொள்ளையர்களைப் பற்றிச் சொல்லப்பட்டிருந்த பகுதி கீழே:

'பதக் என்னும் பயிற்சி பெற்ற கொள்ளையர்கள் நவாப் வஜீர் அலி அவர்களின் ஆட்சிக்கு உட்பட்ட கோரக்பூர் மாவட்டத்தில் நிறைந்திருந்தனர். மலைச்சாதி பழங்குடி இன மக்களான அவர்களை 'குள்ளநரியைத் தின்பவர்கள் (Jackal Eaters)' என்று அழைப்பர்.

ஐந்து வகையான பழங்குடி இனத்தவர் சேர்ந்தவர்கள் அந்தக் கூட்டத்தார்.

1. பதக் (Bsdheks) இனத்தவர்
2. குஞ்சார் (Kunjar) இனத்தவர்

3. கிடியா (Gidiya) இனத்தவர்

4. பவுரியா (Bauria) இனத்தவர்

5. ஹார்பரா (Harbura) இனத்தவர்

அலிகார் பகுதியைச் சேர்ந்த பதக் மக்கள் மற்றும் சிகால், கோரக்பூர் பகுதியில் 'கோர்' பகுதியைச் சேர்ந்தவர்கள் இந்தக் கூட்டத்தார். இவர்கள் அனைவரும் முஸ்லிம் மதத்திலிருந்து விலக்கி வைக்கப்பட்டவர்கள். இந்து மலைவாழ் மக்களைப்போல் இவர்களுக்கும் பூர்வீகம் ராஜபுதனம்தான். அரசு அலுவலக பதிவு ஏட்டின்படி பதக் மக்களில் 8 தனித்தனி பிரிவுகள் உண்டு.

1. சுதாங்கி (Sudangi)
2. துதாதல் (Dudhadhal)
3. பாரன் (Faran)
4. தான்பி (Danpi)
5. ஈஹிப்டி (Ehipti)
6. பத்தாரா (Badharah)
7. போவார் (Powar)
8. சோவான் (Chowan)

கடைசி இரண்டு பெயர்களும் ராஜபுதன மாநிலத்து பழங்குடிஇன மக்களில் உள்ள பெயர்கள் ஆகும்.

பதக் கொள்ளையர்கள் தேர்ந்த, பயிற்சி பெற்ற ராணுவம் போன்ற அமைப்பினர். ஒவ்வொரு கொள்ளையர் குழுவிலும் 30 முதல் 100 பேர் வரை இடம் பெற்றிருப்பர். ஒரு ஜமேதார் என்பவன் தலைவனாக இருப்பான். இவர்களது இருப்பிடம் எல்லாம் அந்தந்தப் பகுதி ஜமீன்தார் கட்டுப் பாட்டில்தான் இருந்தது. எனவே ஜமீன்தார்களின் கட்டுப்பாட்டில்தான் இந்த பதக் கொள்ளையர்கள் இருந்தனர். பதக்குகளின் கொள்ளையில் நல்ல பங்குபெற்று அவர்களை பாதுகாக்கும் ஜமீன்தார்கள் பதக்குகள் இல்லாதபோது அவர்கள் குடும்பத்துக்கான அத்தனை உதவிகளையும் செய்வார்கள்.

முன்னாளில் இந்த பதக் கொள்ளையர்கள் அலிகார், இட்டாவா, பருக்காபாத், ஆக்ரா மாவட்டங்களில் பரவி இருந்தனர். தற்போது அவர்கள் நமது கிழக்கிந்தியக் கம்பெனி ஆட்சியில் உள்ள நாடுகளில் இருக்க விரும்பவில்லை. எச்சரிக்கையுடன் செயல்படும் இவர்கள் நவாப் வாசிர் ஆளும் எல்லைக்குள் சென்றுவிட்டனர்.

மற்றும் கோஹாத், குவாலியர், பரத்பூர் இன்னும் டெல்லிக்கு மேற்கு புறமாகவும் பரவியிருக்கும் இவர்கள் ஆண்டுக்கு ஒருமுறையோ இருமுறையோ தங்கள் கொள்ளைக்காகப் புறப்படுவார்கள்.

1 நிமிடத்தில் உள்ள 60 வினாடிகள் இந்த பதக் கொள்ளையர்களுக்குப் போதும். அந்த அளவுக்கு வினாடிக்கு வினாடி திட்டமிட்டு அதிக

பட்சம் 10 நிமிடத்தில் மிகப் பெரும் கொள்ளையை முடித்து விடுவார்கள். திட்டமிடல், தொடர் பயிற்சி, வேகம் மற்றும் அதி நவீன ஆயுதப் பயிற்சி இப்படி பயிற்சி பெற்ற இவர்கள் வெற்றிகரமாகச் செயல்பட்டு வந்தனர்.

பெரும்பாலும் பதக்குகள் மாறுவேடத்தில் தங்களை மறைத்துக் கொண்டு சிறு சிறு குழுவாகச் செல்வார்கள். பக்கீர்கள் என்னும் முஸ்லிம் சாமியார்கள் போலவும், குழுவாக கோயிலுக்குப் புனித யாத்திரை செல்பவர்கள் போலவும், கங்கை நதி நீர் கொண்டு செல்லும் கூட்டம் போலவும் அதற்கான நடை உடை பாவனையுடன் செல்வார்கள்.

அதேநேரம் அவர்களது தலைவன் ஜமேதார் தன் மனைவி மற்றும் வேலையாட்கள் சகிதம் பெரிய குதிரைகளில் மாட்டு வண்டிகளில் நிறைய பொருள்களுடன் பெரிய வியாபாரி போன்ற ஒப்பனையில் செல்வான். வெவ்வேறு மாறுவேடமிட்டு வரும் அனைத்துப் பிரிவு கூட்டமும் திட்டமிட்டபடி ஒரே வழியில் முன்னும் பின்னுமாகச் சிறிது சிறிதாகச் செல்வார்கள்.

பாருக்காபாத் - சரன் போன்ற இடங்களில் கொள்ளையின்போது பிடிபட்ட பதக்குகளிடம் நடத்திய நீண்ட வழக்கு விசாரணையின் போது அவர்களிடமிருந்து பல்வேறு செய்திகள் வெளிப்பட்டன.

மணி கேரியர்ஸ் எனப்படும் பெரிய பெரிய பணப் பரிமாற்றங்கள் - பெரிய வியாபாரிகள், அரசு அலுவலகங்கள், பெரும் வங்கிகள் இவை மூலமாக நடைபெறும்.

அப்போது அந்தந்த எல்லை ஜமீன்தார்களுடைய உளவாளிகள் மூலமாக பதக்குகள் எல்லா செய்திகளையும் முன் கூட்டியே அறிந்து அந்தந்த வழிகளில் பெரும் ஆயுதங்களுடன் வெடிகுண்டு, நவீன ரக துப்பாக்கி கள் இவற்றுடன் காத்திருப்பர்.

சில சமயங்களில் அந்தப் பணப் பரிமாற்ற அலுவலக பியூன்கள் கூட உளவாளிகளாக இருந்து ஜமீன்தார்களுக்குத் தகவல் தந்தது உண்டு. பணம் கொண்டு செல்லும் குழு இரவு நேரத்தில் எங்கே தங்கும் என்கிற விபரம்கூட முன்கூட்டியே தெரிந்துவிடும். பதக்குகள் அதற்கு ஏற்றார் போல திட்டமிட்டு மிகச் சரியாகச் செயல்படுவர்.

என்ன நடக்கிறது என்று புரிந்துகொள்ளும் முன்னரே எதிர்ப்பவர்களை குண்டு மழை பொழிந்தும் வெட்டியும் வீழ்த்திவிட்டு பதக்குகள் பணத்துடன் மாயமாக மறைந்திடுவர்.

பின்னர் பாதுகாப்பான இடத்தில் பணம் பிரிக்கப்பட்டு அவரவர் பங்குகளுடன் நாலாபுறமும் விரைந்து மறைந்து விடுவார்கள். அரை மணி

நேரம் தாமதித்து வரும் காவல்படை ஒரு சிறு துப்பும் கிடைக்காமல் திணறும். யாரோ சாமியார்கள், பக்கீர்கள் வந்தார்கள் என்று மட்டுமே செய்திகள் கிடைக்கும்.

இவ்வாறு பதக் கொள்ளையர்களைப்பற்றி குறிப்பிட்டுள்ள போலீஸ் சூப்பரிண்டெண்டென்ட் ஷேக்ஸ்பியர் எல்லா விபரங்களுடனும் அடுத்த தலைப்பாக தக்கர்களைப்பற்றி விளக்கமாகக் குறிப்பிடுகிறார்.

தக்கர்கள் பற்றி நாம் ஏற்கெனவே பார்த்த அதே செய்திகள் என்பதால் அடுத்ததாக 'பிண்டாரிகள் (Pindari)' என்ற பயங்கர கொள்ளைக் கூட்டத்தினரைப் பற்றிப் பார்ப்போம்.

●

இந்திய வரலாற்றில் பிண்டாரிகளின் பகுதி மிக மிக முக்கியமானது. மாபெரும் ராணுவமாக இயங்கிய பிண்டாரிகள் குதிரைப் படை - காலாட் படை என்று பிரிவுகள் வைத்திருந்தனர்.

நர்மதை பள்ளத்தாக்கு தாண்டி வடக்கு மற்றும் கிழக்கு எல்லைகளில் அவர்களது பெரிய படை இருந்தது. குதிரைப்படை காலாட் படையுடன் பீரங்கிகளும் வைத்திருந்த பிண்டாரிகள் ஒரு ராணுவ அமைப்பாக தங்கள் கொள்ளைக் கூட்டத்தை வைத்திருந்தனர். மராட்டிய மன்னர்களான ஹோல்கார், சிந்தியா, போன்ஸ்லே மூவரும் இந்தக் கொள்ளைக்கார பிண்டாரிகளுடன் மிக நெருக்கமாக இருந்தனர். தேவைப்படும்போது அவர்களை அழைத்து தங்கள் நாட்டு விரிவாக்கப் பணிகளுக்கு போரின்போது பயன்படுத்திக் கொள்வர்.

அங்கிங்கு என்றில்லாமல் எங்கும் சென்று கொலை கொள்ளை என தங்கள் அட்டூழியங்களைச் செய்துவந்தனர் பிண்டாரிகள். எல்லைப் புற பட்டாணியர்கள், பழங்குடி முகலாய இனமக்கள், ராஜஸ் தானின் எல்லா பழங்குடி மற்றும் எல்லா இனமக்களும், கலைக்கப் பட்ட ராணுவத்திலிருந்து வேலையற்று இருந்த சிப்பாய்கள் என பெரும் கூட்டமாக பிண்டாரிகள் இருந்தனர். பெரும்பாலும் முஸ்லிம்களே தலைவர்களாக முன்னணிச் சிப்பாய்களாக இருந்தனர்.

மணி கேரியர்ஸ் எனப்படும் பணப் பரிமாற்றம் செய்து தருகிற சிறு படையுடன் பணம் சுமந்து செல்லும் கூலியாட்களைக் கொண்ட கூட்டம் தான் தக்கர்கள், பதக்குகள் பிண்டாரிகள் ஆகியோரின் முதல் இலக்கு. இந்தப் பணப்பரிமாற்றக் குழுவினர் நூற்றுக்கணக்கான குழுக்கள் மேற்படி கொள்ளைக்கூட்டத்தினரால் கொல்லப்பட்டனர். கிடைத்த வரை ஆதாயம் என்ற வகையில் அனைவரும் பங்கிட்டுக் கொண்டனர்.

தக்கிகள் நிறைய பேர் பிண்டாரி படைகளிலும் இருந்தனர். நர்மதை பள்ளத்தாக்கின் வடபுறம் சம்பல் மால்வா பகுதிகளை தலைமை இடமாகக் கொண்ட பிண்டாரிகளின் வலிமையான குதிரைப் படையில் 40,000 பேர் இருந்தனர். சிட்டு என்ற இந்து மதத்தைச் சேர்ந்த தலைவனும், கரீம்கான், தோஸ்து முகம்மது துளசி, இமாம் பக்ஷி, சாகப் கான், காதர் பக்ஷி, நாத் பாபு போன்ற கொடூரமான தலைவர்களும் இருந்தனர். அவர்களுக்கு தனித் தனியாக குதிரைப் படைகள் காலாட் படைகள் இருந்தன.

இவர்களால் மத்திய இந்தியா சூறையாடப்பட்டது. இவர்கள் சென்று கொள்ளையிட்டுத் திரும்பிய பின் அந்தப் பகுதி விவசாயிகள் புல் பூண்டு முளைக்கக்கூட வழியின்றித் தவிப்பார்கள். பலர் அவர் களுடனேயே திருடர்களாக, கொள்ளையர்களாக மாறிவிட்டனர்.

1815 இல் 25,000 குதிரைப் படைகளுடனும் காலாட் படைகளுடனும் மசூலிப் பட்டினம் தொடங்கி சோழமண்டல கரை ஓரமாக சென்னை வரை ஏறத்தாழ 400 கிராமங்கள் பிண்டாரிகளால் சூறையாடப்பட்டது. கொள்ளையடிக்கப்பட்டு குடியிருப்புகள் கொளுத்தப்பட்டு அந்தக் கிராமங்கள் பாலைவனங்களாக சுடுகாடுபோல ஆனது. ஹைதராபாத் நிஜாம் அரசின் எல்லைக்குள்ளும் சென்று பிண்டாரிகள் மாபெரும் கொள்ளையடித்தனர்.

மீண்டும் 1816-1817 ஆண்டுகளில் சென்னை மாகாண எல்லைப்புற கிராமங்களில் புகுந்து பிண்டாரிகள் அதே அட்டூழியங்களை அரங்கேற்றினர்.

சட்டம் ஒழுங்கு மற்றும் மக்கள் நலத்தில் மிகுந்த அக்கறையுடன் செயல்பட்ட ஆங்கில அரசு பிண்டாரிகள் குறித்து ஒரு முடிவெடுக்க கட்டாயப்படுத்தப்பட்டது. கவர்னர் ஜெனரல் வாரன் ஹேஸ்டிங்ஸ் தக்கர்களை அழிக்க எண்ணியதுபோல பல மடங்கு அவசர நிலையில் பிண்டாரிகளை ஒழிக்க முடிவெடுத்தார். பிண்டாரிகளை அடியோடு ஒழிக்காமல் விட்டால் அவர்கள் நாட்டையே கொள்ளையடித்து விடுவார்கள் என்ற முடிவுக்கு வந்தார்.

முதலில் எதிரிகளின் படை பலம் கணக்கிடப்பட்டது. பிண்டாரி களிடம் 40,000 குதிரைப் படையும் அதற்கிணையாக காலாட் படை கொள்ளை யர்களும் இருந்தனர்.

தவிர, மன்னர்கள் என்ற பெயரில் பிண்டாரிகளின் கூட்டாளிகளாக இருந்த பேஷ்வா, ஹோல்கார் சிந்தியா, போன்ஸ்லே போன்ற மன்னர் களின் படைபலமும் கணக்கிடப்பட்டது.

பேஷ்வாவிடம் (பூனாவை தலையிடமாகக் கொண்ட மராட்டிய மன்னர்) 28,000 குதிரைப்படையும், 14,000 காலாட்படையும், 37 பீரங்கிகளும் இருந்தன.

மராட்டிய மன்னர் ஹோல்கரிடம் 20,000 குதிரைப் படையும், 8,000 காலாட் படையும், 107 பீரங்கிகளும் இருந்தன.

மராட்டிய மன்னன் ஷிண்டேயிடம் 15,000 குதிரைப் படையும், 16,000 காலாட் படையும், 85 பீரங்கிகளும் இருந்தன.

மராட்டிய மன்னன் போன்ஸ்லேவிடம் 16,000 குதிரைப்படை, 18,000 காலாட்படை, 140 பீரங்கிகள் இருந்தன.

இதில் இன்னொரு மராட்டிய மன்னரான குவாலியர் மாதவராவ் சிந்தியா எப்போதும் மேற்படி நபர்களுடன் சேராமல் ஒதுங்கிக் கொள்பவர். ஆங்கிலேயருக்குச் சாதகமானவர்.

இவை இல்லாமல் ராஜஸ்தான் டோன்க் பகுதியில் இருந்த கிட்டத்தட்ட கூலிப்படை போன்ற அமைப்பு கொண்ட ஆப்கானியன் அமீர்கான் என்பவனின் படைபலம் 12,000 குதிரைப்படை, 10,000 காலாட்படை 200 பீரங்கிகள்.

இப்படியாக, தக்கிகள் சார்பானவர்களின் படைபலமும் முழுவதும் கணக்கிடப்பட்டது.

பின் ஆங்கிலேய அரசின் புனா தலைமையகத்தின் அதிகாரியான எல்பின்ஸ்டன், மராட்டிய மன்னன் பேஷ்வாவின் குதிரைப் படையை உடனே கலைத்துவிட ஆணையிட்டார்.

ஆங்கிலேயர்களைப் பகைத்துக்கொள்ளமுடியாத பேஷ்வா வேறு வழி யில்லாமல் அவரது குதிரைப் படையை உடனே கலைத்து விட்டார். ஆனால் ரகசியமாக குதிரைப் படையினர் அனைவருக்கும் 7 மாத சம்பளம் தந்து காத்திருக்கச் சொன்னார்.

குவாலியர் சிந்தியா அரசர் எப்போதும்போல ஆங்கில அரசுக்கு ஆதரவாக ஒதுங்கிக்கொண்டார்.

ஆப்கன் படை அதிபரான ராஜஸ்தானின் டோன்க் பகுதி படை அதிபர் அமீர்கான் தன்னிடமுள்ள பீரங்கி முதல் அத்தனை தளவாடங் களையும் ஆங்கிலேயர்களுக்கு விற்றுவிடச் சம்மதித்தான்.

மன்னர் ஷிண்டே எப்போதும் பிண்டாரிகளுடன் நட்பாக இருப்பவர். அவர் நேபாள மன்னருடன் ரகசியமாகப் பேசி எல்லோரும் கூட்டாக ஆங்கிலேயரை எதிர்க்கலாமா என்று கேட்டுச் செயல்பட்டார்.

ஆனால் எல்லா செய்திகளும் ஆங்கிலேயர்கள் உளவுப் படைக்குத் தெரிந்துவிட்டது என்றதும் அவரும் ஒதுங்கிக்கொண்டார்.

பிண்டாரிகளுடன் போர் புரிய முடிவெடுத்த ஆங்கிலேயர்களுக்கு, போருக்கு முன்பே வெற்றி நிச்சயமாகத் தெரிந்தது!

அவர்களது கிராண்ட் பெங்கால் ஆர்மி எனப்படும் வங்காள ராணுவம் 40,000 சிப்பாய்களைக் கொண்டது. டெக்கான் ஆர்மி எனப்படும் தக்காண ராணுவப்படை 70,400 சிப்பாய்களைக் கொண்டது.

அதில் வங்காள ராணுவம் மூன்று பிரிவுகளாகப் பிரிக்கப்பட்டது. இடது, வலது, நடுப்பகுதி. இடது பக்க ராணுவத்துக்கு மேஜர் ஜெனரல் மார்ஷல் தலைமை ஏற்றார். நடுப்பிரிவு ராணுவத்துக்கு பிரான்சிஸ் ராடன் ஹேங்டிங்ஸ் தலைமை வகித்தார். நடுப் பகுதிக்கு அப்போது மதராஸ் ரெஸிடென்ஸியாக இருந்த ஜெனரல் ஹோஸ்லாப் தலைமை யேற்றார்.

தக்காண ராணுவம் 5 பிரிவுகளாகப் பிரிக்கப்பட்டது. ஐந்து பிரிவுகளுக்கும் பிரிகேடியர் ஜெனரல் டவ்டன், ஜெனரல் மால்கம், பிரிகேடியர் ஜெனரல் ஸ்மித், லால்கான் ஆடம்ஸ் போன்ற சிறந்த பயிற்சி பெற்று பல்வேறு போர்முனைகளைக் கண்டவர்கள் தலைமை ஏற்றனர். இவை தவிர ரிசர்வ் படை என்னும் காத்திருப்புப் படை ஜெனரல் ஆர்த்தலானி தலைமையில் இருந்தது.

இந்த மிகப் பெரும் ஆங்கிலப் படை பல பிரிவுகளாகப் பிரிந்து பிண்டாரி களை சுற்றி வளைத்துக்கொண்டு தாக்குதலைத் தொடுத்தது.

முதலாவது தாக்குதலை மதராஸ் ரெஸிடென்ஸியின் ஜெனரல் ஹோஸ் லோப் நடத்தினார். அவர் தென்புறம் இருந்து தாக்குதல் தொடுத்து பிண்டாரிகளை நர்மதை நதி தாண்டி வட புறமாக ஓடவைத்தார். பிண்டாரிகள் அவர்களை எதிர்கொள்ள முடியாமல் திணறினார்கள். பயிற்சி பெற்ற முறையான ராணுவத்துக்கு முன்னால் கூலிப்படையான பிண்டாரிக் கூட்டம் தாக்குப் பிடிக்க முடியவில்லை. நிலைகுலைந்து போன பிண்டாரிகள் பின்வாங்கி ஓடத்தொடங்கினர்.

எல்லோருக்கும் முன்பாக பிண்டாரிகள் தலைவன் கரீம்கான், தோஸ்த் முகம்மது ஆகியோர் தெறிக்க ஓட்டமெடுத்தனர். எதிரே அவர்களை எதிர்கொள்ள மிகத் தயாராக கவர்னர் ஜெனரல் ராடன் ஹேஸ்டிங்ஸ் பெரும் படையுடன் காத்திருந்தார். புலிக்குப் பயந்து ஓடி ஆற்றில் குதித்து பெரிய முதலையிடம் மாட்டியதுபோல அவர்களை ஆங்கிலப் படை சுற்றி வளைத்துக்கொண்டது.

மற்ற இரண்டு பக்கங்களிலும் வெவ்வேறு பிரிவு ஆங்கிலப் படைகளிடம் இதே முறையில் பிண்டாரிகள் அனைவரும் சிக்கிக்கொண்டனர். ஒரு ஆள் கூடத் தப்பிக்க இயலவில்லை. தலைவன் கரீம்கான் உட்பட அனைவரும் சரணடைந்தனர்.

மீதமிருந்த மிச்சசொச்சம் பிண்டாரிக் குழுவினர் நாலாதிசையிலும் ஓடிப் பதுங்க முயன்றனர். ஆனால் அவர்கள் எங்கே போனாலும் பயிற்சி பெற்ற ஆங்கில ராணுவம் அவர்களைத் துரத்தித் துரத்தி அடித்தது. குடி போதையில் வெறும் கத்தியுடன் மூளைத் திறன் இன்றி எப்போதும் மாமிசம் தின்று கொழுத்திருந்த அந்தக் கொள்ளையரில் பலர் பயத்திலும் விரக்தியிலும் தற்கொலை செய்துகொண்டனர். தலைவர்களில் சிலரும் தற்கொலை செய்துகொண்டு மடிந்தனர்.

மனத்தில் கொஞ்சமும் ஈவிரக்கமில்லாமல் ஆடாத ஆட்டங்கள் போட்டு எல்லோரையும் மிரட்டிக் கும்மாளமிட்ட அந்தக் கூட்டம் எங்கும் போக முடியவில்லை. எவ்வகையிலும் தப்பிக்க முடியவில்லை. இதுநாள் வரை கூட்டாளிகளாக இருந்த சிண்டே, ஹோல்கார் மன்னர் கள் அவர்களைக் காப்பாற்ற வருவார்கள் என்று முதலில் எதிர்பார்த்த னர். ஆனால் மன்னர்களே வெள்ளையரிடம் மானியம் கேட்டு மனு போட வேண்டிய நிலை! அவர்களைக் காப்பாற்றவே யாரும் இல்லாத நிலையில் இவர்களை எங்கே காப்பாற்றுவது?

பல நூறு பிண்டாரிகள் அருகே இருந்த கிராமங்களுக்கு ஓடி ஒளிய முற்பட்டனர். ஆனால் அதுநாள்வரையிலும் அவர்களால் சொல்ல முடியாத துயரங்களை அனுபவித்து வெறும் கோவணாண்டிகளாக மாறிய கிராமவாசிகள் இத்தருணத்தில் அவர்களைக் கண்டதும் பெரும் கோபத்துடன் வஞ்சம் தீர்க்கும் வகையிலும் பிண்டாரிகளைப் பிடித்து அடித்துக் கொன்றும், கட்டிப் போட்டு ராணுவத்திடம் ஒப்படைத்தும் பழி தீர்த்தனர்.

இந்து ஜாட் இனத்தில் பிறந்து பிண்டாரியாக அதன் மாபெரும் தலைவனாக வலம் வந்த சிட்டு என்பவனும் அவனது தம்பியும் மற்றவர்களும் வெள்ளையர் பிடியில் சிக்காமலிருக்க காட்டுக்குள் ஓடி மறைந்தனர். அங்கே கடும் பசியுடன் இருந்த ஒரு பெரிய புலி சிட்டுவையும் அவன் சகோதரனையும் அடித்துத் தின்றது பின்னால் கண்டறியப்பட்டது.

இப்படியாக இந்திய வரலாற்றில் கருப்புப் பக்கமாக இருந்த பிண்டாரிகள் சிதைந்து சீரழிந்து சின்னாபின்னமாகி பொடிப்பொடியாக மண்ணோடு மண்ணாகிப் போயினர்.

௭

பணத்தாசையும், காளி பயமும்...

பிரிட்டிஷார் நம் இந்திய தேசத்து மக்களுக்கு இழைத்த கொடுமைகளும், கெடுதல்களும் கொஞ்சநஞ்சமில்லை என்றால் அக்காலகட்டத் தில் நமது தேசத்தின் வெவ்வேறு பகுதிகளை ஆண்ட மகாராஜாக்கள், குறுநில மன்னர்கள், ஜமீன்தார்கள் போன்றோர்களும் கூட, அந்த ஆங்கி லேயர்களுக்குக் கொஞ்சமும் சளைத்தவர்களில்லை. அவர்களும் மக்களைச் சுரண்டிக் கொழுப்பதில் பல வழிமுறைகளைக் கையாண்டார் கள். அதிலொன்றுதான் கொள்ளையர்களுடன் கைகோத்துக் கொண்டு தமது குடிமக்களையே கொள்ளையடிப்பது! ஆம், நம்புங்கள்! அப்போது பல பெரிய கொள்ளையர்கள் மன்னர்களின் நேரடிக் கட்டுப்பாட்டில் இருந்தனர்.

குவாலியர் மன்னர் சிந்தியாவின் எல்லைப் புறத்தில் மராட்டிய எல்லைப் புறமான சிந்தோஷ் பகுதிக்கு அப்பால் ஏறத்தாழ 3000 தக்கர் குடும்பங்கள் இருந்தது கண்டறியப்பட்டுள்ளது.

அவர்களுக்கு ஒரு குடும்பத்துக்கு 25 ரூபாய் காப்புத்தொகை என்று குறிப் பிட்டு அதை 'சிப்பாய் வரி' என்ற தலைப்பில் ரகசியமாக வசூலித்திருப் பது பின்னாளில் கண்டறியப்பட்டது. இதுமட்டுமில்லை... பல மன்னர் களின் சிறப்புப் படைகளில் கொள்ளைக்கார தக்கர்கள் பணியில் இருந்த னர் என்பதும் தெரியவந்தது.

எதற்காக இத்தகைய கொடூரமான தக்கிகளை இந்த இந்திய மன்னர்கள் கைதுசெய்து தண்டிக்காமல் விட்டு வைத்திருந்தார்கள்? எதற்காக சில

மன்னர்கள் அவர்களுக்கு ஆதரவளித்தார்கள்? பணத்தாசை ஒரு காரணம் என்றாலும் அதற்கும் மேலாக மற்றொரு காரணம்... பயம்!

மன்னர்களுக்கு ஏற்பட்ட அந்தப் பயம்... தக்கர்கள் தங்களையும் தாக்கி விடுவார்களோ என்ற மனிதர்கள் மேலான பயம் அல்ல! அதையும் தாண்டிய தெய்வ பயம்! தக்கர்களைத் தண்டித்தால் தக்கர்களின் தெய்வமான மாகாளி தேவி தங்களையும் தங்கள் குடும்பத்தையும் சிதைத்து சீரழித்து விடுவாளோ என்கிற தெய்வத்தின் மீதான உயிர் பயம்தான் முக்கிய காரணம்!

இந்தப் பயம் அவர்களுக்குத் தோன்றக் காரணமாயிருந்தது ஜாலோன் நகர அரசனின் வரலாறு. அந்த நாட்களில் மிகப் பிரபலமாக பேசப் பட்ட கதை இது.

ஜாலோன் நகர அரசன் நானா என்பவரின் ஆட்சியின்போது அவரது காவல் படையினர் மிகப் பெரும் கொள்ளையர்களான இரண்டு தக்கர் களை கையும் களவுமாகப் பிடித்துக் கைது செய்து இழுத்து வந்து மன்னன் முன் நிறுத்தினர்.

அந்த இருவரும் மிக முக்கியமானவர்கள். ஒருவன் தக்கி கூட்டத்தின் தலைவன் போத்து. மற்றவன் அவனது தம்பி குபோளி. அரசவையில் விசாரணையின் முடிவில் தலைவன் போத்துவின் மூக்கையும் அவனது கையையும் துண்டிக்க ஆணையிட்டார் மன்னர். அந்த தண்டனை நிறைவேற்றப்பட்ட பிறகு இருவரும் யானைக்காலில் இடறப்பட்டு கொலை செய்யப்பட்டனர்.

அதன் பிறகு தண்டிக்கப்பட்ட இருவரின் சார்பாக மன்னனுக்கு பல்வேறு மிரட்டல்கள் வந்தன. காளி தேவியின் பிள்ளைகளைக் கொன்ற யாரை யும் காளி தேவி விடமாட்டாள் என்று பலரும் பேசிக்கொள்ள மன்னன் நானாவின் மனத்துக்குள் மெல்ல மெல்ல அச்சம் புகுந்தது. காளி தேவி தன்னை தண்டித்து விடுவாளோ என்று நடுங்கினான்.

அதன் காரணமாக மன்னன் நானா, காளி தேவியின் கோபத்திலிருந்து தப்பிப்பதற்காக பிராயச்சித்தம் செய்ய முடிவெடுத்தான். இரண்டு கொள்ளையர்களையும் புதைத்த இடத்தில் பெரிய மணிமண்டபம் கட்ட ஏற்பாடு செய்தான். அத்துடன் ஏராளமான பிராமணர்களை அழைத்து பூஜை செய்து அன்னதானம் வழங்கி தன் பாபத்தைத் தீர்த்துக்கொள்ள எண்ணினான். தவிர, ஒரு பெரிய குடிநீர் கிணறு ஒன்றை கொள்ளையர் தலைவன் போத்து, அவனது தம்பி குபோளி பெயரில் வெட்ட முடிவு எடுத்தான்.

இப்படியாக மன்னன் தனது பாப விமோசன நடவடிக்கைகளில் ஈடு பட்டிருக்கும்போதே அவன் உடல் நிலை மெல்ல நலிவடைந்தது. கை

கால்களில் மற்றும் உடலின் தோலில் மாற்றங்கள் தெரிந்தது. அரண்மனையின் வைத்தியர் வந்து பார்த்து மன்னனைப் பரிசோதித்துத் திகைத்துப் போனார்.

பின் அவர் மன்னன் நானாவிடம் தயங்கித் தயங்கி, 'அரசே நான் சொல்லப் போவது சற்று அதிர்ச்சியான செய்திதான். தங்களுக்குக் குஷ்ட நோய் என்னும் பெருவியாதி வந்துள்ளது!' என்று வருத்தத்துடன் கூறினார்.

மன்னர் நானா நிலைகுலைந்து போனார். அவரால் இதை ஜீரணிக்க இயலவில்லை. நோயின் தாக்கத்திலும், மன வருத்தத்திலும் பீடிக்கப் பட்டு சில மாதங்களிலேயே இறந்து போனார்.

இந்தத் தகவல் இந்தியா முழுவதும் பரவியது. அதிர்ச்சியை ஏற்படுத்தியது. காளி தேவியின் பிள்ளைகளான தக்கர்களைத் தண்டித்தால், அவர்களை காளி தேவி தண்டிப்பாள் என்கிற அச்சம் எல்லோர் மனத்திலும் பரவியது.

மேற்படி ஜாலோன் நகர மன்னன் நானாவின் கதை முதல் சம்பவம் என்றால் குவாலியர் ராஜ்ஜியத்தின் ராஜ மாதாவான சிந்தியா மகாராணிக்கு ஏற்பட்டது இரண்டாவது நிகழ்ச்சி.

மதுரா நகரை ஒட்டி நடந்த ஒரு பெரும் கொள்ளைச் சம்பவத்தில் ஒரு பெரும் கூட்டமே கொலை செய்யப்பட்டுக் கிடந்தது. அந்தக் கொள்ளை வழக்கில் அறுபது தக்கர்கள் கையும் களவுமாகக் கைது செய்யப்பட்டார் கள்.

இறந்தவர்களிடமிருந்து கொள்ளையடிக்கப்பட்ட மொத்த சொத்துக்களும் அவர்களிடமிருந்து கைப்பற்றப்பட்டன. தக்கர்களால் கொலை செய்யப் பட்டு இறந்த மனிதர்கள் அத்தனை பேரும் பெரும் செல்வாக்கு மிக்கவர் கள். தவிர, குவாலியர் அப்போது கிழக்கிந்திய கம்பெனியின் கண்காணிப் பில் இருந்ததால், மகாராணி வேறுவழியின்றி அந்த அறுபது தக்கர் களுக்கும் தூக்குத்தண்டனை வழங்கித் தீர்ப்பளித்தார்.

கொள்ளையர்களுக்கு தண்டனை நிறைவேற்றப்பட்ட மறுநாளே மகாராணியார் ரத்தவாந்தி எடுத்தார் என்று செய்தி கசிந்தது. என்ன வைத்தியம் செய்தும் மகாராணியாரை காப்பாற்ற முடியவில்லை. மூன்றாம் மாதம் மரணமடைந்தார் மகாராணி.

மூன்றாவதான கதை ரத்தார் பத்தோர் பகுதியைச் சேர்ந்த கொமூரி, துரியர் இருவரின் கதை. இவர்கள் இருவரும் கச்வாடா ராஜபுத்திர இனத்தவர். இருவரும் ஜமீன்தார்கள்.

லெப்டினன்ட் மான்செல் மரணத்துக்கு பழிக்குப் பழியாக ஒரு கிராமம் மொத்தமும் அழிக்கப்பட்டதால், அதன் பின் பிரிட்டிஷ் அதிகாரிகளின் கோபத்துக்கு அஞ்சி பல இடங்களிலும் அப்போது தக்கர் ஒழிப்புக்காக பல்வேறு நடவடிக்கைகள் எடுக்கப்பட்டது.

அதன்படி கச்வாடா ராஜபுத்திரர்களான ஜமீன்தார் கொமுரியும், துரியரும் நோடா அருகே குடியிருந்த சுமார் 80 தக்கிகளைக் கைது செய்தனர். லெப்டினன்ட் மான்செல் அவர்களைக் கொன்ற கூட்டம் என்ற பெயரில் அவர்கள்மீது குற்றம் சாட்டப்பட்டு சிறையில் அடைக்கப்பட்டனர். அவர்களில் முப்பது பேர் சிறையிலேயே இறந்து போனார்கள்.

இந்தக் கைது நடவடிக்கையைக் காரணமாக வைத்து பணம் சம்பாதிக்கத் திட்டமிட்ட ரேசிங் ஹவில்தார் மற்றும் குவாலியர் சுபேதார் இருவரும், மீதமுள்ள தக்கர்கள் குடும்பத்திலிருந்து ரூபாய் 14,000 வசூலித்து இருவரும் அதைப் பங்கிட்டுக் கொண்டனர். அந்த நாளில் 14,000 ரூபாய் பெரிய தொகை.

அடுத்தநாள் ஹவில்தார் வீட்டின் குதிரை லாயத்தில் கட்டப்பட்டிருந்த சிறந்த குதிரை அந்த லாயத்திலேயே இறந்து கிடந்தது. அவனது ஒரே மகனான சிறுவனும் வீட்டில் இறந்து கிடந்தான். இதனால் பெரும் அதிர்ச்சியுற்ற ரேசிங் ஹவில்தார் அன்று மாலையே காய்ச்சல் கண்டு மறுநாள் மடிந்து போனார்.

தக்கர்களை தண்டித்தவர்களெல்லாம் பாதிப்புக்குள்ளான இப்படிப் பட்ட செய்திகள் ஆதாரங்களுடன் மக்கள் மத்தியில் பரவலாக பேசப்பட அன்றைய நாளில் பெரும் நிர்வாகத்தில் இருந்தவர்கள் எல்லாம் அச்சப்பட்டதில் ஆச்சரியம் இல்லை!

இன்னும்கூட ஒரு செய்தி உள்ளது. ஹைதராபாத் நகருக்கு கிழக்கே 200 மைல் கிழக்கில் குண்டல் நகரம் உள்ளது. குண்டல் அரசர் கொலை வழக்கொன்றில் ஒரு பெரிய தக்கர் கூட்டத்தைக் கைதுசெய்து சிறையில் அடைத்துவிட்டார்.

அன்று, அந்த நகரில் உள்ள கோயில்களின் கோபுர உச்சியிலிருந்து காளி தேவியின் கட்டளைக் குரல் சப்தமாகக் கேட்டது. அரசனுக்கு உத்தர விடும் உரத்த தொனியில், 'உடனே என் மக்களை விடுதலை செய்!' என்று காளி தேவி கூறியதை அந்நகரின் மக்கள் அனைவரும் கேட்டனர்.

அன்று மட்டுமல்ல தொடர்ந்து மூன்று நாட்கள் தேவியின் அந்தக் கட்டளை குரல் அனைவருக்கும் கேட்கும்படியாக ஒலித்தது. ஆனால் அரசர் தக்கர்களை விடுதலை செய்யவில்லை.

அன்று இரவு அரண்மனையில் தனது பஞ்சணையில் படுத்திருந்த அரசர் திடீரென்று படுக்கையிலிருந்து தூக்கி வீசப்பட்டார். அவருக்கு உடலில் சிறிய காயங்கள் ஏற்பட்டது. அரசர் பதறியெழுந்து சுற்றுமுற்றும் பார்க்க எங்கும் யாருமே தென்படவில்லை. அவரது மனத்தில் திகில் சூழ்ந்தது. பயத்தில் உடல் உதறியது. அதற்கும் மேல் துணிச்சலைக் காட்ட அவருக்குத் திராணியில்லை. அடுத்த நாளே தக்கர்கள் விடுதலை செய்யப்பட்டனர்.

இதற்குப் பின் தக்கர்கள் கொக்கரித்தனர். 'தேவியின் பிள்ளைகளைத் தொட்டால் அழிந்து விடமாட்டார்களா? எல்லாம் தேவியின் சக்தி' என்று கொண்டாடினர்.

இப்படிப் பல்வேறு கதைகள் உள்ளன.

ஆங்காங்கே அரசர்கள், ஜமீன்தார்கள், சிற்றரசர்கள் என சிற்சில ஆட்சி யாளர்கள் சுய லாபத்துக்காகவும் தக்கர்கள் மூலமாகக் கிடைக்கும் பெரும் செல்வத்துக்காகவும் தக்கர்களின் கொடூரங்களைக் கண்டும் காணாததுபோல இருந்தார்கள் என்றால் மற்ற பெரும்பான்மையான ஆட்சியாளர்கள் மேற்கண்ட நிகழ்ச்சிகளின் காரணமாகவே மகா காளி 'தங்களைத் தண்டித்துவிடுவாள்' என்ற அச்சத்தின் காரணமாக கண்களை மூடிக்கொண்டார்கள்.

நல்லவேளை! இவ்வாறான கீழ்மதிகொண்ட அரசர்களும், கோழை மன்னர்களும் வடநாட்டில்தான் இருந்தார்களே தவிர தென்னாட்டில் யாரும் இல்லை என்பதில் நாம் பெருமை கொள்ளலாம்.

10

தனி ஒருவன்!

தக்கர்களை வேட்டையாடும் முயற்சியானது 1829 ஆம் ஆண்டு முழு வேகத்தில் முடுக்கி விடப்பட்டது. பரவலாக எல்லா இடங்களிலும் தக்கர்கள் கும்பல் கும்பலாக கைது செய்யப்பட்டார்கள்.

ஏப்ரல் மாதத்தில் ஒருநாள் பிரிட்டிஷ் அரசின் மால்வா அரசாங்கத்தின் ஏஜெண்டாகப் பணியாற்றிய கேப்டன் போர்த்விக் அவர்களுக்கு அவசர அழைப்பொன்று வந்தது.

மத்திய பிரதேசத்தில் ரட்லம் நகரின் தெற்குப் பகுதியில், பில் மலை ஜாதி மக்களால் கொல்லப்பட்ட ஐந்து உடல்கள் கிடப்பதாக வந்த தகவலின்படி, கேப்டன் போர்த்விக்கும், ரட்லம் பகுதி இன்ஸ்பெக்டரும் அவருடன் இருந்த மூன்று குதிரைப் படை பயிற்சி வீரர்களும் அவ்விடத் துக்கு விரைந்தார்கள்.

அங்கே சென்று பார்வையிட்ட கேப்டன் போர்த்விக், அந்த உடல்கள் கிடந்த நிலை, கொலையாளிகளின் அட்டூழியம் அனைத்தையும் ஆராய்ந்தார்.

‘இந்தக் கொலைகள் நிச்சயம் நீங்கள் கூறும் மலைஜாதி மக்களால் நிகழவில்லை. இந்த இடம் தக்கர்களின் புதைகுழி ஆகும்! அவர்கள் உருவாக்கி வைத்திருக்கும் இடுகாட்டுப் பகுதி இது!’ என்று கூறினார்.

போர்த்விக் இத்தனை உறுதியாகச் சொல்ல முடிந்ததற்குக் காரணம், அதற்கு முன்னரே ஸ்லீமன் தன் சக அதிகாரிகளுக்கு தக்கர்கள் பற்றி, தக்கர் தலைவர்கள் பற்றியெல்லாம் உருவாக்கித் தந்திருந்த குறிப்புகள்.

அப்ரூவர்கள், உளவாளிகள் மூலமாகவும் கைது செய்யப்பட்டவர்கள் மூலமாகவும் எண்ணற்ற தக்கி தலைவர்களின் பெயர்கள் அங்க அடையாளங்கள் முதல் கொண்டு ஃபேமிலி ட்ரீ என்ற முறையில் தக்கி குடும்ப வரைபடம் உருவாக்கி பரம்பரை சந்ததியினர் முதல் அன்றுள்ள தக்கி யின் பெயர்கள் வரை கண்டுபிடித்து ஸ்லீமன் பதிவு செய்திருந்தார்.

ஸ்லீமன் தொகுத்த அத்தனை தகவல்களையும் முழுதும் அறிந்த, சுறுசுறுப்பும் திறமையும் மிக்க ஆங்கில அதிகாரிகள் நிறைய பேர் இருந்தனர். அந்தவகையில் அவர்களுள் ஒருவரான கேப்டன் போர்த்விக், ஸ்லீமன் குறிப்புகளை கிட்டத்தட்ட மனப்பாடமே செய்து, தக்கிகள் குறித்தும், அவர்களின் செய்கைகள், செயல்பாடுகள் குறித்தும் முழுவதும் அறிந்திருந்தார். எனவேதான் இக்கொலைகள் தக்கிகளால் செய்யப்பட்டுள்ளன என்பதை அவர் உடனே புரிந்துகொண்டார்.

இக்கொலைகள் குறித்த விசாரணை மேலும் காலதாமதமாவதை விரும் பாத போர்த்விக் அருகாமையில் இருந்த கிராம மக்களை அழைத்து அச்சமயத்தில் யார் யாரெல்லாம் அப்பகுதியில் நடமாடினார்கள், யார் யாரெல்லாம் கூட்டமாகச் சென்றனர் என்று விசாரித்தார்.

அவரது விசாரணையில் ஏழு நாட்களுக்கு முன்னர் ஒரு கூட்டம் இங்கே இந்த பெய்ல் தோப்பில் தங்கியிருந்தது என அறிந்தார். அந்தத் தலைவனைப் பற்றிய அங்க அடையாளங்களைக் கொண்டு ஸ்லீமனால் தரப்பட்டிருந்த குறிப்புத் தாள்கள் மூலம் அலசி போர்த்விக் ஒரு முடிவுக்கு வந்தார்.

'ஏழு நாட்கள் முன்பு இங்கே வந்து சென்றது நிச்சயமாக கொடூர தக்கித் தலைவன் உமரு தான். குஜராத்திலிருந்து மனித வேட்டை முடித்து தனது ஊருக்குத் திரும்புகிறான் அந்தக் கொடியவன். குஜராத்திலிருந்து பண்டல்கண்ட் வரை செல்ல இருக்கிறான். அவன் பண்டல்கண்ட் செல்லுமுன் அந்தக் கூட்டத்தைப் பிடிக்கவேண்டும் என்று கணக்கிட்டார்.

'ஏழு நாட்கள் என்றால், 'நூறு அல்லது நூற்று ஐம்பது மைல் தொலைவு தான் போயிருப்பார்கள். உடனே புறப்படு!' என்று இன்ஸ்பெக்டரை விரட்டினார் கேப்டன் போர்த்விக். திகைத்துப் போன ரட்லம் நகர் போலீஸ் இன்ஸ்பெக்டர், போர்த்விக்கை ஆச்சரியத்துடன் பார்த்தார்.

'சார்! நான் தனி ஒருவனாகச் செயல்பட்டு எப்படி 150 மைல் தொலைவில் சென்றுகொண்டிருக்கும் மகா பயங்கரமான அந்தக் கொலைகாரர்

களைப் பிடித்து மீண்டும் இங்கே கொண்டுவரமுடியும்?' - என்று பதற்றத்துடன் கேட்டார்.

நியாயமான கேள்விதான்! கேப்டன் போர்த்விக் இன்ஸ்பெக்டரை அருகே அழைத்தார். தைரியமூட்டிப் பேசினார். 'முடியும்! முடிக்க வேண்டும் இன்ஸ்பெக்டர்! நீ பிரிட்டிஷ் ஆட்சியின் ஒரு போலீஸ் இன்ஸ்பெக்டர். உன்னுடைய அதிகாரம் எவ்வளவு தெரியுமா? எந்த இடத்திலும், எதற்கும், நீ பயப்படக்கூடாது. கொலைகாரர்களான அந்தத் தக்கர்கள்தான் உன்னைக் கண்டு பயப்படவேண்டும். கண்டிப்பாக அவர்கள் பயப்படுவார்கள்! இன்ஸ்பெக்டர், நான் உனக்கொரு கடிதம் தருகிறேன்... அந்தக் கடிதத்தைக் காட்டினால் எந்த ஊரிலும் எந்தக் கிராமத்திலும் அங்கிருக்கும் ஒரு சிறு அதிகாரிகூட உனக்குத் தேவையான எல்லா உதவியும் செய்து தருவார்கள்!' என்று தைரியமூட்டினார்.

பின், கேப்டன் போர்த்விக், இன்ஸ்பெக்டரைத் தனியாக அழைத்து மேலும் சில தகவல்களைத் தந்து உற்சாக மூட்டினார். 'வெற்றி நிச்சயம் உனக்கே! சென்று வா...! குட்லக்!' என்று கூறிய கேப்டன் போர்த்விக் தன் குதிரையைத் திருப்பி, ஜோவ்ரா நகரை நோக்கிப் பறந்தார். அங்கே அவருக்காக ஒரு பெரும் வழக்கு விசாரணை காத்திருந்தது!

இப்போது மொத்தப் பொறுப்பும் தன் தலையில் விழுந்துவிட்டதை உணர்ந்தார் இன்ஸ்பெக்டர். தன் முன் நிற்கும் வாழ்வா சாவா பிரச்னை இது என்பதனால் இதில் வெற்றி பெற்றே தீர வேண்டும் என்கிற உத்வேகத்துடன் அவர் தனது அதிகப் பயிற்சியற்ற நான்கு குதிரை வீரர்களை அழைத்துக்கொண்டு அந்தக் கொலைகார தக்கர் கூட்டத்தை நோக்கிப் புறப்பட்டார்.

150 மைல்களுக்கு அப்பால் சென்றுகொண்டிருக்கும் ரத்த வெறி பிடித்த அந்த நூறு தக்கர்களை தனது நான்கு குதிரை வீரர்களை மட்டுமே வைத்துக்கொண்டு எப்படிப் பிடிப்பது? இன்ஸ்பெக்டர் யோசித்துக் கொண்டே சென்றார். முதல் நாளும், இரண்டாம் நாளும் பயணத்தில் சென்றது. பகலில் குதிரைகளை விரட்டுவதும் இரவில் ஏதோ ஒரு கிராமத்தில் ஓய்வு எடுப்பதுமாக நாள்கள் கழிந்தது.

பயணத்தின்போது வழி எல்லாம் விசாரித்துக் கொண்டே சென்றார்கள். தகவல்கள் கிடைத்துக்கொண்டே இருந்தன. கிராமம் தாண்டி கிராமங்கள் கடந்து கொண்டே இருந்த பயணத்தில், ஆறாம் நாள் மதியம்... இன்ஸ்பெக்டரும் அவரது வீரர்களும் ஒரு கிராமத்தை வந்தடைந்தனர். அங்கு விசாரித்தபோது, சற்றுமுன்தான் சுமார் நூறு

பேர்கள் கொண்ட ஒரு யாத்திரிகர் கூட்டம் அவ்விடத்தைக் கடந்து சென்றதாக கிராம மக்கள் கூறினர்.

தாங்கள் புறப்பட்ட இடத்திலிருந்து ஆறு நாள் பயணம் செய்து சுமார் 150 மைல் தொலைவு வந்துள்ளோம் என உணர்ந்தார் இன்ஸ்பெக்டர். அந்தக் கிராமத்தின் பெயர் டெக்கோலா. உடல் லேசாக படபடப்புடன் இருப்பதை உணர்ந்தார் இன்ஸ்பெக்டர். அது பயமல்ல... பரபரப்பு! உடனே புறப்பட்டபோது ஊர் எல்லையிலேயே ஒரு மாந்தோப்பு நிழலில் அந்தக் கூட்டம் இருப்பதைக் கண்டுபிடித்தார் இன்ஸ்பெக்டர். மூட்டை முடிச்சுகள், நான்கு பொதி சுமக்கும் மட்டக் குதிரைகளுடன் அனைவரும் படுத்திருந்தனர்.

என்ன பேச வேண்டும்... எப்படி பேச வேண்டும் என்று கேப்டன் போர்த்விக் முன்னரே கூறி இருந்தார். அதன்படி இன்ஸ்பெக்டர் தொடங்கினார்.

சாலையில் வரிசையாக ஆயுதங்களுடன் குதிரை வீரர்களை நிறுத்தி விட்டு சற்று முன்னால் வந்து அவர்களை நோக்கி ‘சலாம்’ என்று பலமாகக் கூறினார்.

திடுக்கிட்டு விழித்த அந்தக் கூட்டம் பரபரப்புடன் எழுந்தது. அதன் தலைவன் உம்ரூ சற்று முன் வந்து ‘சலாம், சார்... என்ன வேண்டும்?’ என்றான்.

தன் குறிப்பில் இருந்தபடி அதே தோற்றம்... கடுமை. அதை மறைத்து அவன் சிரிக்க முயல்வதுபோல நின்றான். ‘நான் அபினி தடுப்புப் பிரிவு கலால் பிரிவு போலீஸ் இன்ஸ்பெக்டர். உங்களிடம் அபினி உள்ள தகவல் எங்களுக்கு வந்துள்ளது. வழி நெடுக அபினி வியாபாரம் செய்து விட்டு மீண்டும் தொடர்ந்து விற்கச் செல்லுகிறீர்கள்! அப்படித் தானே?’ என்று குற்றம் சாட்டும் தோரணையில் இன்ஸ்பெக்டர் கூறினார்.

அதைக் கேட்டதும் தலைவன் உம்ரூ பலமாக வாய்விட்டு சிரித்தான். அவன் படபடப்பு அடங்கி சற்று நிம்மதி அடைந்தான்.

‘ஐயா, நாங்கள் குஜராத் கோயிலுக்குச் சென்றுவிட்டு வரும் யாத்திரிகர் கள், பண்டல்கண்ட் என்கிற எங்கள் சொந்த ஊருக்கு திரும்பிக் கொண்டு உள்ளோம். நாங்கள் அப்பாவிகள்... குற்றமற்றவர்கள் ஐயா!’ என்றான் உம்ரூ.

‘அது எனக்குத் தெரியாது. உங்கள் பொறுப்பில் உள்ள அபினி மூட்டை களை உடனே கொண்டு வந்து பல்வாரா முகாமில் ஒப்படைக்க வேண்டும் என்று எனக்கு உத்தரவிடப்பட்டு உள்ளது. எனக்குத்

தெரிந்த வரை நீங்கள் ஒரு கூட்டம்தான் இங்கே இருக்கிறீர்கள். வேறு வழியில்லை. உடனே புறப்படுங்கள். அப்படி நீங்கள் உடனே என்னுடன் புறப்பட்டு வரத் தயாரில்லை என்றால் பல்வாராவில் உள்ள பிரிட்டிஷ் ஏஜண்ட் குதிரைப் படையை அனுப்பிவிடுவார். பின்னர் விரும்பத்தகாத விளைவுகளை நீங்கள் சந்திக்க வேண்டும். ஜாக்கிரதை!' என்றார் இன்ஸ்பெக்டர்.

அவரது பேச்சிலிருந்த கடுமையும், உறுதியும், துணிவும் அந்தத் தக்கர் களுக்கு அச்சத்தை ஏற்படுத்தியது. குதிரைப்படை வந்துவிடும் என்று அவர் கூறியது மிகப்பெரும் பலனைத் தந்தது.

'ஐயா நாங்கள் அப்பாவிகள். எங்கள் மூட்டைகள் எல்லாம் இங்கேதான் உள்ளது. நீங்களே சோதித்துப் பாருங்கள்... எதுவும் இல்லை என்றால் நீங்களே எங்களை விட்டு விடுங்கள்!' என்று கெஞ்சினார்கள் தக்கர்கள்.

'முடியாது! உங்களைச் சோதித்துப் பார்த்து முடிவெடுக்க வேண்டிய பெரிய அதிகாரிகள் அங்கே பல்வாராவில் காத்திருக்கிறார்கள். அங்கே யுள்ள அபினி வாங்கும் வியாபாரிகளும் அதிகாரிகளும் உங்களைப் பார்த்ததும் தெரிந்துகொள்வார்கள். நீங்கள், அவர்கள் சொல்லும் அபினி வியாபாரிகள் இல்லை என்றால், கிளீன் சிட் பாஸ் பெற்றுத் தருகிறேன். நீங்கள் வீடுபோய்ச் சேரும்வரை யாரும் உங்களை விசாரிக்கக் கூட மாட்டார்கள்!' என்று கூறினார் இன்ஸ்பெக்டர்.

மகிழ்ச்சியுடன் அதை ஏற்றுக்கொண்ட அந்தக் கொலைக்காரத் தக்கர்கள் தங்கள் மூட்டை முடிச்சுகளுடன் முன்னால் இன்ஸ்பெக்டரும் பின்னால் குதிரைப்படை வீரர்களும் சூழப் புறப்பட்டனர்.

முதல் நாள் இரவு ஒரு கிராமத்தில், கிராமத் தலைவன் வீட்டில் பாதுகாப்புடன் உறங்கினார் இன்ஸ்பெக்டர்.

மறுநாள் புறப்பட்டு மாலையில் பல்வாரா காவல் எல்லைக்குள் வந்து விட்டனர். இன்ஸ்பெக்டரிடமிருந்து முன்பே செய்தி வந்ததால் காத்தி ருந்த போலீஸ் மற்றும் குதிரைப் படை தக்கர் கூட்டத்தைப் பாதுகாப்பு டன் சூழ்ந்துகொண்டது. ஏராளமான போலீஸ் படை அங்கே குவிக்கப் பட்டிருந்தது.

அங்கேயும் அந்தக் கூட்டத்தை யாரும் கேள்வி கேட்கவுமில்லை. சோதிக்கவுமில்லை. ஒன்றுமே நடக்கவில்லை. மீண்டும் மூட்டை களைத் தூக்கிக்கொண்டு ஜோவ்ரா நகரை நோக்கிச் சென்று இரண்டு நாளில் அவர்கள் அனைவரையும் கேப்டன் போர்த்விக் முன் நிறுத்தினார் இன்ஸ்பெக்டர்.

வியப்பும் மகிழ்ச்சியும் ஒரு சேரப் பெற்ற கேப்டன் போர்த்விக் அவர்களை வரிசையாக நிறுத்தினார். சுற்றிலும் போலீஸ் படை இருக்க போர்த்விக் கடுமையான குரலில் பேசினார்.

'நீங்கள் அனைவரும் தக்கர்கள் என்பது எனக்குத் தெரியும்.' என்ற போர்த் விக் அவர்களது தலைவனைப் பார்த்து, 'உன் பெயர் உம்ரூ. ரட்லம் அருகே பத்து நாட்களுக்கு முன்பாக நீயும் உனது கூட்டத்தினரும் சேர்ந்து ஐந்து கொலைகளைச் செய்திருக்கிறீர்கள். குஜராத்திலிருந்து வரும் வழியில் நீங்கள் செய்த எல்லா கொலைக் குற்றங்களும் பதிவு செய்யப்பட்டுள்ளன. விரைவில் அது உங்களிடம் தரப்படும்!' என்று கூறியவர் அந்தத் தக்கர்களை சிறையில் அடைக்க உத்தரவிட்டார்.

உலகையே ஏமாற்றி வாழ்ந்த தங்களை, ஒரு இன்ஸ்பெக்டர் வஞ்சகமாக ஏமாற்றிவிட்டதை உணர்ந்துகொண்டனர் அந்த ஏமாளித் தக்கர்கள். கோபத்துடன் 'ஓ வெனக் கூச்சலிட்டுக் கத்தினார்கள். தங்கள் மீதான குற்றச்சாட்டுகளை மறுத்துக் கொந்தளித்தார்கள். போலீஸார் அவர்களின் கத்தலை காதில் வாங்காமல் அனைவரையும் சிறைச்சாலைக்கு கூட்டிச் சென்றனர்.

அப்படி அழைத்துச் செல்லும்போது அவர்களில் ஒருவன் மட்டும் மெதுவாகப் பின் தங்கி ஒதுங்கினான். போலீசார் ரகசியமாக அவனை கூட்டத்தினரை விட்டுப் பிரித்து தனியாக அழைத்துச் சென்று விசாரித்தனர்.

அவன் பெயர் 'கைய்ம்ராஜ்'. அவன் ஒரு இரும்பு வேலை செய்யும் கொல்லன். கூட்டத்திலிருந்து தனியாகப் பிரிந்து வந்த கைய்ம்ராஜ் பேசத் தொடங்கியதும் எல்லாம் மாறியது!

'என் மனம் உடைந்துவிட்டது. இது எனது முதல் தக்கி பயணம். தப்பிக்க வழியே இல்லை என்னும் இந்த நிலையில் நான் அரசு தரப்பு சாட்சியாக மாறுகிறேன்' என்று சொல்லி எல்லா விபரங்களையும் கூறினான். வரிசையாக நடந்த கொலைகள், உடல்கள் புதைக்கப்பட்ட இடங்கள், கொள்ளையடிக்கப்பட்ட மொத்த பணம், நகை அனைத்து விபரங்களையும் பட்டியலிட்டு கேப்டன் போர்த்விக் முன் ஒப்புவித்தான் கைய்ம்ராஜ்.

அவனது வாக்குமூலம் பல விபரங்களையும் பல பயங்கர கொலைகளையும் வெளிப்படுத்தியது. மொத்தம் எண்பது கொலைகள் எனத் தெரிந்தது. கைய்ம்ராஜின் தகவல்கள் மூலமாக எல்லா செய்திகளும் பெறப்பட்டு அவர்கள் வந்த வழி நெடுகிலும் நடந்த கொலை கொள்ளைகள் விசாரணை செய்யப்பட்டு தீர்ப்பு வெளியானது.

நாற்பது தக்கர்கள் தூக்கிலிடப்பட்டனர். 20 பேர் காலாபாணி எனப் படும் அந்தமான் சிறைக்கு அனுப்பப்பட்டனர். 12 பேருக்கு கடுங்காவல் சிறை விதிக்கப்பட்டது. அவர்களுள் சிறுவயது கைதிகள் அவர்களது உடல்நிலையைக் கருத்தில் கொண்டும் இளவயது காரணமாகவும், எச்சரித்து விடுதலை செய்யப்பட்டனர். மீதிபேர் எளிய சிறை தண்டனை பெற்றனர்.

கவர்னர் ஜெனரல் தனிப்பட்ட முறையில் தனது பாராட்டுகளை கேப்டன் போர்த்விக்குக்குத் தெரிவித்ததுடன், தனி ஆளாக மிகுந்த துணிச்சலுடன் செயல்பட்டு பெரும் கொலைகாரக் கூட்டத்தை கைது செய்த இன்ஸ்பெக்டரையும் பாராட்டினர்.

இந்தத் தக்கர்களைப் பிடிக்க ஃபேமிலி ட்ரீ எனப்படும் வம்சாவளி கிளைகள் மூலம் அடையாளம் கண்டுபிடித்தும், ஒற்றர், உளவாளிகள், அப்ரூவர்கள் மூலமாக அந்தந்தத் தலைவர்களது அங்க அடையாளங் களை எல்லாம் பட்டியலிட்டு அனைத்து சகாக்களுக்கும் அளித்த ஸ்லீமன் எல்லோராலும் பாராட்டப்பட்டார்.

இப்படி ஆங்காங்கே குழுக் குழுவாக தக்கர்களை வளைப்பதும் கைது செய்வதும், சமயங்களில் அவர்கள் தப்பி விடுவதுமாக ஆங்கில அதிகாரிகளுக்கும், தக்கர்களுக்கும் ஒரு கண்ணாமூச்சி ஆட்டம் நடந்து கொண்டிருக்க, நவம்பர் 19ஆம் நாள் 1830ஆம் ஆண்டு திரு F.C. ஸ்மித் என்பவர் இந்தியா முழுவதும் ஒட்டுமொத்த தக்கர்களையும் ஒழித்துக் கட்ட அரசுக்கு ஒரு திட்டத்தினைச் சமர்ப்பித்தார்.

சாகர் மற்றும் நர்மதா பள்ளத்தாக்கு ராஜ்ஜியத்தில் ஆங்கில அரசாங்கத் தின் ஏஜெண்ட்டாகப் பணியாற்றியவர் F.C. ஸ்மித் அவர்கள்.

அவர் சமர்ப்பித்த திட்டம் அடுத்த அத்தியாயத்தில்!

11

தக்கி மன்மதன் பரீங்கா!

சாகர் மற்றும் நர்மதா பள்ளத்தாக்குப் பகுதி ராஜ்ஜியத்தில், ஆங்கில அரசாங்கத்தின் ஏஜெண்ட்டாகப் பணியாற்றியவர் ஸ்மித் அவர்கள், இந்தியா முழுக்க தக்கர்களை ஒழிப்பதற்காக அளித்த திட்டத்தின் கருத்துகள் என்னவென்றால்...

1. தக்கி ஒழிப்புக்காக ஒரு தனிப் போலீஸ் படை உருவாக்கி அதற்கென ஒரு தனி போலீஸ் சூப்பரிண்டென்டென்ட் உருவாக்கப் பட வேண்டும். அவர் இந்தியா முழுமைக்கும் தக்கர்களை கைது செய்யும் வாரண்ட் பிறப்பிக்கும் அதிகாரம் உள்ளவராக இருக்க வேண்டும். பிரிட்டிஷ் ஆட்சியிலும் தனி அரசர் ஆட்சியிலும் அவர் பிறப்பிக்கும் வாரண்ட்டானது அதிகாரம் உள்ளதாக அமைய வேண்டும்.

2. குற்றம் எங்கே நடந்திருந்தாலும் அதன் விசாரணை, சாகர், நர்மதை தலைமையகத்தில் நடைபெறுமாறு இருக்கவேண்டும்.

3. தக்கிகள் பற்றிய குறிப்புகள் தயாரித்து அந்த ஆதார குறிப்பை பல படிகள் எடுத்து அந்தப் படிகளை நர்மதை ஆற்றுக்கு வடபுற மாநிலங்களுக்கும் அனுப்பவேண்டும்.

4. தக்கர்களை வைத்துள்ள கிராமங்களுக்கும் அவர்களைப் பாதுகாத்து அடைக்கலம் தரும் பெரு நிலக்கிழார்களுக்கும் மிகப் பெரும் அபராதம் விதிக்கப்படவேண்டும். தலைமறைவாக உள்ள குற்றம் செய்த தக்கிகளின் பெற்றோர் மனைவி குழந்தைகள்

அனைவரும் அரசு பாதுகாப்பில் அந்த சூப்பரிண்டென்டென்ட் பார்வையில் இருக்க வேண்டும் அந்தத் தக்கிகள் சரணடையும்வரை இது நீடிக்கலாம்.

5. அரசு சாட்சியாக மாறி விடுதலை ஆன அப்ரூவர் தக்கிகள், அதன் பிறகு மீண்டும் அவரது நண்பர்களுக்கும், உறவினர்களான தக்கிகளுக்கும், வேறு தெரிந்தவர் எவருக்கும் எவ்விதத் தகவலும் தர முடியாதபடி அவரது வீட்டைச் சுற்றிக் காவல் தேவை.

இவ்வளவும் எழுதி கவர்னர் ஜெனரலுக்கு அனுப்பிய ஸ்மித், அதிலொரு அடிக் குறிப்பும் அனுப்பினார்.

எனக்குத் தெரிந்தவரை இந்தப் பதவிக்கு மிகவும் பொருத்தமானவர் W.H. ஸ்லீமன் அவர்கள்தான் என்று குறிப்பிட்டார். இது நடந்தது 1830ல்.

ஸ்லீமன் அவர்களின் Ramaseeana 1836-இல் வெளியானது. அதில் தக்கர்களின் எல்லா செயல்களும் விபரமாக விளக்கப்பட்டன. அவர்களது ரகசிய சங்கேத பாஷை எல்லா அதிகாரிகளுக்கும் பயன்பட்டது.

இந்தப் பயங்கரமான தக்கிகளைப் பற்றியும் தக்கிகளின் தலைவர் களைப் பற்றியும் சொல்லும்போது அதில் மிக முக்கியமானவனான பரீங்கா (Faringa) என்பவனைப் பற்றிச் சொல்லாமல் தக்கிகள் சரித்திரம் முழுமையடையாது.

'தக்கிகளின் இளவரசன்' என்றும், 'தக்கிகளின் மன்மதன்' என்றும், 'அழகான, இனிமையான தோற்றமும் பேச்சும் கொண்டவன்' என்றும் தக்கிகள் கொண்டாடும் தலைவன் பரீங்கா.

நிஜாம் அரசாட்சியில் தக்கர் ஒழிப்புப் பிரிவில் போலீஸ் சூப்பிரன்டண்டாகப் பணியாற்றியவர் கேப்டன் பிலிப் மெடோஸ் டெய்லர். பின்னர் அதே பிரிவில் உயர் அதிகாரியாகவும் பணியாற்றினார். இவர் 1839-இல் அவரது வரலாற்று நிகழ்வுகளை, உண்மைச் சம்பவங்களை நாவலாக்கி 'ஒரு தக்கியின் ஒப்புதல் வாக்குமூலம் - (Confessions of a Thug)' என்ற நாவலாக வெளியிட்டார்.

அந்தப் புத்தகம் வெளியானபோது உலகமே அதைப் படித்துப் பதறியது. இது உண்மையா? இப்படியும் உண்டா? என்று கதி கலங்கியது. இப்படி உலகம் முழுவதும் பரபரப்பை ஏற்படுத்திய அந்தப் புத்தகம், தக்கர்கள் என்ற ரகசிய இயக்கத்தைப் பற்றிய தகவலை அவர்களது பயங்கரவாதச் செயல்களை இலக்கியத் தரத்தோடு தந்தது.

விக்டோரியா மகாராணியார் அந்த நாவல் அச்சாகிக் கொண்டிருக்கும் போதே படித்துவிட்டு மீதி அச்சடிக்கும்வரை காத்திருக்க இயலாமல் அச்சுக்குச் செல்லும் கையால் எழுதப்பட்ட தாள்களை உடனே கொண்டு வரச் சொல்லி படித்தாராம்.

அத்தனை சுவாரஸ்யமான, பிலிப் மெடோஸ் டெய்லரின் 'ஒரு தக்கியின் ஒப்புதல் வாக்குமூலம்' நாவலின் நாயகன் ஒரு தக்கி. நாவலில் அமீர் அலி என்பது அவனது பெயர். அந்த அமீர் அலி என்கிற கதாபாத்திரம் பரீங்கா என்று கூறுவர்.

ராஜபுத்திர பிராமண இனத்தைச் சேர்ந்த இந்த பரீங்கா தனது தந்தையால் தக்கியாக மாறியதாகக் கூறினான். இவன் குடும்பம் பெரிய இடத்தைச் சேர்ந்தது என்றாலும் இவன் எப்படியோ தடம் மாறிப் போனான். இவன் மனைவி, ஜான்சி - சுமத்தூர் அரச குடும்பங்களைச் சார்ந்த உயர்குடிப் பெண்மணி. பரீங்கா கைது செய்யப்படும்வரை தனது கணவன் ஒரு தக்கி என்பது அந்தப் பெண்ணுக்குத் தெரியாது.

சிறு வயதில் தன் தந்தை பரசுராம் அவர்களால் தக்கியாக மாற்றப்பட்ட வன் பரீங்கா. தன்னுடையது ஏழாம் தலைமுறை தக்கி என ஒப்புக் கொண்டிருக்கிறான் அவன். பின்னாளில் தன்னைப்பற்றி அவனே தக்கர் ஒழிப்பு அதிகாரி ஸ்லீமனிடம் கூறிய ஒப்புதல் வாக்கு மூலத்தைப் பார்ப்போம்.

'எங்கள் பூர்வீகம் ராஜஸ்தான். நாங்கள் பிராமண குடும்பம். அதுவும் கோயில் பூஜை செய்யும் பிராமணர்கள்.

மியோ பகுதியின் சுர்சீ கோட்டை அதிபதிகளான 'மேவாட்டி' இன அரசர்களின் அரண்மனைப் பூசாரிகள்தான் எங்கள் மூதாதையர்.

ஒருமுறை சக்கரவர்த்தியைச் சந்திக்க சிற்றரசரான மேவாட்டி இன ராஜாவான எங்கள் அரசர் டெல்லி செல்ல வேண்டி வந்தது. பிராமண பூசாரிகளான எங்கள் மூதாதையர்களைக் கலந்து பேசாமல் அவர் எந்தச் செயலையும் செய்யமாட்டார். எனவே அவர்களையும் அழைத்துக் கொண்டு டெல்லி சென்றார்.

எல்லோரும் கொஞ்ச நாள் டெல்லியில் தங்க வேண்டி இருந்தது. அப்போது இந்த ரகசிய தக்கர்கள் இயக்கம் பற்றிய செய்திகளை எனது மூதாதையர்கள் தெரிந்துகொண்டனர். அங்கே அரண்மனை அதிகாரிகள் மூலமாக தக்கர்களைச் சந்திக்க வாய்ப்பு கிடைத்தது மட்டுமன்றி அவர்களின் செயல்முறை, விதிமுறை எல்லாவற்றையும் தெரிந்துகொள்ளவும் முடிந்தது.

பின் அங்கிருந்து திரும்பி வந்த எனது மூதாதையர்கள் சிந்தோஷ், முர்னே, சுர்சீ, ஒமுரூ, பர்கானா ஆகிய பகுதிகளைச் சேர்ந்த வேலையற்ற திறமை மிக்க ஆட்களைத் திரட்டி அதே தக்கர் தலைவர்கள் மூலமாக பூஜை புனஸ்காரங்கள் செய்து தக்கர்களாக மாறிப் போயினர். அவர்கள் வழி வந்த ஏழாம் தலைமுறை நான். இப்போது இந்த வட்டார தக்கர்கள் மிகுந்த தேர்ச்சி பெற்று விளங்குகிறார்கள்.

எல்லா இன தக்கிகளின் குடியிருப்புக்களும் 32 கிராமங்களில் உள்ளன. இன்று எல்லா சாதியினரும் அங்கே தக்கர்களாக இருக்கிறார்கள். 500க்கும் மேற்பட்ட தக்கி குடும்பங்கள் உள்ளன.

ஒரு குடும்பத்துக்கு 24 ரூபாய் 8 அணா என்று மூன்று ஆண்டுக்கு ஒரு முறை வரி கட்ட வேண்டும். இந்த வரி மராட்டிய மன்னன் சிந்தியாவுக்குச் செல்லும். ஜமீன்தார்கள்தான் எங்கள் பாதுகாவலர்கள். எங்கள் வருவாயில் சிறு பங்கும், எங்களது கையில் கிடைக்கும் நல்ல குதிரை கள், வாள்கள், மற்ற உயர் ரக பொருள்களையெல்லாம் நாங்கள் அவர்களுக்குப் பரிசாகத் தந்து விடுவோம்.

என் பெரியப்பா ரேசிங் என்பவர்தான் எங்கள் பகுதியில் தலைவர். ஒரு முறை ரேசிங்கும் மற்றும் அவரது நெருங்கிய உறவினர் ஹிர்ரோலியும் ஒரு தக்கர் குழுவுடன் நர்மதை தாண்டி தெற்கே பயணம் சென்றனர்.

அவர்கள் தங்களது கொலை கொள்ளைப் பயணம் முடித்து வீடு திரும்பியபோது, மிகப்பெரும் தொகை அவர்கள் வசம் இருந்தது. பல லட்சங்கள் பணம், நகை, ஆபரணங்கள் போன்றவை. அவற்றைப் பங்கு பிரிக்கும்போது தகராறு பெரியதாகி வாய் வார்த்தைகள் உச்சக் கட்டத்தை அடைந்தது. ஹிர்ரோலி தன் நண்பனான ராஜ்புத்திர தக்கி ஒருவனைத் தூண்டிவிட அவன் தனது குத்துவாளால் எனது பெரியப்பாவின் வயிற்றில் பலமாகக் குத்திவிட்டான். குடல் சரிந்து வீழ்ந்த பெரியப்பா ரேசிங் நீண்ட சிகிச்சைக்குப்பின் உலோகத் தகடு வயிற்றில் பொருத்தப்பட்டு குணமானார்.

பிலிப் மெடோஸ்
டெய்லர்

எனது பெரியப்பா ரேசிங்கிடம் ஒரு கொள்ளையின்போது அவரது பங்கு மூலமாகக் கிடைத்த அரிய வகை வைரம் ஒன்று 12 கிராம் அளவு கொண்டது இருந்தது. சுமார் 60 காரட் மதிப்புடையது. அதை கோகட் ராஜா பெற்றுக்கொண்டு பின்னாளில் கிட்டத்தட்ட ஆண்டுக்கு 1

லட்சத்து 30 ஆயிரம் வருமானம் வரக்கூடிய அளவுள்ள நிலங்களையும் அதுமட்டுமின்றி பர்கானா, சிர்சி, சிந்தோஷ் பகுதிகளில் வருடம் 60 ஆயிரம் வருமானம் கிடைக்கும் நிலங்களையும் வழங்கினார்.

இதனால் எனது பெரியப்பா மிகப் பெரும் நிலச்சுவான்தார் ஆனார். அவரது துணைவியாரும் என் தாயாரும் சகோதரிகள். மிகப் பாசமுள்ள சகோதரிகள். ஆகவே என் தந்தை பரசுராமும் தனக்குத் தரப்பட்ட நிலத்தில் பயிரிட்டுக்கொண்டு வெளியுலகுக்கு விவசாயி போலவும் காட்ட முடிந்தது. பரசுராம் என்கிற என் அப்பா மூலமாகத்தான் நான் தக்கியாக மாற்றப்பட்டேன்.

ஒருமுறை 18000 ரூபாய் நிலவரி கட்டுவது தொடர்பாக என் பெரியப்பா ரேசிங்குக்கும் அரசாங்கத்துக்கும் பிரச்னை வந்தது. அந்த வரியைக் கட்ட அவர் காலதாமதம் செய்யவே, அப்போதைய நிலவரி வசூல் பிரிவு தலைவராக இருந்த பிரெஞ்சு நாட்டு தளகர்த்தர் கர்னல் டி போய்கி மற்றும் அவரது உதவி அதிகாரி கேப்டன் ப்ளூஸ்ட் இருவரும் எங்கள் பகுதிக்கு வந்து களேபரம் செய்தனர்.

(அக்காலகட்டத்தில் மன்னர் குவாலியர் மகாராஜா சிந்தியா மட்டுமல்ல. 17, 18ம் நூற்றாண்டுகளில் இந்தியா முழுவதும் இந்த நிலைப்பாடுதான் இருந்தது. சிற்றரசர்கள், பெரும் மன்னர்கள் எல்லோருமே தங்கள் படைகளுக்கு துப்பாக்கி, பீரங்கி பயிற்சி அளிக்க இது போன்ற வெளிநாட்டு வீரர்களைத்தான் தங்களது அரசின் தளபதிகளாக நியமித்தனர். போர்ச்சுகீசியர், பிரெஞ்சு மற்றும் ஐரோப்பிய வீரர்கள் எனப் பலரும் பல்வேறு மன்னர்களிடம் நல்ல ஊதியத்தில் வேலைக்குச் சேர்ந்தனர்.)

எங்கள் பகுதி முர்னே வட்டார ஜமீன்தார், மன்னர் சிந்தியாவுக்கு எதிராக போர்க்கொடி தூக்கியதன் விளைவாக அந்தப் பகுதி போர்க்கள மானது. தீயிட்டு எல்லாவற்றையும் கொளுத்த ஆணையிட்டான் பிரெஞ்சு தளபதி கர்னல் டி போய்கி.

அப்போது எனது தாயார் பிரசவ வலியில் துடித்துக்கொண்டிருந்த நேரம். கர்ப்பிணிப் பெண்ணான என் தாயாரை தப்பிக்க வைத்து அழைத்துச் சென்றனர். இந்த நிலையில் நான் பிறந்தேன். பரங்கியர் இருவர் (வெளிநாட்டினரை பரங்கியர் என்றே கூறுவர்) செய்த அட்டூழியங்களை மறக்காத என் தாயார் எனக்கு பறங்கி என்றே பெயரிட்டார். எல்லாக் கலவரங்களும் முடிந்தது. என் அப்பா, பெரியப்பாவுடன் தக்கி சூழலில் வளர்ந்த நானும் தக்கியானேன். பல்வேறு பயணங்கள்; கொலைகள்; கொள்ளைகள்; எல்லாம் பெரும் தொகைகளைத் தந்தன. இருப்பினும் அதில் ஒரு சமயம் விரக்தியடைந்து வெளியேறிவிட்டேன்.

என் சிற்றப்பா அமான்சிங் சுபேதார், அவரது சகோதரர்களான துரியர், மற்றும் எனது தந்தை பரசுராம் இருவரும் இறந்தபின் எனக்கு கார்டியன் ஆனார்.

என் சிற்றப்பாவின் தாயார் அரசு குடும்பத்தைச் சேர்ந்தவர். அவரது தமக்கையார் மகன் கங்கா சிங் அப்போதைய 'கோட்டா' மாமன்னரின் இரண்டு படைப் பிரிவுகளுக்குத் தலைவராக இருந்தார். அவருக்கு குழந்தைகள் இல்லாமையால் என்னை தத்து எடுத்துக்கொண்டார். என் மீது மிகவும் அன்பு கொண்ட கங்கா சிங், புல்டோ ரெஜிமெண்ட் சுபேதாராக என்னை நியமித்தார்.

அதற்குப் பின் மிகச் சிறப்பான முறையில் எனது காலம் செல்லத் தொடங்கியது! அச்சமயத்தில் நான் தக்கியாக இருந்தபோது பழக்கமான பல்வேறு நண்பர்கள் என்னைச் சந்திக்க வருவார்கள். அவர்களைத் தவிர்க்க என்னால் இயலவில்லை. ஒருமுறை என் நெருங்கிய உறவினனும் தக்கியுமான ராம் பக்ஸ் என்பவன் என்னைப் பார்க்க வந்தான். அவன் நிலைமை சற்று சரிவுற்று மிகுந்த சிரமத்தில் இருந்தான். என் பதவி பலம், மற்றும் உறவினர் பலம் மூலமாக அவனுக்கு ஹவில்தார் பதவி வாங்கித் தந்து என் தனிப் பாதுகாப்பாளனாக நியமித்தேன்.

அப்போது ஒருமுறை கோட்டா மகாராஜாவின் மகள் உதய்பூர் புறப்பட வேண்டிவந்தது! நாட்டின் இளவரசியான அவளைப் பத்திரமாக அழைத்துச் செல்லுமாறு கங்கா சிங்குக்கு உத்தரவிட்டார் மன்னர். அந்தப் பெண்ணுடன் நிறைய பேர் வந்தனர். கங்கா சிங் இரண்டு படைப் பிரிவுகளுடன் இளவரசியை அழைத்துக்கொண்டு உதய்பூர் புறப்பட்டார். அப்படைப் பிரிவில் நானும் எனது நண்பன் ராம் பக்ஸும் இருந்தோம்.

உதய்பூர் அரண்மனையில் இளவரசியைக் கொண்டு சேர்த்துவிட்டு, நாங்களும் அவ்வூரிலேயே தங்கினோம். உதய்பூரில் எல்லாம் நல்லபடியாகச் சென்றபோது ஒரு விபரீதம் விளைந்தது. அது ராம் பக்ஸால் நேர்ந்தது.

எனது நண்பன் ராம் பக்ஸ் பல விஷயங்களில் மிகப் பலவீனமானவன். திட சிந்தனை இல்லாதவன். உதய்பூரின் மிகப்பெரிய பணக்காரரும் பேங்கருமான ஒரு பெரிய மனிதரின் இளவயது விதவைப் பெண்ணுடன் அவனுக்கு எப்படியோ தொடர்பு ஏற்பட்டுவிட்டது. அவனால் அந்த விதவைப் பெண் கர்ப்பமடைந்தாள். அந்தச் சிறு வயது விதவைப் பெண் கர்ப்பமாக இருப்பது உடனே கண்டறியப் பட்டது. மானத்துக்கு அஞ்சி அந்தச் சிறு பெண் தன் விரல் மோதிரத்தி

லிருந்த வைரத்தைத் தூளாக்கிக் குடித்து தற்கொலை செய்து கொண்டாள்.

ராம்பக்ஸ் அந்த இளம் விதவையுடன் பழகி அவளைக் கெடுத்து கர்ப்பமாக்கிய விபரம் அவளது தோழியான இளவரசிக்கும் மன்னருக்கும் தெரிந்துவிட்டது. இறந்துபோன, பரிதாபத்துக்குரிய அந்தப் பெண் நகரின் மிகப் பெரும் மனிதரின் ஒரே மகள் என்பதால் விஷயம் விபரீதமாகிவிட்டது.

ராம்பக்ஸ் தன் உயிரை காத்துக்கொள்ள தலைதெறிக்க தப்பியோடி விட்டான். என் தலையும் தப்பாது என்பதை அறிந்த நான் என்ன செய்வது என்று குழம்பினேன். உதவி செய்த ஒரே குற்றத்துக்காக என் நிலையும் மிகப்பெரும் ஆபத்தில் சிக்கிக்கொள்ள, உயிரை காத்துக் கொள்வதற்காக நானும் தப்பியோடினேன்.

சிறிது காலமே பழகிய மேஜர் டோட் என்பவர் என் நெருக்கடியைப் புரிந்துகொண்டு எனக்கு உதவினார். அப்போது 'பில்வாரா' அருகே வந்திருந்த ஜெனரல் ஆர்த்தர் லோனி என்பவரிடம் சிபாரிசு செய்து என்னை ஒரு ஜமேதார் பதவியில் அமர்த்தினார்.

அப்போது ஜெனரல் ஆர்த்தர் லோனி அவர்களின் துணைவியார் மற்றும் குடும்பத்தார் டெல்லியிலிருந்து கல்கத்தா செல்ல வேண்டி யிருந்தது. அவர்களுக்கான பாதுகாப்புப் படையாக ஒரு ஹவில்தார், ஒரு நாயக், இருபது சிப்பாய்கள் கொண்ட ஒரு சிறு படை புறப்பட்டது. உள்ளூர் படையில் இருந்த ஜமேதார் பவானிசிங் தலைமையில் அந்தப் படை புறப்பட்டது. என்னையும் அந்தக் குழுவில் கடைசி நேரத்தில் இணைத்தனர்.

கல்கத்தா நோக்கி நாங்கள் குதிரையிலும், பெண்கள் Wheeled carriage என்ற மூடப்பட்ட குதிரை வண்டியிலும் புறப்பட்டோம். மதுரா வந்து சேர்ந்தோம். அங்கே கர்னல் கஞ்சே மாளிகையில் இரவு தங்க வேண்டிய தானது.

அன்று இரவு ஜமேதார் பவானிசிங், கவர்னர் ஜெனரலின் துணைவியாருடன் வந்த பணிப்பெண் ஒருவருடன் தனிமையில் உல்லாசமான நிலையில் இருந்தபோது அது வெளியே தெரிந்து பிரச்னை தீவிரமானது.

கவர்னர் ஜெனரலின் கடும் கோபத்துக்கு அஞ்சி பவானிசிங்கும் அவனது உதவியாளனும் தப்பியோடிவிட்டனர்.

மீண்டும் விதி விளையாடியது. மிகப் பெரும் குழப்பத்தில் இருந்த என் நிலை விபரீதமானது. அந்தப் படையில் இருந்த மற்ற ஜமேதார் நான்

ஒருவனே. எனக்கும் கடுமையான தண்டனை காத்திருக்கிறது என்பது தெரிந்தது. எந்தவிதத் தவறும் செய்யாத நான் சுற்றியிருந்த மோசமான நபர்களால் இந்த நிலைமைக்கு வரவேண்டியதானது. நானும் தப்பியோடி னேன். மீண்டும் என் பாதை மாறியது.

என் உறவினன் அமான் சுபேதார் என்கிற தக்கி தலைமையில் ஒரு தக்கர் கூட்டம் ராஜஸ்தான் புறப்பட்டுச் சென்ற செய்தி எனக்குக் கிடைத்தது. பல ஆண்டுகளுக்குப்பின் விதியின் விளைவாக மீண்டும் தக்கர்களுடன் நான் சேரவேண்டியதானது. ராஜஸ்தான் சென்று என் உறவினர் அமான் சுபேதார் குழுவில் இணைந்து மீண்டும் என் பழைய தொழிலுக்கு வந்துவிட்டேன். மிக விரைவிலேயே ஒரு தனிக்குழு அமைத்துக் கொண்டு தலைவன் ஆனேன்' என்று முடித்தான் பரீங்கா.

அதன் பின் அவனது தக்கர் குழு மிகப் பெரும் கொலை கொள்ளை களை சர்வசாதாரணமாகச் செய்தது. தக்கிகள் உலகில் இளவரசன் என்று அறியப்பட்டவனான் பரீங்கா.

12

ஆந்தையின் அலறலும் அபாய அறிவிப்பும்...

பிரிட்டிஷ் அரசு பரீங்காவை எப்படியாவது பிடித்துவிட வேண்டு மென்று பல வழிகளிலும் முயற்சித்தது. 'பரீங்காவைப் பிடித்துக் கொடுத்தாலோ அல்லது அவனைப் பற்றித் தகவல் தெரிவித்தாலோ ரூபாய் 500 பரிசளிக்கப்படும்!' என்று அறிவித்தது. அந்த நாளில் 500 ரூபாய் என்பது பெரும் தொகை. ஆனாலும் பரீங்காவை யாராலும் பார்க்கக்கூட முடியவில்லை.

பரீங்கா தனிப்படை அமைத்து எண்ணற்ற கொலை கொள்ளை அட்டூழியகளில் இறங்கத் தொடங்கினான். ஒருமுறை பரீங்கா தன்னுடைய 13 தக்கிகளுடன் ஜான்சி அருகே உள்ள கோரா கிராமத்திலிருந்து தக்காணம் நோக்கிப் புறப்பட்டான்.

வழியில் ஷேக்முங்கூ, கங்காதீன் சர்ஜன் ஆஹிர், ஆஜாபி போன்ற தக்கிகள் அவரவர் குழுவுடன் இருந்தனர். அவர்களது குழுவில் மொத்தம் 100 பேர் இருந்தனர். பரீங்கா அவர்களையும் தங்களுடன் இணைத்துக்கொண்டு எல்லோரும் மொத்தமாகப் புறப்பட்டனர். அப்பயணத்தில் முதல் பலியாக, வழியில் சந்தித்த மூன்று சீக்கியர் களை அன்றிரவு தங்குமிடத்தில் கொன்று புதைத்துவிட்டுப் புறப்பட்டு நர்மதை நதியைத் தாண்டினர்.

வழியில் யாத்திரைக்குச் செல்லும் ஒரு பிராமணன் அவனது நான்கு பணியாட்கள், இன்னும் வேறொரு இடத்தில் வழியில் வந்த 4 சிப்பாய்

1 ஜமேதார் என அனைவரையும் கொன்று புதைத்துவிட்டு பயணத்தைத் தொடர்ந்தனர். ஐந்தாவது நாள் தோரிகோட் என்ற சிறு நகரை அடைந்தனர். மற்ற நான்கு குழுவினரும் அவரவர் தனித்தனியே செல்ல பிரிந்துவிட, பரீங்காவின் குழுவில் இப்போது முப்பதுபேர் இருந்தனர்.

பரீங்கா தனது குழுவுடன் அன்றிரவு தோரிகோட் பஜாரில் தங்கி விடிந்ததும் புறப்பட்டான்.

தக்கிகள் குழுவில் 'சோதா' எனப்படும் நபர் ஒருவன் தனது பேச்சிலேயே வழிப்போக்கர்கள், பெரும் பணக்காரர்களை மயக்கி அவர்கள் செல்லும் வழியிலேயே தானும், தன் குழுவினரும் செல்வதாகக் கூறி அவர்கள் நம்பிக்கையைப் பெற்று தம்முடன் அழைத்து வந்து விடுவான் என்று பார்த்தோமல்லவா?

அதேபோல பரீங்காவின் குழுவிலிருந்த சோதாவின் மூலம் தோரிகோட் பஜாரில் அவர்களுடன் தங்கியிருந்த 8 பட்டாணியர்கள், ஒரு பெண், இந்தூரைச் சேர்ந்த காளிகான் என்ற ஹவில்தார் சேர்த்து மொத்தம் பத்துபேரையும் பேச்சில் மயக்கி தங்களுடன் அழைத்துக் கொண்டு புறப்பட்டனர்.

வழியில் இன்னும் இரண்டு இந்து வியாபாரிகளும் இவர்கள் குழுவில் வலிய வந்து இணைந்தனர். அங்கிருந்து எட்டு மைல் கடந்து சென்றதும், வழியில் ஒரு பலிபீடம் வந்தது. அது ஒரு அடர்ந்த தோப்பு.

வழக்கம் போல முன்னிரவுக்கு முன்னரே அனைவரையும் கொன்று புதைத்துவிட்டு பரீங்கா குழுவினர் மொத்தத் தொகையுடன் புறப்பட்டனர். இதே போல பல சந்திப்புகள் பல கொலைகள் என்றபடி கிட்டத்தட்ட நாற்பத்து எட்டு ஆண்கள் ஒரு பெண் என நாற்பத்து ஒன்பது கொலைகளுடன் அப்பயணம் நிறைவடைந்தது.

மற்றொரு பயணத்தில் பரீங்கா 25 பேர் கொண்ட தனது குழுவினருடன் சென்று திரும்ப, பயண முடிவில் 100 ஆண்கள் 5 பெண்கள் கொல்லப் பட்டு பலியானார்கள்.

மணி கேரியர்ஸ் என்பவர்கள் பணம், நகை, பொருளை ஓரிடத்தில் இருந்து மற்றோரிடத்துக்குக் கொண்டு சென்று சேர்ப்பார்கள். பெரும் வியாபாரிகள், பேங்க்கர்கள், அரசாங்கம், அரசர்கள் போன்றோர் சார்பாக இவர்கள் பெரும் தொகைகளைக் கொண்டு செல்வார்கள். பல்லக்கு போன்ற பூட்டப்பட்ட பெரிய பெட்டி களை வண்டிகளிலோ கூலியாட்களோ சுமந்து செல்ல இருபுறமும் முன்னும் பின்னும் துப்பாக்கி கத்திகளுடன் ஒரு சிறுபடை செல்லும்.

அப்போது சூரத், பம்பாய் பகுதிகளில் இருந்து கல்கத்தாவரை இந்த பணப் பட்டுவாடா அதிகம் நடந்தது.

பரீங்காவின் குழு இத்தகைய பணப்பரிமாற்ற குழுக்களை குறிவைத்து அவர்கள் பின்னால் அப்பாவி வழிப்போக்கர்கள்போல நாள் கணக்காக பின் தொடர்ந்து செல்வார்கள்.

அந்தப் பணப்பரிமாற்ற குழுவே இவர்களை அழைத்துப் பேசும் படியாக பலநாள் தொடர்வார்கள். அவர்கள் செல்லும் அதே ஊருக்கு தாங்களும் போவதாகக் கூறி பின் தொடர்வார்கள்.

சரியான இடமும் நேரமும் வந்தவுடன் இரண்டே நிமிடங்களில் அனைவரையும் சூழ்ந்துகொண்டு கொன்று விடுவார்கள். இப்படி எண்ணற்ற நிகழ்வுகள் நடந்துள்ளன - பரீங்காவின் பயணங்களில்.

•

இதேவேளையில் தக்கர் ஒழிப்பில் முழுமூச்சாகச் செயல்பட்டு வந்த ஸ்லீமன் அவர்களுக்கு *1829* ஜூன் மாதம் *21*ஆம் நாள் திருமணம் நடந்தது. ஸ்லீமன் மனைவி பெயர் அமிலி ஜோசப்பின். அவரும் தனது கணவருடைய அத்தனை முயற்சிகளிலும் பெரும் பங்கேற்று அவருக்குத் துணைபுரிந்தார்.

பெரும் இளைஞர் பட்டாளத்தைத் தன் சகாக்களாகக் கொண்டிருந்த ஸ்லீமன் தொடர்ந்து வெற்றி பெற்று வந்தார். மிகப்பெரும் தக்கர் கூட்டங்கள் அடுத்தடுத்துப் பிடிபட்டன.

இந்த வரிசையில் ஸ்லீமனின் பரீங்கா தேடுதல் வேட்டையும் தொடர்ந்தது. எண்ணற்ற உளவாளிகள், அப்ரூவர்கள், அரசுப் பணத்தில் உலவும் கோயிந்தாக்கள் என அனைவரும் பரீங்காவைத் தேடி கண்காணிப்பில் இருந்தனர்.

ஸ்லீமன் மறுபடியும் தன் முன்னாலிருந்த தக்கிகளின் பைல்களை புரட்டிக்கொண்டே வந்தார். பூதம், பிசாசு என்றெல்லாம் வர்ணிக்கப்படும் பரீங்கா பற்றி சமீபத்தில் ஏதும் தகவல் இல்லை.

மழைக்காலம் தொடங்கிவிட்டது. தக்கிகளுக்கு ஸ்லீமனின் சக அதிகாரிகள் குழுவின் மூலம் மரண அடி விழுந்துள்ளது. திரும்பிய பக்கமெல்லாம் அவர்கள் வளைக்கப்பட்டுள்ளார்கள். ஆகவே தக்கர்கள் மிக மிக உஷார் நிலைக்கு வந்துள்ளனர் என உணர்ந்தார்.

பின் ஸ்லீமன் தனது தலைமையகத்தை ஜப்பல்பூருக்கு மாற்றிக் கொண்டார். அது அவரது தக்கி வேட்டைக்குச் சரியான நடுநிலை இடமாக இருந்தது.

ஒருநாள் காலை அதிகாரியொருவர் மேல் மூச்சு கீழ் மூச்சு வாங்க ஸ்லீமனிடம் ஓடிவந்தார். 'ஸார்! ஸார்! அவன் வந்துவிட்டான்! பரீங்கா வந்துவிட்டான்!' எனப் பதறியபடி கூறியவர், 'பரீங்கா, அவனது தாய், மனைவி ஆகியோர் இருக்கும் கிராமத்துக்கு வந்துள்ளான்!' என்று தகவல் தெரிவித்தார்.

ஸ்லீமன் உடனடியாகத் தயாரானார். பரீங்காவின் நடவடிக்கைகளை ரகசியமாகக் கண்காணிக்க ஏற்பாடுகள் செய்தார். குதிரைப்படையின் ஆடர்லி உடனே அழைக்கப்பட்டார். அருகாமையில் உள்ள ஒரு போலீஸ் நிலையத்துக்கு அவசர தகவல் தரப்பட்டது. 'அன்றிரவு பரீங்காவின் வீடு முற்றுகையிடப்படவேண்டும். பரீங்காவையும், அவன் கூட்டத்தினரையும் தவறாது கைது செய்ய வேண்டும். ஒருவேளை அவன் தப்பி விடுவான் என்றால் அவனது மனைவி, தாய் எல்லோரையும் இங்கே கொண்டு வாருங்கள்!' என்று கட்டளை யிட்டார் ஸ்லீமன்.

ஸ்லீமன் குழு சென்று இரண்டு நாட்கள் ஆகின. இரண்டாம் நாள் மாலை ஒரு சிறு படையுடன் இரண்டு பல்லக்குகள் ஸ்லீமன் அலுவலகம் முன் வந்துநின்றது. ஒரே நொடியில் ஸ்லீமன் உணர்ந்து கொண்டார். இதில் பரீங்கா இல்லை... மாயமாகி விட்டான்... மீண்டும்!

பரீங்காவின் கிராமத்துக்குச் சென்ற போலீஸ் அதிகாரி சோகமான முகத்துடன் ஸ்லீமன் முன் சல்யூட் அடித்தபடி நின்றார். 'ஐயா... பரீங்காவின் தாய், மனைவி, குழந்தைகளைக் கொண்டுவந்து விட்டோம். பரீங்கா தப்பிவிட்டான்!' என்றார்.

அவனது உயிருக்கும் மேலான தாய், மனைவி, குழந்தைகள் சிறையில் இருக்க பரீங்கா எங்கும் ஓடி விடமாட்டான் என்று நம்பினார் ஸ்லீமன்.

பரீங்காவின் ஒன்றுவிட்ட தம்பியான ஜிர்து என்பவன் அப்போது சிறையில்தான் இருந்தான். விசாரணை முடிந்து மறுநாள் காலை தூக்கிலிடப்பட உள்ள கைதிகளுள் அவனும் ஒருவன் என்பதை அறிந்த ஸ்லீமன், 'ஜிர்துவிடம் சென்று அவனது தாயார் இங்கே இருப்பதைக் கூறுங்கள்' என்றார்

பரீங்காவின் தம்பி ஜிர்து செய்தியைக் கேட்டவுடன் பதறினான். 'ஐயா, நான் சாகும்முன் என் தாயாரைக் காணவேண்டும். அனுமதி தாருங்கள்' - என்றுகதறினான்.

மறுநாள் காலை நேரம். தூக்கிலிடப்படும் கைதிகள் நடந்தனர். ஸ்லீமன் முன்னிலையில் ஜிர்து அவனது தாயாரை சந்திக்க அழைத்து வரப்பட்டான்.

வீறிட்டு அலறியபடி ஓடிவந்த ஜிர்து, தன் தாயாரின் காலடியில் வீழ்ந்தான். 'அம்மா நான் ஒரு பாவி... நானொரு 'தக்கி' என்று உனக்குத் தெரியாது. உன்னிடம் உண்மையை மறைத்துவிட்டேன். அன்பும் அரவணைப்புமாக வளர்த்த மகனை ஒரு கொலைகாரனாக, இந்த நிலையில் காண வைத்த நான் ஒரு மகாபாவி. என்னை மன்னித்து விடுவாயா அம்மா? என் பாவங்களை மன்னிப்பாயா அம்மா?' எனக் கதறினான்.

அந்தத் தாய் தன் வலுவற்ற கரங்களை நீட்டி அவன் தலைமீது வைத்தாள். மெதுவாக அவனது கண்களில் வழிந்த நீர் அனைத்தையும் துடைத்து விட்டாள். 'உன் பாவங்கள் மன்னிக்கப்பட்டுவிட்டன மகனே. போய்... வா! ஒரு ஆண் மகனாக வீரத்துடன் போய்... வா!' என்று மெல்லிய குரலில் கூறினாள்.

சுற்றியிருந்த அனைவரையும் அந்தக் காட்சி உலுக்கிவிட்டது. எல்லோர் கண்களில் கண்ணீரை வரவழைத்த அந்த நிகழ்வு, என்றும் மறக்க முடியாமல் அனைவர் நெஞ்சிலும் நிலைத்துவிட்டது.

நிச்சயம் இந்தச் செய்தி பரீங்காவுக்கு உடனே எட்டும். அவன் இந்த எல்லையைவிட்டு நிச்சயமாக வேறெங்கும் போக மாட்டான் என்பதை உணர்ந்த ஸ்லீமன் தனது உளவாளிகள், அப்ரூவர்கள் எல்லோரையும் முடுக்கிவிட்டார்.

சிறிது நாட்களுக்குப் பிறகு...

ஒருநாள் - ஒரு சிறிய போலீஸ் படை, பயணிகள் போன்ற தோற்றத்தில் மூட்டை முடிச்சுகளுடன் சாலையில் மிக மெதுவாக நடந்து சென்று கொண்டிருந்தது. பில்சா நகரைத் தாண்டி பரீங்கா தன் குழுவுடன் சென்று கொண்டிருக்கிறான் என்று அவர்களுக்கு ரகசியத் தகவல் கிடைத்திருந்தது. ஆனால் வெகுதூரம் வந்தபோதும் பரீங்காவோ அவனது குழுவோ எங்கும் தென்படவில்லை.

நடந்து நடந்து களைத்துப் போன போலீஸ் குழுவினர், அருகாமையில் இருந்த ஒரு சிறுகுன்றின் மீது ஓய்வெடுக்க எண்ணி சப்தமின்றி அங்கு சென்றமர்ந்தனர். அந்தக் குன்றுக்கு மிக அருகே ஒரு சிற்றோடை ஓடிக் கொண்டிருந்தது. அங்கே... ஒரு பெரும் கூட்டம் நீராடிக் கொண்டிருப் பதைக் கண்டனர்.

அவர்கள் மொத்தம் 41 பேர். துணிகளைத் துவைத்துக்கொண்டும் நீராடியபடியும் இருந்தனர். அந்தக் கும்பலில் ஒரு நெடிய உருவம் இடுப்பில் துணியைக் கட்டியபடி மிக அழகான தோற்றத்துடன் இருப்பது தெரிய, அந்த உருவம் நிச்சயமாக பரீங்காவாகத்தான்

இருக்கவேண்டும் என முடிவு செய்தார் அந்தச் சிறிய போலீஸ் படைத் தலைவர்.

அவர் நினைத்தது சரிதான்! அது பரீங்காவேதான்!

பரீங்கா ஓடையில் ஓர் ஓரமாக நீராடிக் கொண்டிருந்தான். அப்போது அவன் தலைக்குமேல் மரத்திலிருந்து ஒரு சிறிய ஆந்தை கூவியது. திடுக்கிட்டு நிமிர்ந்தான் பரீங்கா. இரண்டாம் முறையும் கூவிய அந்தப் பறவை பின் பறந்துவிட்டது.

தக்கர்களின் அகராதிப்படி அதுவொரு அபாய அறிவிப்பு!

நாய், பூனை, கழுகு, கருடன், காக்கை, பல்லி, ஓநாய், மான், முயல், பன்றி, பாம்பு, கழுதை அத்தனை விலங்குகளும் பறவைகளும் காளி தேவியின் கட்டளைப்படி அபாய அறிவிப்பு மற்றும் நற்செய்திகளை தன் குழந்தைகளான தக்கர்களுக்கு வழங்குகின்றன என்பது அவர்கள் நம்பிக்கை.

பரீங்காவின் துணைவனும் மெய்க்காப்பாளனுமான குரோரா இடுப்பில் கட்டிய துணியுடன் ஓடிவந்தான். 'தலைவா... குட்டி ஆந்தை கூவிவிட்டது. அதுவும் இரண்டு முறை கூவிவிட்டது. மிகப் பெரிய ஆபத்து வர உள்ளது என்று தோன்றுகிறது. உடனே இவ்விடத்தை விட்டு ஓடிவிடலாம். புறப்படுங்கள்.' என்று பதறினான்.

'பொறு குரோரா... பொறு... உன் பதட்டம் அனைவருக்கும் தொற்றிக் கொண்டால்தான் ஆபத்து. ஆந்தையின் இந்த எச்சரிக்கை எதிர்காலத் துக்குத்தான்... இப்போதைக்கு அல்ல! சீக்கிரம் குளித்துவா... புறப்படலாம்!' அலட்டிக் கொள்ளாமல் சொன்னான் பரீங்கா.

'எனக்கென்னவோ குட்டி ஆந்தையின் குரலை அலட்சியப்படுத்தக் கூடாது என்று தோன்றுகிறது. என் மனத்துக்கு இது சரியாகப் படவில்லை!' என்று முணுமுணுத்தபடியே சென்றான் குரோரா.

அனைவரும் குளித்து முடித்து தங்கள் துணிமணி... மற்றும் நீண்ட பயணத்தால் கிடைத்த செல்வ மூட்டைகள் அனைத்தையும் எடுத்துக் கொண்டு சாகர் நகரை நோக்கி நடந்தனர். வழியில் சாலையோர மரநிழலில் மாலை உணவு அருந்த அனைவரும் அமர்ந்தனர். பரீங்கா அவர்களை உணவு அருந்தச் சொல்லிவிட்டு தன் குதிரையில் ஏறிப் புறப்பட்டான். சற்றுத் தொலைவில் சாலையை ஒட்டியுள்ள கிராமம் ஒன்றில் இருக்கும் கிராமத் தலைவனை பார்க்கச் சென்றான்.

கிராமத்தலைவரை அவரது வீட்டிற்கே சென்று ஒரு வியாபாரிபோல் சந்தித்த பரீங்கா, 'என்ன தலைவரே! இந்தப் பகுதியில் நிலைமை

எப்படி உள்ளது? நான் ஊர் ஊராக வியாபாரத்துக்குச் செல்பவன். விலை உயர்ந்த பொருள்களுடன் செல்லுகிறேன்! இங்கு தக்கர்கள் பயம் உள்ளதாமே? இந்த போலீஸ் என்னதான் செய்கிறது? அவர்கள் ஏன் என்னைப் போன்றவர்களுக்கு நல்ல பாதுகாப்பு ஏற்பாடுகளைச் செய்துதரக் கூடாது?' என்று விசாரித்தான்.

'இல்லை... உங்களைப் போன்ற வியாபாரிகளின் பாதுகாப்புக்காகத் தான், போலீஸ் அங்குமிங்கும் சென்று கொண்டிருக்கிறது. பாருங்கள், இன்று கூட ஒருபோலீஸ் படை சாகரில் இருந்து வியாபாரிகள் போல வேடமிட்டுச் செல்வதைக் கண்டேன். எனவே பயப்படாதீர்கள்!' என்று அவர் பேசிக் கொண்டிருக்கும்போதே, வாசலில் பரீங்காவின் குதிரை கயிறை அறுத்துக் கொண்டு கனைத்தது. கிராமத்துக்கு வெளியே சாலையில் கூக்குரலும் கூச்சலும் கேட்டது. 'பக்கத்து கிராமத்துச் சாலையோரத் தோப்பில் போலீஸ் சூழ்ந்திருக்கிறதாம்! ஒரே களேபரமாம்!' என்று சொல்லிக்கொண்டு கிராமத்து ஆட்கள் ஆர்வத்துடன் விரைந்துகொண்டிருந்தனர். எல்லோருக்கும் முன்னதாக பரீங்கா விரைந்து சென்றான். தூரத்தில் இருந்தபடியே தோப்பை நோட்டமிட்டான்.

தொலைவில் பரீங்காவின் ஆட்கள் தங்கியிருந்த தோப்பை போலீஸும், ராணுவமும் சேர்ந்த பெரும் படை சுற்றி வளைத்திருந்தது. அப்போது தான் குளித்துவிட்டு, ஆசுவாசத்துடன், கொஞ்சமும் எச்சரிக்கையில்லாத நிலையிலிருந்த பரீங்காவின் கூட்டத்தை, போலீஸ் படை சுலபமாக கோழிகளைப் பிடிப்பதுபோல பிடித்து அமுக்கியிருந்தது.

சுளீரென சவுக்கடிபட்டதுபோல உணர்ந்த பரீங்கா சுதாரித்து சுயநினைவுக்கு வந்தான். மெல்லப் பின்வாங்கி தன் குதிரை இருந்த இடத்துக்கே விறுவிறுவென வந்தவன், அங்கிருந்த தனது குதிரையின் மீதேறி அடர்ந்த காட்டுப் பகுதியை நோக்கி குதிரையை விரட்டினான்.

'அடடா! அந்தச் சிறு பறவை ஆந்தை எனக்கு அபாயத்தை உணர்த்தி யதை பொருட்படுத்தாமல் போனேனே! குரோரா எச்சரித்ததையும் புறக்கணித்தேன். எல்லாம் தவறாகிவிட்டது. பணம்... பொருள்... ஆட்கள்... எல்லாம் இழந்தாகிவிட்டது. அந்த பிரிட்டிஷ் அதிகாரி ஸ்லீமன் பயங்கரமானவன்தான். எல்லோரையும் அழித்துவிட்டான்!' என்று எண்ணியபடி குதிரையை விரட்டினான்.

பரீங்கா பதட்டம் நீங்கி மெதுவாகச் சிந்தித்தான். இதற்குமேல் அவனுக்கு அடைக்கலம் தருவது ஜான்சி நகரம்தான். ஜான்சி நகரைச் சுற்றி பல்வேறு கிராமங்களில் அவன் உறவினர்கள் இருந்தனர். உறவினர் என்று எண்ணியபோது அவனுக்கு ஸ்லீமனின் பாதுகாப்பில்

உள்ள தனது தாயார், மனைவி, குழந்தைகள் பற்றிய எண்ணம் நினைவுக்கு வந்தது. பரீங்கா ஒரு தக்கி என்பது இதுவரை அவன் மனைவிக்குத் தெரியாது. தெரிந்ததும் அவள் என்ன நினைப்பாளோ? இதையெல்லாம் நினைத்ததும் அதிகாரி ஸ்லீமன்மீது அவனுக்கு மேலும் எல்லையற்ற கோபம் உண்டானது. ஜான்சி நோக்கி நேர்வழியே செல்லாமல் கிராமங்களின் ஊடே கிராமியச் சாலைகளில் சென்றான் பரீங்கா.

•

இதே சமயம் ஸ்லீமன் தனது அலுவலக உதவியார்களுடன் பேசியபடி, மேஜைமீது இருந்த மேப்பில் பல்வேறு இடங்களை தன் விரலால் தொட்டபடி... 'இருக்காது...! இருக்காது...! ம்ஹூம்! நீங்கள் கூறுவதுபோல பரீங்கா கண்டிப்பாக பில்சா நகர் வரமாட்டான்.' என்று உறுதியாகச் சொன்னவர், 'நிச்சயமாக அவன் ஜான்சி நகர் நோக்கித் தான் செல்வான்' - என்று சரியாகக் கணித்தார்.

'ஜான்சியிலிருந்து ஒரு பெரிய படையை உடனே அனுப்பச் சொல்லுங்கள். மிகத் திறமை வாய்ந்த ஆட்களாக இருக்கவேண்டும். வழிநெடுகிலும் நமது அப்ரூவர்கள், உளவாளிகள் அனைவரும் கண்காணிக்கட்டும்.' என்ற ஸ்லீமன், ஜான்சி நகரைச்சுற்றி ஏழு எட்டு கிராமங்களை அப்ரூவர்களுடன் கலந்து தேர்வு செய்தார். 'இங்கே தான் ஏதாவது ஒரு கிராமத்தில் பரீங்கா தங்கவேண்டும். எனவே அவனது உறவினர்கள் இந்தக் கிராமங்களில் எங்கெங்கே உள்ளனர் என்று கண்டுபிடித்து அவ்விடங்களைக் கண்காணியுங்கள்.' என்றார்.

ஒரு இன்ஸ்பெக்டர் தலைமையில் போலீஸ் குழு புறப்பட்டது. போலீஸ் உளவாளிகள் பரீங்காவுக்கு நெருங்கிய உறவினர்கள் உள்ள முக்கியமான ஐந்து கிராமங்களை தேர்வு செய்து தந்திருந்தனர். அந்த ஐந்து கிராமங்களுக்கும் பல்வேறு போலீஸ் குழுக்கள் சென்றன. முன்னிரவு நேரம் அப்ரூவர் தன்ராஜ் ஒரு போலீஸ் குழுவை முதலாவ தாக ஒரு கிராமத்துக்கு அழைத்துச் சென்றான். அங்கே பரீங்கா இல்லை. அந்த கிராமத் தலைவனை தங்கள் கட்டுப்பாட்டில் வைத்துக் கொண்டு அவனையும் அழைத்துக்கொண்டு அடுத்த கிராமத்துக்குச் சென்றனர். அங்கேயும் பரீங்கா இல்லை. அந்த கிராமத் தலைவனையும் தங்களது கட்டுப்பாட்டில் எடுத்துக்கொண்டு அடுத்த கிராமத்துக்கு கூடவே அழைத்துச் சென்றனர்.

இப்படியே அவர்கள் சென்ற நாலாவது கிராமம்தான் பரீங்கா தங்கியிருந்த கிஷ்ராய் கிராமம். விடிவதற்கு இரண்டு மணி நேரமே இருந்தது. பரீங்கா அங்கேதான் இரவு தங்கியிருக்கிறான் என்பது தெரிந்துவிட்டது.

இரண்டாவது அப்ரூவர் சோகார் அந்த வீட்டைச் சுட்டிக்காட்டினான். சோகாரும் தன்ராஜ்ஜூம் கதவை நெருங்கினர். இருவரும் வேகமாக கதவின்மீது ஒரே நேரத்தில் மோதினர். தாழ்ப்பாள் தெறித்துவிழ கதவு திறந்த வேகத்தில் ஓடிச் சென்று இருவரும் பரீங்கா படுத்திருந்த கட்டில் மீதே விழுந்தனர்.

திடுக்கிட்டு பரீங்கா விழித்துக்கொண்டான். ஒரே நொடியில் அவனுக்கு எல்லாம் புரிந்துவிட்டது. இன்ஸ்பெக்டர் தலைமையில் வீட்டுக்குள் நுழைந்த போலீஸார் அவனைச் சூழ்ந்துகொண்டனர். அதற்குமேல் பரீங்கா எவ்வித எதிர்ப்பும் காட்டவில்லை. அவன் நினைத்திருந்தால் இன்ஸ்பெக்டர் வருவதற்குள் இளஞ்சிறுவர்களான சோகார், தன்ராஜ் இருவரையும் ஒரே நொடியில் கொன்றிருக்கமுடியும். ஆனால் பரீங்கா அப்படி எதுவும் செய்யவில்லை. எதிர்ப்பு காட்டாமல் சரணடைந்தான். அவனது கைகள் கட்டப்பட்ட நிலையில் போலீசாருடன் அமைதியாக நடந்தான்.

விடிவதற்கு முன்னரே அனைவரும் பாதுகாப்பான இடத்துக்கு வந்து விட்டனர். 1830 டிசம்பர் மாதம் அது. வாட்டி எடுக்கும் குளிரில் நடந்த வர்கள் சாகர் நகரை அடைந்தனர். அங்கிருந்த சிறையில் அடைக்கப் பட்டான் பரீங்கா!

13

தோண்டத் தோண்டப் பிணங்கள்!

பரீங்கா தனிமைச் சிறைச்சாலையில் இருந்தான். அவனைக் கைது செய்து அடைத்த டிசம்பர் மாதம் முழுவதும் அவனிடம் எந்த விசாரணையும் நடைபெறவில்லை.

ஜனவரி மாதம் ஒருநாள் காலை சாகர் பகுதியில் பரபரப்பு தொற்றிக் கொண்டது. பரீங்காவை கோர்ட்டுக்கு அழைத்து வருகிறார்கள் என்று தகவல் பரவி, மக்களெல்லாம் திரண்டு வந்து கூட்டமாக நின்றனர். பொது மக்கள் மட்டுமன்றி போலீஸ் அதிகாரிகளும் அவனைக் காண வந்திருந்தனர். அவனை சிறை பிடித்தது முதல் இதுவரை அவனைக் காணவோ பேசவோ யாரையும் அனுமதிக்கவில்லை.

சாகர் நீதிமன்ற வளாகம் முழுவதும் ஆயுதம் ஏந்திய ஒரு போலீஸ் படை பாதுகாப்புக்காக நிறுத்தப்பட்டிருந்தது. காலை பத்து மணியளவில் கை, கால்களில் விலங்குகள் இடப்பட்டு பரீங்காவை போலீசார் கூட்டி வந்தனர்.

ஒரு போலீஸ் இன்ஸ்பெக்டர் பரீங்காவை அழைத்து வந்த போலீஸ் குழுவை வெளியில் நிறுத்திவிட்டு கோர்ட்டில் ஸ்லீமன் இருந்த அறைக்குள் நுழைந்தார்.

'ஐயா... வணக்கம்.. தக்கி பரீங்காவை சிறையிலிருந்து கொண்டு வந்துள்ளோம். அவனை தங்கள் முன் கொண்டுவந்து நிறுத்தலாமா?' என்று கேட்டார்.

'கொண்டு வாருங்கள்...' என்றார் ஸ்லீமன்.

அடுத்து தன் பின்னால் அமர்ந்திருந்த எழுத்தரைப் பார்த்து, 'நீ எங்காவது சாத்தானைப் பார்த்திருக்கிறாயா?' என்று கேட்டார்.

திடுக்கிட்ட அந்த ஊழியர், 'ஐயா, நான் பார்த்தது இல்லை...!' என்றார்.

'சாத்தான் இப்போது உள்ளே வரப்போகிறது... நன்றாகப் பார்' என்று கூறிய ஸ்லீமன் பெரிய ஒரு ஃபைலை எடுத்தார். அது பரீங்காவின் குற்றப் பதிவு ஏடு. இரண்டு ஆயுதம் தாங்கிய போலீஸ் உடன்வர இன்ஸ்பெக்டர் ஸ்லீமன் முன்னால் வந்து ஒரு பெரிய சல்யூட் அடித்தார்.

'ஐயா! தக்கி பரீங்காவை ஆஜர் செய்து உள்ளேன்.'

பிரிட்டிஷ் நீதிபதியும், நிர்வாக அதிகாரியுமான ஸ்லீமன் மெல்லத் தலை நிமிர்ந்தார். பரீங்காவைப் பார்த்தார். அழகான தோற்றமுள்ள இந்தச் சாத்தான் எத்தனையெத்தனை அட்டூழியங்கள் செய்துள்ளது என்று நினைத்தார். பின் பரீங்காவிடம் இந்துஸ்தானி மொழியில் கேட்டார்.

'எதற்காக என்னைப் பார்க்க வந்தாய்? உனக்கு என்ன வேண்டும்?'

பரீங்கா பேசினான்:- 'என் குடும்பத்தாரை சட்ட விரோதமாகக் கைது செய்து வைத்துள்ளீர்கள். அவர்களை உடனே விடுதலை செய்ய வேண்டும். நானும் குற்றமற்றவன். போலீசார் தவறுதலாக என்னைக் கைது செய்து இங்கே கொண்டுவந்துள்ளனர்.' என்றான்.

'பரீங்கா! கவலைப்படாதே. உன் தாயாரும், மனைவி குழந்தைகளும் பத்திரமாக இங்கேதான் உள்ளனர். என்ன சொன்னாய்? நீ... குற்றமற்றவன்! இல்லையா?' என்றவர் தக்கிகளின் ரகசிய பாஷையான ராமாசி மொழியில் பேசத்தொடங்கினார்.

அவன் செய்த கொலைகள், குற்றங்கள், கொள்ளைகள் அனைத்தையும் அடுக்கடுக்காக வரிசைப்படுத்திக் கூறினார். அந்த மொழி ஸ்லீமன், பரீங்கா இருவரைத் தவிர சுற்றியிருந்த யாருக்கும் புரியவில்லை. கிட்டத்தட்ட அரைமணிநேரம் பரீங்காவின் குற்றங்களைத் தெளிவாக பட்டியல் இட்டார் ஸ்லீமன்.

பரீங்காவால் தன் காதுகளையே நம்ப முடியவில்லை. தன் குற்றங்கள் அனைத்தையும் ஆதாரங்களுடன் தனது ரகசிய மொழியில் அவர் பேசியதைக் கேட்டபின் அவன் வாயடைத்துப்போய் நின்றான்.

ஸ்லீமன் அவனது திகைப்பை ரசித்தபடி அறையிலிருந்த இன்ஸ்பெக்டர், போலீசார், தன் உதவியாளர் அனைவரையும் வெளியே போகச் சொன்னார். கதவும் சாத்தப்பட்டது.

ஸ்லீமனும் பரீங்காவும் மட்டும்தான் அந்த அறையில் தனிமையில் இருந்தனர். நாற்காலியில் இருந்தபடியே ஸ்லீமன் பரீங்காவை சற்று அருகே அழைத்தார்.

'நீ இதுவரை செய்துள்ள குற்றங்களுக்கு உன்னை நூறு முறை தூக்கில் போடலாம்! நீ எந்த வகையிலும் தப்பிக்க முடியாது. ஆனால்...' என்று சொல்லி நிறுத்தியவர் தொடர்ந்து, 'நான் உனக்கொரு வாய்ப்பு தருகி றேன். உன் எதிர்காலம் சிறப்பாக அமைய நான் உதவி செய்கிறேன். நீ அப்ரூவராக மாறி என்னுடன் ஒத்துழைத்தால் எல்லாம் நல்லபடியாக நடக்கும். இதோ பார், உனக்கு ஒரு முழு நிமிடம்... அறுபது வினாடிகள் யோசிக்க நேரம் தருகிறேன்... பிறகு... உன்பாடு...' என்ற ஸ்லீமன் தன் கைக்கடிகாரத்தை கழற்றி டேபிள் மீது அவன் முன்னால் வைத்தார்! நேரம் ஓடத்தொடங்கியது.

15 வினாடிகள் சென்றன!

30 வினாடிகளும் சென்றன!

45 வினாடிகளும் சென்றன! ஒரே அமைதி. பரீங்காவிடம் எவ்வித அசைவுகளும் இல்லை. ஸ்லீமன் அவனது கண்களையே உற்றுப்பார்த்தார். எதுவும் புலப்படவில்லை.

50 வினாடிகள் சென்றன!

இன்ஸ்பெக்டரை அழைக்க அழைப்பு மணி பக்கம் தன் கைகளைக் கொண்டு போனார் ஸ்லீமன்.

அதேநேரம்...

'நீங்கள் என்ன சொன்னாலும் கேட்கிறேன் ஐயா..!' என்றபடி ஸ்லீமன் எதிரில் கை கூப்பியபடி கீழேயே உட்கார்ந்து விட்டான் பரீங்கா.

அடுத்த நொடி பரீங்காவின் கால் கை கட்டுக்கள் அவிழ்க்கப்பட்டன. அவனது முகம் மலர்ந்தது. ஒரு ஜப்பானிய சிப்பாய்போல் பணிவிலும் பணிவாக நடக்கலானான்.

'இதெல்லாம் சரி! ஆனால் கடந்த கடைசி பயணம் மூலமாக மட்டுமே பரீங்கா சில வாரங்களில் மட்டும் 100 ஆண்கள் 5 பெண்களைக் கொன்று விட்டானே. அவனுக்கு மன்னிப்பு தர ஸ்லீமன் முயற்சிக்கலாமா?' என்று பின்னாளில் சிலர் கேள்வியெழுப்பியபோது ஸ்லீமன் தரப்பில் பதில் சொல்லப்பட்டது.

'தக்கிகள் உலகில் இவை சாதாரணம். போலீஸ் பதிவேட்டின்படி 20 பேர் கொண்ட ஒரு தக்கிக் குழு ஒரே பயணத்தில் சில வாரங்களில் 256

கொலைகளைச் செய்துள்ளனர். ஆகவே இப்போது பரீங்காவுக்கு மன்னிப்பு வழங்கப்படுவதன் காரணமாக, இதற்குப் பிறகு பல்வேறு பெரிய குழுக்களைக் கைதுசெய்து அவர்களையெல்லாம் சிறைக்கு அனுப்புவதன் மூலம் இனி வரும் காலங்களில் நடக்கவுள்ள லட்சம் கொலைகளை நிச்சயம் தடுத்துவிட முடியுமே. இது முக்கிய நன்மை அல்லவா?'

மன்னிப்பு அளிக்க முடிவு செய்த பிறகு பயங்கர தக்கியும், தக்கிகளின் இளவரசனும், எல்லாப் பகுதிகளின் தக்கித் தலைவர்களையும் அறிந்த அந்த பரீங்கா என்னும் பிராமண இன தக்கி, ஸ்லீமனின் வளர்ப்பு நாய் போல விசுவாசியாகிவிட்டான்.

கவர்னர் ஜெனரலுடனும் பிரிட்டிஷ் அரசுடனும் நீண்ட விவாதங்கள் விளக்கங்களுக்குப் பின் பரீங்காவின் உயிரை மீட்டுத் தந்தார் ஸ்லீமன். அதனாலேயே ஸ்லீமனிடம் முன்னிலும் அதிக விசுவாசத்துடன் பழகத் தொடங்கினான் பரீங்கா.

அந்தச் சமயத்தில் சாகர் மாவட்டத்தில் அரசாங்க விஷயமாக ஸ்லீமன் சுற்றுப்பயணம் செல்லவேண்டியிருந்தது. தன் துணைவியார் அமிலி யுடன் புறப்பட்டார். அப்போது பரீங்கா அவர் செல்லும் சலாடா கிராமத்துக்கு தானும் வர விரும்புவதாகக் கூறவே அவனையும் பாதுகாப்புடன் அழைத்து வரச் சொல்லிவிட்டு, தான் முதலில் புறப்பட்டுச் சென்றார் ஸ்லீமன்.

சாகர் நகரிலிருந்து 30 மைல் தொலைவில் இருந்த சலாடா கிராமத்தை அடைந்த ஸ்லீமனும் அவரது குழுவும் எப்போதும்போல கிராமத்துக்கு வெளியே இருந்த அடர்ந்த மாந்தோப்பில் தங்கினர். வழக்கம்போல ஸ்லீமன் குடும்பத்துக்காக பெரிய டெண்ட் அமைக்கப் பட்டது. இரவு அந்த டெண்ட்டில் உறங்கி காலை கண்விழித்தார் ஸ்லீமன்.

அப்போதுதான் அழைத்து வரப்பட்ட பரீங்கா, ஸ்லீமனை பார்க்க விரும்பு வதாகக் கூறவே அவன் டெண்டுக்கு அழைத்துவரப்பட்டான்.

டெண்டுக்குள் வந்த பரீங்கா அதுவரை ஸ்லீமன் படுத்திருந்த ஓரிடத் தையும் டெண்டுக்கு வெளியே மூன்று இடங்களையும் குறிப்பிட்டுக் காண்பித்தான். ஸ்லீமனின் துணைவியார் படுத்திருந்த இடத்தின் அடியிலும் ஓர் இடத்தைச் சுட்டிக்காட்டினான். அவையெல்லாமே பல்வேறு சமயங்களில் தக்கிகளால் கொல்லப்பட்ட பிணங்கள் புதைக்கப்பட்ட பெரிய புதைகுழிகள்.

உடனடியாகச் சுற்றியுள்ள கிராமத் தலைவர்கள், தானாதார் மற்றும் போலீஸாருடன் அருகே உள்ள கோரி என்கிற கிராமத்தில் இருந்து குழி வெட்ட ஆட்களும் வரவழைக்கப்பட்டனர்.

1. ஒரு பண்டிட், அவரது 6 உதவியாளர்கள் சேர்த்து மொத்தம் ஏழு உடல்கள் ஸ்லீமனின் டெண்ட் கயிறுக்குக் கீழ் தோண்டப்பட்ட குழியிலிருந்து எடுக்கப்பட்டது. அது நடந்தது 1818-ஆம் ஆண்டு.

2. ஸ்லீமனின் குதிரைகள் கட்டப்பட்டிருந்த இடத்திற்குக் கீழ் பரீங்கா சுட்டிக் காட்டிய புதைகுழியில் இருந்து ஒரு ஹவில்தார் நான்கு சிப்பாய்கள் சேர்த்து மொத்தம் 5 பேர் உடல்கள் தோண்டியெடுக்கப் பட்டன.

3. டெண்ட்டுக்குள் ஸ்லீமன் உறங்கிய இடத்துக்குக் கீழே கங்கா நீர் கொண்டுவரும் பிராமணர்கள் நால்வருடன் ஒரு பெண் உட்பட 5 பேர் புதைக்கப்பட்டிருந்தனர்.

4. ஸ்லீமனின் துணைவியார் உறங்கிய இடத்துக்குக் கீழ் புனித கங்கை நீர் கொண்டு வந்தவர்களுடன் ஒரு பெண்ணும் சேர்த்து புதைக்கப் பட்டிருந்தது தெரியவந்தது.

ஸ்லீமனின் துணைவியார் பதறிவிட்டார். 'எனக்கு இரவு தூக்கமே வரவில்லை. கெட்ட கனவுகளே வந்து மிக மிக அச்சமாகவே இருந் தேன். விடியற்காலையில்தான் சற்றுத் தூங்கினேன்!' என்றார்.

அருகாமையில் இருந்த மற்றொரு மாந்தோப்பில் மீண்டும் தோண்ட வேண்டும் என்றும் அங்கும் சில புதைகுழிகள் இருப்பதாகவும் கூறி ஸ்லீமனின் ஆட்களை அழைத்தான் பரீங்கா. 'போதுமப்பா.. போதும்... இதையே சகிக்க முடியவில்லை!' எனப் பதறிய ஸ்லீமன் மேலும் தோண்ட மறுத்துவிட்டார். தோண்டிய பிணங்களை குறித்துக்கொண்டு ஆவண செய்து மீண்டும் அங்கேயே புதைத்துவிட்டு அனைவரும் வேகமாக அங்கிருந்து கிளம்பினர்.

குழியொன்றில் கொல்லப்பட்டு புதையுண்டு கிடந்த அந்த பண்டிட் வந்த குதிரை சலோடா கிராமத் தலைவருக்கு பரிசாகத் தரப்பட்டதாக பரீங்கா கூறினான். தக்கர்கள் இம்மாதிரி பல கிராமத் தலைவர்களை பரிசு கொடுத்து வசியப்படுத்தி வைத்திருந்தது ஸ்லீமனுக்குத் தெரிந்த விபரம்தான். இன்னும் பல தக்கர் குடும்பங்கள் அந்த சலோடா கிராமத் தலைவர் தயவில் அங்கே வசிப்பதும் பல்வேறு தக்கர் குழுக்களும் வருடம் முழுவதும் அங்கே தங்கிச் செல்வதும் வழக்கமென்று பரீங்கா தகவல் சொன்னான். ஆனால் இத்தனையும் அந்தக் கிராமத்தின்

சாதாரண மக்களுக்குத் தெரியவில்லை. அருகாமையில் இருந்த மற்ற கிராமத்தவருக்கும் யாருக்கும் தெரியவில்லை.

ஸ்லீமன் நரசிங்கப்பூர் மாவட்ட நிர்வாக அதிகாரியாகப் பொறுப்பேற்று 1822 முதல் 1824வரை மூன்று ஆண்டுகள் அப்பதவியில் இருந்தார். சுற்றிலும் பல கிராமங்கள் இருந்தன.

ஸ்லீமன் கூறுகிறார். 'எனது கோர்ட் ஹாலில் இருந்து 400 கஜம் தூரத்தில் குந்தேலி என்கிற கிராமம் இருந்தது. அதேபோல நான் வசித்த எனது வீட்டிலிருந்து சில மைல் தூரத்தில்தான் மண்டேசர் என்னும் மற்றொரு கிராமம் அமைந்திருந்தது. கிராமத்தில் எல்லையிலேயே பெரிய மாந்தோப்பு ஒன்று இருந்தது. அந்த மாந்தோப்புதான் வடஇந்தியாவின் மிகப் பெரிய புதைகுழியாக இருந்துள்ளது.

'நான் நீதிபதியாக பணியாற்றிய காலங்களில் ஒரு சிறு திருட்டு, கொள்ளை போன்ற எந்தவிதப் புகாரும் இந்தக் கிராமங்களில் இருந்து வராது. புனிதமான மக்கள் வசிக்கிறார்கள் என்று எண்ணி மகிழ்வேன். ஆனால் அருகே உள்ள ஜண்டெலி கிராமம் மாபெரும் தக்கர்களின் குடியிருப்பு என பின்னாளில் அறிந்து அதிர்ந்து போனேன்!' என்றார் ஸ்லீமன்.

அவரது வீட்டிலிருந்து 400 மீட்டர் தூரமே உள்ள மண்டேசர் கிராமம் பெரிய பெரிய தக்கர்களின் குடியிருப்பாக இருந்துள்ளது.

'நான் நீதிபதியாக இருந்த எனது கோர்ட்டுக்கு அடுத்த சில மைல் தொலை வில் உள்ள மாந்தோப்பு, தக்கர்களின் புதைகுழி என்பதாலும், பூனாவில் இருந்து ஹைதராபாத் செல்லும் முக்கிய சாலை என்பதாலும் தக்கர்கள் தங்கள் பிடியில் அகப்பட்ட பயணிகளை ஓய்வெடுக்க அந்த மாந்தோப்புக்கு அழைத்துச் சென்று கொன்று புதைத்துள்ளனர். நூற்றுக்கணக்கானவர்கள் புதைக்கப்பட்ட அந்தப் பெரிய மாந்தோப்பு பற்றி நடத்தப்பட்ட விசாரணையில் பெரும் நிலச்சுவான்தார்களின் முன்னோர்கள், தர்ம கைங்கர்யமாக வழிப்போக்கர்கள் தங்கிச் செல்ல நல்ல மனதுடன் அமைத்துத் தந்த இடம் அது எனத் தெரியவந்தது. நல்ல கருணையாளர்கள் செய்த தருமம், அவர்களை முட்டாள்களாக ஆக்கிய விதியை எண்ணி மனம் வருந்தினேன்!' என்றார் ஸ்லீமன்.

ஸ்லீமனின் நெருங்கிய உறவினர் டாக்டர் ஹென்றி ஸ்ப்ரே அவர்களின் துணைவியார் திருமதி பென்னி பார்கஸ் எழுதியுள்ள Wanderings of a Pilgrim in search of the Picturesque என்ற புத்தகம் 2 வால்யூம்களும் சுமார் 1000 பக்கங்களும் கொண்டது. அதில் தக்கர்கள்

குற்றவாளி தக்கியை விசாரிக்கும் நீதிபதி

பற்றி ஸ்லீமன் கூறிய பல அரிய தகவல்கள் உள்ளன. அவற்றிலுள்ள தகவல்களில் சிலவற்றை இங்கே பார்ப்போம்.

'தக்கர்களுக்காக புதியதாகக் கட்டப்பட்ட தனி சிறைச்சாலையில் அவர்களுக்கான சிறப்பு மருத்துவராக டாக்டர் ஹென்றி ஸ்ப்ரே பணியாற்றினார். சாகர் நகரில் உள்ள அந்தச் சிறைச்சாலைக்கு பரீங்கா கைதுக்குப் பிறகு பல்வேறு இடங்களில் பிடிபட்ட தக்கர்கள் பெரிய பெரிய வண்டிகளில் தினந்தோறும் கொண்டு வரப்பட்டனர். உண்மையான தொண்டு உள்ளம் கொண்ட டாக்டர் ஹென்றி ஸ்ப்ரே அவர்களை மிக நன்றாகக் கவனித்தார்.

பின்னாளில் விசாரணையின் முடிவில் பல்வேறு இடங்களில் பிடிபட்ட அந்தத் தக்கர்களுக்கு மரணதண்டனை வழங்கப்பட்டது. ஸ்லீமன்தான் அங்கே நீதிபதியாகவும் பணியாற்றினார்.

நீதிபதி ஸ்லீமன் வீற்றிருக்கும் பெரிய டேபிள் முன் அரைவட்ட வடிவில் அந்தத் தக்கர்கள் ஒவ்வொரு குழுவாக நிறுத்தப்படுவார்கள். அவர்கள் முன்னும் பின்னும் ஆயுதம் தாங்கிய போலீசார் சூழ்ந்திருக்க

குற்றப் பத்திரிகை வாசிக்கப்படும். ஒவ்வொருவர் பெயரிலும் உள்ள வாரண்ட் முன்னால் வைக்கப்பட்டு அதன்படி ஒவ்வொருவர் பெயரையும் கோர்ட் குறிப்பிட்டதும் சிரஸ்தார் எனப்படும் போலீஸ் அதிகாரி சத்தமாக அந்தக் குற்றவாளியின் பெயரை உச்சரித்து அழைப்பார். இந்த நிகழ்வு முடிந்தவுடன் ஸ்லீமன் அந்தக் குற்றவாளிகளின் முன்னால் அவர்களுக்குப் புரியும்படியாக இந்துஸ்தானி மொழியில் பேசுவார்.

'குற்றம் சாட்டப்பட்டு, குற்றவாளி என்று நிரூபிக்கப்பட்டுள்ள நீங்கள் அனைவரும் கொலைக் குற்றவாளிகள் ஆவீர்கள். கல்கத்தா தலைமை கோர்ட் ஆணைப்படியும் அதன் கவுன்சில் ஆணைப்படியும் நாளை விடியற்காலை உங்கள் அனைவருக்கும் தூக்கு தண்டனை நிறைவேற்றச் செய்யுமாறு ஆணை வந்துள்ளது. நீங்கள் ஏதாவது தகவல் தர, சொல்ல விரும்பினால் இப்போது கூறலாம்!' என்று ஸ்லீமன் தகவல் தெரிவிப்பார்.

சிலர் தங்கள் உடலை எரித்துவிட வேண்டுவார்கள். 'நான் குற்றவாளி அல்ல. தேவியின் ஆணைப்படி நடந்தேன்!' என்று ஒருவர் கூறுவார்.

ஒருமுறை குற்றவாளியான தக்கர் ஒருவன் கோர்ட்டின் அமைதியை சீர்குலைக்கும்படியாக ஸ்லீமனைப் பார்த்து உரக்கக் கத்தினான். 'உன் விருப்பப்படி எங்களைத் தூக்கில் போட்ட உன்னை விடமாட்டேன். சொர்க்க பூமியில் உன்னைச் சந்தித்து அங்கே பழிக்குப்பழி வாங்கு வேன்!' என்று கூவிச்சென்றான்.

தீர்ப்பு கூறப்பட்டவுடன் அவர்கள் அனைவரும் சிறைச்சாலைக்குக் கொண்டு செல்லப்படுவார்கள்.

இரவு முழுவதும் அவர்கள் காளி தேவியை துதிபாடியும் தங்களுக்கு தேவி தரவுள்ள சொர்க்க வாழ்வை எண்ணியும் பாடிக்கொண்டிருப்பர். தங்கள் செயல்களை, கொடூரங்களை, குற்றங்களை நினைத்து வருந்துபவர் யாருமில்லை!

இந்த இடத்தில் நாம் தக்கர்களின் மனநிலையைப் பார்க்கவேண்டும். அவர்களைப் பொருத்தவரை தாங்கள் செய்யும் இந்தக் கொலைகளை அவர்கள் தவறென்றோ பாவச் செயல் என்றோ கருதுவதேயில்லை.

தேவிதான் தங்களை வழிநடத்துகிறாள். தேவியின் ஆணைப்படி ஒருவரைக் கொல்வதன் மூலமாக, கொல்லப்படுபவனுக்கும் தாங்கள் புண்ணியம் தேடித் தருகிறோம் என்பதாகவே அவர்கள் கருதினார்கள். ஏனெனில் கொல்லப்படுபவன் சொர்க்கம் போவதாக தக்கர்கள் நம்பினார்கள்.

இரக்கம், கருணை, தயை இவை தக்கர்களிடம் அறவே கிடையாது. ஏனெனில் இது கடவுளின் ஆணைப்படிச் செய்யப்படுகிறது. தன்னால் இறப்பவன் தன்னைப்போலவே தன் குழுவில் உள்ள ஒருவனே என்று தக்கிகள் நம்பினர். இருவரும் ஒருவருக்கு ஒருவர் உதவிக் கொள்கிறார்கள். எப்படி எனில், தன்னைக் கொல்வதற்காக தன்னிடமுள்ள பணத்தைத் தந்து, அவன் சொர்க்கம் செல்லுகிறான். அவனைக் கொல்வதன் மூலமாக ஒரு தக்கியும் சொர்க்கம் செல்லுகிறான். எல்லாமே தேவியின் ஆணைப்படி நடக்கிறது என்று அவர்கள் திடமாக நம்பினார்கள். ஒரு கொடூரமான வாழ்க்கைமுறை தக்கிகள் மத்தியில் புனிதமாகக் கருதப்பட்டது.

ஒரு தக்கியானவன், வெளி உலகின் பாசம், கருணை, ஈவு, இரக்கம் இவை சிறிதளவும் மனதில் ஊடுருவ முடியாதபடி மதரீதியான கூட்டுக்குள் தன்னைத் திணித்துக்கொள்கிறான். தங்களால் கொல்லப்படும் நபர்களை காளி தேவி சொர்க்கத்துக்கு அனுப்புகிறாள். அதேபோல காளியின் கட்டளைப்படி கொல்லும் என்னையும் சொர்க்கம் அனுப்புவாள் என்கிற மாபெரும் பொய்யான தத்துவத்தின் மேல் கட்டப்பட்ட மண் மாளிகைதான் தக்கியிசம்.

தூக்கு தண்டனை விதிக்கப்பட்ட தக்கிகள் இரவு முழுதும் காளியின் மீது பாடல்கள் பாடியும், கண்ணீர் விட்டுக் கதறியும், அழுது புலம்பியும் கிடப்பார்கள்.விடியற்காலை, சிறைச்சாலை கதவு திறக்க காவலர் வந்ததும் அதிகாரிகள் ஆணைப்படி அவர்கள் ஐந்து ஐந்து பேர்களாக வண்டியில் ஏற்றி தூக்கு மேடைக்கு அழைத்துச் செல்லப்படுவார்கள்.

சிறை டாக்டர் என்ற முறையில் டாக்டர் ஹென்றி ஸ்ப்ரே கண்டிப்பாக அங்கே இருந்தாகவேண்டும். சாகர் நகருக்கு வடக்கே சற்றுத் தொலை வில் அமைக்கப்பட்டுள்ள ஐந்து பேர்களுக்கான தூக்கு மேடைக்கு ஒவ்வொரு குழுவாக அழைத்துச் செல்வர். கிட்டத்தட்ட ஒன்றரை மைல் தொலைவில் உள்ள அந்தத் தூக்கு மேடைக்குச் செல்லும் முன் அத்தனை கைதிகளும் சலாம் டாக்டர் சாஹிப், வணக்கம் டாக்டர் சாஹிப் என்று பல்வேறு வழிகளில் அவருக்கு வணக்கம் செலுத்திச் செல்வார்கள். அந்த தக்கிகளின் வாழ்க்கைப் பயணம் அத்துடன் முற்றுப் பெறுகிறது!

14

தொடரும் வேட்டைகள்

கேப்டன் போர்த்விக் அப்போது மாஹித்பூர் மாவட்ட அரசு ஏஜண்ட்டாகவும் இருந்தார். நவம்பர் 7 ஆம் நாள் 1831 ஆம் ஆண்டு அவருக்கு ஒரு ரகசியத் தகவல் வந்தது.

'குஜராத் மற்றும் அதைச் சுற்றியுள்ள பகுதிகளில் நீண்ட பயணம் முடித்து, கிட்டத்தட்ட 53 பேர் கொண்ட ஒரு பெரிய தக்கர் கூட்டத்தினர் நிறைய கொலை, கொள்ளைகள் செய்துவிட்டு பொருள்களுடன் திரும்பிக் கொண்டிருக்கிறார்கள். இன்று இரவு மாஹித்பூர் வழியாக சொந்த ஊருக்குச் சென்றுவிடுவார்கள். அப்படி அவர்கள் சொந்த ஊர் சென்று சேர்ந்துவிட்டால் பின்னர் அவர்களைப் பிடிப்பது சிரமம்!' என்று அந்தத் தகவல் கூறியது.

கேப்டன் போர்த்விக் உடனடியாக கேப்டன் மக்மாஹன் என்பவரின் தலைமையில் 200 ஜோரா குதிரைப் படை வீரர்களைத் தயார்செய்து, அவர்களை மூன்று பிரிவுகளாகப் பிரித்தார். அவர்களை இரவோடிரவாகவே பயணம் செய்து கிட்டத்தட்ட 30 மைல்கள்வரை நேர்வழியாகவும் சுற்றுப் பாதையிலும் பிரிந்து சென்று எந்த வழியிலும் அந்தத் தக்கர் கூட்டம் தப்பிவிடாதபடி சுற்றி வளைக்குமாறு கட்டளையிட்டார். ஒரு படைப் பிரிவுடன் தானும் புறப்பட்டார்.

மூன்று பிரிவாகப் பிரிந்து சென்ற படையினரில் ஒரு குதிரைப் படைப் பிரிவு முன்னிரவு நேரத்தில் அந்தக் கூட்டத்தைக் கண்டுபிடித்து சுற்றி வளைத்தது.

குதிரைப் படை அதிகாரி அவர்களிடம், 'நில்லுங்கள்...! உங்களிடம் அபினி மூட்டைகள் உள்ளதாக எங்களுக்குத் தகவல் வந்துள்ளது. அபினி தடைப் பிரிவு கேப்டன் மக்மாஹறன் பின்னால் 100 குதிரைப் படைகளுடன் வருகிறார். இப்படியே அனைவரும் எங்களுடன் வாருங்கள். மாஹித்பூர் காவல் நிலையத்தில் போலீஸ் சோதனையில் அபினி உங்களிடம் இல்லை எனில் நீங்கள் சென்றுகொண்டே இருக்கலாம்!' என்று கூறினார்.

அன்றைய நாளில் கிழக்கிந்திய கம்பெனி அபினி வியாபாரத்தில் பெருமளவு பணம் சம்பாதித்துக்கொண்டிருந்தது. அபினி வியாபாரத்துக்காக தனிப்பிரிவு சுங்க இலாகா ஏற்படுத்தி தனியார்கள் விற்பனை செய்ய தடை விதிக்கப்பட்டிருந்தது. எனவேதான் அபினி தடுப்பு என்று காரணம் காட்டி சமயங்களில் 'அபினி கடத்துகிறீர்கள்' என்று கூறியபடி தக்கர்களை போலீசார் பிடித்தனர்.

இவ்வாறு குதிரைப் படை அதிகாரி அந்தக் கூட்டத்திடம் பேசிக் கொண்டி ருக்கும்போதே வெவ்வேறு சாலைகள் வழியாக வந்த மற்ற படைகளும் அங்கு வந்து சேர்ந்துகொள்ள, ஒட்டுமொத்த குதிரைப் படையினரும் தங்களைச் சுற்றி வளைத்ததும் அந்தத் தக்கிக் கூட்டம் நடுநடுங்கிப் போனது. பின்னர் போலீஸ் அபினிக்காகத்தான் தங்களை சோதிக்க வந்திருக்கிறது என்றதும் மனம் நிம்மதியடைந்து, போலீஸ் சோதனையில் அபினி எதுவும் தங்களிடம் இல்லையென்று காட்டிவிட்டு தப்பி விடலாம் என்ற நப்பாசையில் போலீஸுடன் எந்த எதிர்ப்பும் காட்டாமல் புறப்பட்டது.

விடியலில் மாஹித்பூர் வந்ததும், அந்த ஒட்டுமொத்த தக்கர் கூட்டத்தையும் அப்படியே கொண்டுபோய் சிறைச்சாலையில் தள்ளிய போலீஸார் அவர்களிடம் கேலிக்குரலில், 'அடேய் அயோக்கியர்களா! நீங்கள் எல்லோரும் தக்கர்கள் என்றும், பெரும் கொலை கொள்ளைகள் நடத்தி விட்டு குஜராத்திலிருந்து வருகிறீர்கள் என்பதும் எல்லாமே எங்களுக்குத் தெரியும். இப்போது வசமாகச் சிக்கிக் கொண்டீர்கள்!' என்று கூறினார்கள்.

இதைக் கேட்டதும் பொறியில் மாட்டிக்கொண்ட எலிகளாக தாங்கள் ஏமாந்து போனதை தக்கர்கள் உணர்ந்துகொண்டார்கள். இனி தப்பிக்க வழியில்லை என்பது அவர்களுக்குப் புரிந்துபோனது.

பின் நீதிமன்றத்தில் ஒவ்வொருவராகக் கொண்டு வரப்பட்டு பலத்த பாதுகாப்புடன் நடத்தப்பட்ட விசாரணையில் பெரும் தக்கர் தலைவன் அமானுல்லா என்பவன் கூட்டத்திலிருந்து தனியாக வந்து அப்ரூவர் ஆனான். அவனைத் தொடர்ந்து மேலும் 3 பேர் அப்ரூவராக மாறினார்கள்.

தக்கர்களது அந்த நீண்ட குஜராத் பயணத்தில் மொத்தம் 106 ஆண்கள் 4 பெண்கள் கொல்லப்பட்டு இறந்துள்ளனர் என்பது தெரிந்தது. நீண்ட வழக்கு விசாரணைக்குப் பிறகு தீர்ப்பு வெளியானது.

22 பேர் தூக்கிலிடப்பட்டனர். 11 பேர் நாடு கடத்தப்பட்டு அந்தமான் சிறையில் அடைக்கப்பட்டனர். 3 பேர் சிறைவாசம் தண்டனை அடைந்தனர். 11 பேர் விடுதலையானார்கள்.

•

1835 ஆம் ஆண்டு ஸ்லீமன் அவர்களுக்கு சிறப்பாக அமைந்தது. அவரது நீண்ட நாள் எண்ணங்கள் லட்சியங்கள் நிறைவேறத் தொடங்கின. அவ் வருடம் ஜனவரி 10 ஆம் நாள் அவர் தக்கி ஒழிப்புப் படை போலீஸுக்கு சூப்பரிண்டென்டென்ட்டாக நியமிக்கப்பட்டார். தலைமையகம் ஜப்பல்பூர். அவரது சகோதரர் மகன் ஜேம்ஸ் ஸ்லீமன் என்பவரும் 73வது படையின் மாஸ்டர் பதவியேற்று தனது சிற்றப்பாவுக்குத் துணையாக தக்கர் ஒழிப்பில் ஈடுபட்டார்.

இதன் பின் ஸ்லீமன் கோஷ்டியின் விடாமுயற்சியால பல்வேறு தக்கர் குழுக்கள் தொடர்ந்து பிடிபட்டன. அதன் மூலம் தக்கர்களின் இரட்டை வாழ்வு, மாய்மாலம், வஞ்சகம், விசேஷ திறமை போன்றவை யெல்லாம் வெளிச்சத்துக்கு வந்து அதிகாரிகளைத் திடுக்கிட வைத்தது.

ஹிங்கோலி கண்டோன்மெண்ட் பகுதியில் தக்கி ஒழிப்புப் பிரிவில் அதிகாரியாக இருந்த ஸ்லீமனின் தளகர்த்தர்களான கேப்டன் ரெனால்ட்ஸ் என்பவர் ஒருமுறை கர்னல் ஸ்டெவார்ட் அவர்களின் கட்டளைப்படி நிஜாம் அரசின் நிர்வாகப் பகுதிகளில் பிடிபட்ட தக்கர்களைப் பற்றிய விசாரணைக்காகச் சென்றார்.

ஹைதராபாத் அருகே பிடிபட்ட தக்கர்களின் தொடர்பான அரசாங்க ஃபைல்களைப் பார்த்தபடி வந்தவருக்கு திடீரென பெரும் வியப்பு ஏற்பட்டது. திடுக்கிட்ட அவர் மீண்டும் மீண்டும் அதை மெதுவாகப் படித்தார்.

ஹுர்ரீ சிங் என்ற நபரைப் பற்றிய விபரங்களைப் படிக்கப் படிக்க அவருக்கு ஆச்சரியமேற்பட்டது. அதிலிருந்த குறிப்புகள், தோற்றம் குறித்த வர்ணனை எல்லாமே அவரிருந்த ஹிங்கோலி ராணுவ கண்டோன்மென்ட் பகுதியில் சத்தர் பஜாரில் இருந்த பெரிய லினன் மொத்த வியாபாரி ஒருவரைப் போலவே இருந்தது. இதனால் திகைப்புற்ற ரெனால்ட்ஸ் உடனடியாக கைது செய்யப்பட்ட தக்கர்களை பார்வையிடச் சென்றார்.

அவர் சந்தேகப்பட்டது சரிதான்! பெரும் லினன் வியாபாரியும் தங்கள் பகுதியில் பெரிய கடை வைத்துள்ளவருமான ஹூர்ரீ சிங் அங்கே கை கால் விலங்குகளுடன் உள்ளதை ஆச்சரியத்துடன் பார்த்தார்.

ஒரே வினாடியில் ஹூர்ரீ சிங்கின் இரட்டை வாழ்க்கை ரெனால்ட்ஸ்க்கு அம்பலமானது. மிகப் பெரிய மனிதன்போல பம்பாயில் கொள்முதல் செய்யப் புறப்படுகிறேன் என்று கூறி புறப்படும் ஹூர்ரி சிங் இரண்டு பெரிய தக்கர் குழுவை வைத்துச் செயல்பட்டிருக்கிறான். ஹிங்கோலி அருகே நடைபெற்ற பல்வேறு பெரிய கொலைகள் எல்லாம் அவனது ஆட்களால் நடத்தப்பட்டுள்ளன.

பெரும் வியாபாரிகள் தங்கள் கொள்முதலுடன் பம்பாயிலும், சூரத் நகரிலும் இருந்து வரும்போது அவனது தக்கர் குழுவினர் வழியிலேயே அவர்களை மடக்கிக் கொன்றுவிட்டு கொள்ளையடித்த பெரும் துணி மூட்டைகளை ஹூர்ரீ சிங் பெயரில் ஹிங்கோலிக்கு கொண்டு வந்துள்ளனர்.

இதில் பெரும் கொடுமை பெரிய பெரிய ராணுவ போலீஸ் அதிகாரிகள் ஹூர்ரீ சிங்குக்கு எல்லாவற்றையும் தடையின்றி வரவழைக்கும் பாஸ்போர்ட், வழிச் சீட்டு போன்ற எல்லாச் சான்றுகளையும் அவனை நம்பி வழங்கி உள்ளனர்.

உயர் அதிகாரியும், மாஜிஸ்திரேட்டுமான ஸ்லீமனே கூட, அவனை பலமுறை வழியில் சந்தித்து நலன் விசாரித்துள்ளார். அவனது வியாபாரத்துக்குத் தேவையான உதவிகளை அனைத்தையும் செய்யச் சொல்லியும் ஆணையிட்டுள்ளார். இவ்வளவையும் அந்தத் தக்கர் கூட்டத் தலைவன் ஹூர்ரீசிங் தனக்குச் சாதகமாகப் பயன்படுத்திக் கொண்டுள்ளான்.

இதனை அறிந்த ஸ்லீமன் 'பெரிய மனிதன் என நான் மதித்த ஒருவன் இவ்வளவு பெரிய தக்கர் தலைவனாக இருந்திருக்கிறானே! என்ன கொடுமை!' என பதறிப் போனார்.

கைது செய்யப்படுவதற்கு முதல் நாள்வரை ஹூர்ரி சிங் பல்வேறு கொலைகளைச் செய்துள்ளான்.

பின்னர் விசாரணையில் 'ஹூர்ரீசிங்' வாக்குமூலம் அளித்தான்.

'என் பெயர் ஹூர்ரீசிங்! மிகப்பெரும் தக்கர் தலைவனும், சுபேதார் தக்கியுமான ஜவாஹிர் ஹூகுல் அவர்களின் வளர்ப்பு மகன் நான். இருபது ஆண்டுகளுக்கு முன் அவர் தூக்கிலிடப்பட்டார். நான் வேறு பெயரில் வியாபாரிபோல துணிக்கடையை கோலன்டாஜ் நகரில் நடத்தி வந்தேன்.

ஹிங்கோலி பஜார் கண்டோன்மெண்ட் சுபேதார் மஹாசிங் என்பவர் எனக்கு அறிமுகமானார். அவரிடம், ஹிங்கோலி சத்தர் பஜாரில் துணிக் கடை வைக்க வேண்டும் என்கிற எனது விருப்பத்தைக் கூறினேன். அவர் உடனே கொத்தவால் (போலீஸ் அதிகாரி) அவர்களிடம் கூறி எனக்காக அனைத்தும் செய்து தந்தார். என்னை யாரும் எங்கும் எள்முனை அளவும் சந்தேகிக்கவில்லை.

பம்பாயிலிருந்து லினன் துணி மொத்த கொள்முதல் செய்து வருவதாகக் கூறினேன். கண்டோன்மெண்ட் பகுதியின் அத்தனை அதிகாரிகளும் எனக்கு அறிமுகமானார்கள். நான் பெரும் வியாபாரியாகவே அவர்கள் மத்தியில் உலாவினேன். என்னை யாரும் சந்தேகிக்கக்கூடாது என்றே எந்த ஒரு தக்கியும் என்னை இங்கு வந்து சந்திக்கக்கூடாது என்று கடுமையான கட்டுப்பாடுகளை வைத்திருந்தேன்.

கொள்முதல் செய்யச் செல்வதாகக் கூறிப் பல மாதங்கள் இரண்டு வெவ்வேறு குழுக்களுடன் பயணங்கள் செய்தேன்' - என்று எல்லாத் தகவல்களையும் கூறினான்.

விசாரணையின் முடிவில் அவனுக்கு தூக்கு தண்டனை விதிக்கப்பட்டது.

இப்படி தக்கர்கள் ஒழிப்பு ஒருபுறம் நடந்துகொண்டேயிருக்க, இதற்கிடையே பதக், பேக்ரி கொள்ளையர்களின் அட்டகாசங்கள் எல்லை மீறிவிட்டன. தக்கர்களைப்போல அவர்கள் ரகசிய இயக்க மாகவோ மறைந்து வாழ்ந்தோ செயல்படவில்லை. குதிரைகளில் வந்து ஆயுதங்களுடன் தாக்கினர். பெரிய பெரிய கொள்ளைகளை வினாடிகள் நேரத்தில் முடித்துப் பறந்தனர். பயிற்சி பெற்ற அந்தக் கொள்ளையர்கள் அடர்ந்த காடுகளிடையே பெரும் கூட்டமாக வாழ்ந்து வந்தனர்.

கிழக்கிந்தியக் கம்பெனி ஏற்படுத்தியிருந்த சட்ட விதிமுறைகளில், பெரும் கொள்ளையர்கள், கொள்ளைத் தலைவர்கள், குழுவாக வரும் கொள்ளையர்கள் மற்றும் கஜாக்ஸ் என்னும் குதிரையில் வரும் கொள்ளைக் கூட்டம் என இவர்கள் அனைவரையும் பிடிக்கவும், தண்டனை விதிக்கவும், ஜமீன்தார்கள் போலீஸுடன் ஒத்துழைக்கும் முறைபற்றி எல்லாம் சகலமும் குறிப்பிட்டிருந்தாலும், சில சமயங்களில் அந்தச் சட்டங்கள் மட்டுமே போதவில்லை. எனவே மேலும் அவசியமான சில சட்டப் பிரிவுகளை அதில் சேர்த்து திருத்தம் செய்து கிழக்கிந்தியக் கம்பெனி சட்ட விதிமுறைகள் வெளியிட்டது. அதுதான் குற்றப் பரம்பரை சட்டம்!

ஒரு மனிதனை திருடன், கொள்ளையன், தக்கி என்று அவன் குற்றச் செயல்களில் ஈடுபட்டாலோ அல்லது குற்றம் இழைத்ததன் காரணமாக கைது செய்யப்பட்டாலோ அழைக்கலாம். ஆனால் திருத்தம் செய்யப்பட்ட குற்றப் பரம்பரை சட்ட விதிமுறைகள்படி ஒரு சாதி பிரிவு கூட அல்ல, ஒரு இனமே அதாவது பழங்குடி இன மக்களான 'பதக்குகள்' இனத்தில் ஒரு குழந்தை பிறந்தாலே பிறந்தவுடன் அதுவொரு கொள்ளைக்காரன் என்று முத்திரை குத்தப்பட்டுவிடும். அதாவது அந்தப் பதக்குகள் இனமே கொள்ளை இனம், அந்த இனத்தில் பிறக்கும் எவனும் கொள்ளையன்தான் என்கிறது அந்தச் சட்டம்.

மனிதர்களைப் பாதுகாக்கவே சட்டங்கள் என்றபோது, எந்தத் தவறும் செய்யாத ஒருவனை, குறிப்பிட்ட இனத்தில் பிறந்ததாலேயே அவன் குற்றவாளி எனக் கூறும் இந்தக் கொடுமையான சட்டத் திருத்தத்தை பலரும் எதிர்த்தனர்.

அதுமட்டுமல்ல இந்த விதிமுறைகள்படி கிழக்கிந்திய கம்பெனி ஆதிக்கத்தில் உள்ள பகுதியில் குடியிருந்த, நில புலன்கள் வீடுகளை வைத்திருந்த பதக்குகள் உடனே அங்கிருந்து வெளியேற வேண்டும் என்று அரசு ஆணை பிறப்பித்தது. அதன்படி பதக்குகள் அவர்கள் வாழ்விடத்திலிருந்து வெளியேற்றப்பட்டனர்!

ஆனால் ஆக்ரா நகர மாஜிஸ்திரேட் இந்தப் புதிய விதிமுறைகளை, சட்டத் திருத்தத்தைக் கடுமையாக எதிர்த்தார். ஆனால் அரசு அதைக் கண்டுகொள்ளவில்லை. பதக்குகளை ஒட்டுமொத்தமாக ஒழிக்க எல்லா வகையிலும் முயன்றது.

இதனால் மிகப் பெரும் கொள்ளைக் கூட்டமான பதக்குகள் அடர்ந்த காடுகளின் நடுவே குடி புகுந்து, அங்கிருந்து தாக்குதல் நடத்திவிட்டு ஓடிவிட்டனர்.

தக்கர்களை ஒழிக்க வியூகம் வகுத்து தாக்குதல் நடத்திவந்த ஸ்லீமன் இப்போது இந்தப் பதக் கொள்ளையர்களையும் ஒழிக்க பாடுபட வேண்டி வந்தது.

பல்வேறு உளவுப் பிரிவுகள் புதிதாக உருவாக்கப்பட்டன. கண்காணிப்புகள் பாதுகாப்புகள் தீவிரப்படுத்தப்பட்டன. மலையின் மறுபக்கமும் உற்றுப் பார்க்கப்பட்டது. பதக்குகளின் எல்லா வகை நடமாட்டங்களும் கண்காணிக்கப்பட்டன. பெரும் குழுக்கள் சிறிய குழுக்கள் எல்லாம் அறியப்பட்டு, வேட்டையாடப்பட்டன. கம்பெனி ராணுவமும் போலீஸூம் இணைந்து பதக்குகளின் குடியிருப்புகளில் புகுந்து அலசினார்கள்.

இதனால் பல்வேறு கொள்ளையர் குழுக்களும் எல்லைப்புறமான நேபாளத்துக்குத் தப்பி ஓடின.

எல்லா மாநில சிறைகளிலும் உள்ள பதக் குற்றவாளிகள் கண்டறியப் பட்டு அவர்களிடம் தனிவிசாரணையும் நடத்தப்பட்டது.

முராதாபாத் முன்னாள் சிவில் அதிகாரி ஹக் பிரேசர் பதக்குகள் பற்றி நன்கு அறிந்தவர். இவர் முன்னாளில் வங்காள சிவில் சர்வீஸ் அதிகாரி யாகவும் இருந்துள்ளார். அவரை ஸ்லீமன் வரவழைத்தார்.

பிரேசரின் ஆலோசனையின் பேரில் பல்பொருள் விற்பனையாளன் சாந்தல் என்பவனை உளவாளியாக்கி மங்கள் சிங் என்னும் பதக் தலைவனின் இருப்பிடத்துக்கு அனுப்பிவைத்தனர்.

குவாலியர், இந்தூர், போபால் பகுதிகளில் மறைந்து வாழ்ந்த பதக்குகள் பதக் சிறைவாசிகள் மூலம் அறியப்பட்டனர்.

சாந்தல் சர்க்கரை விற்பனையாளன் என்ற போர்வையில் மங்கள் சிங் இருப்பிடத்துக்கு உள்ளேயே சென்று மிகப் பெறும் வெற்றியுடன் வந்துவிட்டான். சாந்தல் தவிரவும் இன்னும் மூன்று குழுக்கள் அனுப்பப்பட்டன. எல்லா குழுக்களும் எல்லாத் தகவல்களும் வந்தும் அடுத்த கட்டமாக ஒன்றும் செய்ய முடியவில்லை.

இரண்டு சிற்றரசர்கள் பதக் தலைவன் மங்கள் சிங்கிடம் மாதா மாதம் பணம் பெறும் பட்டியலில் இருந்த கருப்பு ஆடுகளாகத் திகழ்ந்தார்கள். வாங்கும் பணத்துக்கு விசுவாசமாக அவர்கள் மங்கள் சிங்கின் மீது கிழக்கிந்தியக் கம்பெனியின் பிடி இறுகுவதைச் சொல்லி அவனுக்கு எச்சரிக்கைத் தகவல் தந்துவிட்டனர். அதேபோல அவுத் அரசாங்கத்தின் படை வீரர்களும் கிழக்கிந்தியக் கம்பெனி படையினருக்கு ஒத்துழைப்பு தராமல் பின் வாங்கிவிட்டனர்.

மங்கள் சிங் தனது குழுவுடன் நேபாளத்துக்கு தப்பியோடி விட்டான். இதனால் ஸ்லீமன் கடுங்கோபமுற்றார்.

ஸ்லீமன் நேபாள கவர்னர் பல்பாவுக்கு கடிதம் எழுதினார். உடனடி யாக மங்கள் சிங்கையும் அவனது ஆட்களையும் ஒட்டுமொத்தமாகக் கைது செய்து ஒப்படைக்க காட்மாண்டு ஆங்கில அரசின் ரெஸிடெண்ட் பிரெயின் ஹாட்சனுக்குத் தகவல் தரப்பட்டது.

பிரெயின் ஹாட்சன், நேபாள பிரதமர் பீம்செனுக்கு நெருக்கடி தந்தார். பெரும் தூண்டுதலைத் தந்து உடனே செயல்படச் செய்தார். ஸ்லீமனின் எல்லா முயற்சிகளும் செயல்படத் தொடங்கின.

பதக் தலைவன் மங்கள் சிங் மற்றும் அவனது கூட்டத்தினர் ஒருவர் கூட மிச்சமின்றி அனைவரும் கைது செய்யப்பட்டு ஸ்லீமனிடம் ஒப்படைக்கப்பட்டனர். இந்த மாபெரும் பணிக்காக கையொப்ப மிட்டு தானாக முன்வந்து நேபாளம் சென்ற பிரிட்டிஷ் அதிகாரி மெக்டொனா தன் சாவுக்கான பத்திரத்தில் தானே கையொப்பமிடு கிறோம் என்பதை அப்போது உணரவில்லை.

இந்த இளம் அதிகாரி நேபாள எல்லையில் அவுத் அரசுப் படையுடன் பல நாள் தங்கி மங்கள் சிங் வேட்டையில் பரபரப்புடன் செயல் பட்டார். அந்தப் பகுதி முழுவதும் மலேரியா கொசுக்களின் கூடாரம். கடைசியாக மங்கள் சிங், கூட்டத்தைக் கொண்டு வரும்போதே கடுமையான காய்ச்சலில் பாதிக்கப்பட்ட மெக்டொனா, அவர்களை ஸ்லீமனிடம் ஒப்படைத்து லக்னோ சிறையில் தள்ளிவிட்டு கடுமையான காய்ச்சலில் வீழ்ந்தவர் எழவே இல்லை.

மத்திய பிரதேசங்களில் பதக் கொள்ளையர்களின் ஒரு பகுதி இவ்வாறு அழிக்கப்பட்டது!

அடுத்து ஸ்லீமன் பிரிட்டிஷ் தளபதிகளான பிர்ச் மற்றும் கிரஹாம் இருவரையும் அழைத்து மேற்கு புறமாக ஆக்ரா முதல் ராஜஸ்தான் வரை பரவியிருந்த பதக் தலைவன் கஜராஜ் என்பவனின் பெரும் கூட்டத்தைப் பிடிக்குமாறு பொறுப்பை ஒப்படைத்தார்.

அதன்படி தளபதி பிர்ச் தனது படையுடன் ஆவேசத் தாக்குதலை மேற் கொண்டு கஜராஜை நாலாபுறமும் விரட்டித் துரத்தி சுற்றி வளைத்து நெருங்கினார். முதலில் கஜராஜின் மகன் பெல்சா வீழ்த்தப்பட்டான். பின்னர் கஜராஜின் தகப்பனும் வீழ்ந்தான்.

இன்னொரு பிரிட்டிஷ் தளபதியான கிரஹாம் தன் படையை பிர்ச் படையுடன் இணைத்து இருவருமாக கஜராஜை நெருங்கினர். கஜராஜ் தப்பியோடி குவாலியர் எல்லைக்குள் ஒளிந்துகொண்டான். எட்டு ஆண்டுகளாக விரட்டப்பட்டு வந்த கஜராஜைத் தேடி குவாலியர் எல்லைக்குள் தேடுதல் வேட்டை தொடர்ந்தபோது மேலிடத்தி லிருந்து அவர்களுக்குத் திடீரென தடை வந்தது.

குவாலியர் அரசின் பிரிட்டிஷ் அரசுப் பிரதிநிதியாக இருந்த கர்னல் சதர் லாண்டு என்பவர், பிர்ச், கிரஹாம் இருவரையும் தடுத்து, 'குவாலியர் எல்லைக்குள் குவாலியர் குடிமக்களைத் தேடி பிரிட்டிஷ் வீரர்கள் வருவது சட்டப்படி தவறு. நீங்கள் போகலாம்!' என்று முட்டுக்கட்டை போட்டார்.

பிர்ச், கிரஹாம் இருவரின் தொடர் வெற்றி அவருக்குப் பெரும் பொறாமையை ஏற்படுத்தியது. அதுதவிர கஜராஜ் கூட்டத்தைக் கைது

செய்து அந்தக் கைதிகள் மூலமாக குவாலியர் அரசு மற்றும் அதில் பணியாற்றும் அதிகாரிகளின் எல்லா ஊழல் குற்றங்களையும் ஸ்லீமன் கண்டுபிடித்து விடுவார் என்ற அச்சமும் அவருக்கு இருந்தது.

ஆனால் கிரஹாமும் பிரிச்சும் இணைந்து செயல்பட்டு நூற்றுக்கும் மேற்பட்ட பதக்குகளை வளைத்துக் கைது செய்து தங்கள் பாதுகாப்பிலேயே வைத்திருந்தனர். அவர்களது துரிதமான செயல்பாடு காரணமாக பதக் தலைவன் கஜராஜூம் பிடிபட்டான்.

ஸ்லீமன் உடனடியாக அந்தப் பதக்குகளை விசாரணைக்குக் கொண்டு வந்து, ஒவ்வொருவராக எல்லாரையும் விசாரித்து தீர்ப்பு வழங்கும்படி கிரஹாம் அவர்களுக்கு ஆணையிட்டு கடிதம் அனுப்பி வைத்தார். அதுமட்டுமில்லாமல் ஸ்லீமன், கர்னல் சதர்லாண்ட்டும் ஒரு வேண்டுகோள் வைத்தார். கிரஹாம் நடத்தும் வழக்குக்கு ஒத்துழைக்கு மாறு கர்னல் சதர்லாண்ட் அவர்களைக் கேட்டுக் கொண்டார்.

இதற்குமேல் கர்னல் சதர்லாண்ட் எதுவும் செய்ய முடியவில்லை. நிச்சய மாக எதிர்ப்புகாட்ட முடியாத நிலையில் மௌனமானார்.

ஸ்லீமன் உடனடியாக கல்கத்தா தலைமைக்கு கர்னல் சதர்லேண்ட் குறுக்கிட்ட பிரச்னையை விளக்கினார். தலைமை உடனே செயல் பட்டது!

விசாரணை துரிதமாக நடந்தது. தீர்ப்பு வெளியானது! பதக் கொள்ளையர்களுக்கு சிறைத் தண்டனையும் தலைவன் கஜராஜ் அந்தமான் தனிமை சிறைக்கு அனுப்பவும் தீர்ப்பளிக்கப்பட்டது.

அடுத்ததாக கேப்டன் கிரஹாமும், கேப்டன் பிர்ச்சுவும் தங்கள் படை களை இணைத்து மேலும் தேடுதல் வேட்டையைத் தொடர்ந்தனர். அவர்கள் பார்வை அப்போது மிகப் பிரபலமாக இருந்த பதக் கொள்ளையன் 'பால்கிஷன்' என்பவன் மேல் விழுந்தது.

இருவரும் தங்கள் படைவீரர்களுடன் பால்கிஷனை வேட்டை யாடுவதில் மும்முரமாகினர். பால்கிஷன் எங்கெல்லாம் மறைந்துள்ளதாகத் தகவல் வந்ததோ அங்கெல்லாம் ராப்பகலாக தேடியலைந்தனர். பால் கிஷன் அவர்கள் கைக்குச் சிக்காமல் தப்பியோடிக்கொண்டே இருந்தான்.

ஒருநாள் விடியற்காலை நேரத்தில் கொள்ளையர் தலைவன் பால்கிஷன் ஒளிந்திருந்த இடத்தைச் சுற்றி வளைத்தபோது அவன் தப்பியோட முயற்சித்து தவறி கிரஹாமின் மெய்க்காப்பாளனான சிப்பாய் தேவிசிங் மீதே விழுந்து விட்டான். தேவிசிங் அவனை

உயிருடன் பிடிக்க முயற்சிக்கும்போது பால்கிஷன் சரணடையாமல் தனது வாளை உயர்த்தி சண்டையிடத் தொடங்கிவிட்டான். ஆனால் திடகாத்திரமான சிப்பாய் தேவிசிங் உக்கிரமாக சண்டையிட அவனது வேகமாகச் சுழன்ற வாள்வீச்சில் பால்கிஷனின் தலை துண்டாக வெட்டப்பட்டு தனியாக வீழ்ந்தது. தேவிசிங் அந்தத் தலையைக் கொண்டுசென்று கிரஹாம் முன் வைத்தான்.

இப்படியாக பதக் என்கிற ஒரு பெரும் கூட்டத்தின் முடிவு கிட்டத்தட்ட முடிவுக்கு வந்தது.

ஸ்லீமன் தன்னுடைய முழு அறிக்கையையும் தலைமைக்கு அனுப்பினார். ஈஸ்ட் இந்தியா கம்பெனியின் அனைத்து டைரக்டர்ஸ் கூட்டம் நடைபெற்றது. கூட்ட முடிவில் அந்த டைரக்டர்களின் அறிக்கை வெளியானது.

'குற்றத்தடுப்பு வரலாற்றில் எங்கும் பார்த்திராத மாபெரும் வெற்றி இது. ஒரு சிறு படை இத்தனைப் பெரிய சாதனை படைத்துள்ளது. இதற்கு முயற்சித்து வெற்றி பெற்று அப்பாவி பொதுமக்களைக் காப்பாற்றிய அனைவருக்கும் எங்கள் பாராட்டுக்கள்!' என்று கூறினர்.

15

தட்டூரா கொலையாளிகள்

தக்கர்களின் வீழ்ச்சி மெதுவாகத் தொடங்கியது. ஸ்லீமனின் சக அதிகாரிகளும் தளகர்த்தர்களும் இரவு பகல் பாராமல் கடும் உழைப்பினைத் தந்தனர். 1823-இல் நர்மதை நதி பள்ளத்தாக்கில் கேப்டன் மொலானி என்பவர் முதல் தக்கியை கைது செய்தது முதல் அவரே தொடர்ந்து 115 பேர்களை அங்கேயே கைது செய்து ஒருவர் விடாமல் அத்தனைப் பேரையும் விசாரணைக் கூண்டில் நிறுத்தி அவரவர் குற்றத்தை நிரூபித்து தண்டனை பெற்றுத் தந்தார்.

மேஜர் வார்ட்லோ என்பவரும் அதே பகுதியில் 1826-இல் ஒரு பெரும் தக்கர் கூட்டத்தைப் பிடித்து தண்டனை வாங்கித்தந்தார்.

அன்றைய கவர்னர் ஜெனரல் வில்லியம் பெண்டிங் பிரபு தக்கர் வேட்டையில் இருந்த சில சட்டச் சிக்கல்களை நீக்கி, விரைந்து செயல்பட வழிவகுத்ததுடன், மிக நல்ல திறமையான அதிகாரிகளைத் தேர்வு செய்து அந்த அமைப்பில் சேர்த்ததன் மூலம் விரைவிலேயே நல்ல பலன் கிடைத்தது.

மேஜர் போர்த்விக், கர்னல் ஸ்டெவார்ட், கேப்டன் பேட்டன், கேப்டன் மால்கம், கேப்டன் ரோலிங்ஸ், திரு. ஸ்மித் இன்னும் பல அதிகாரிகள் இரவு பகல் பாராமல் தங்கள் கடமையைச் செய்ததன் மூலமாக பெரு வெற்றிகள் கிட்டின.

1840-இல் மொத்தமாக 3689 தக்கர்கள் கைது செய்யப்பட்டனர். அதில் 466 பேர் தூக்கிலிடப்பட்டனர். 1504 பேர் நாடு கடத்தப்பட்டு அந்தமான் தனிமைச் சிறைக்கு அனுப்பப்பட்டனர். 933 பேர் ஆயுள்

தண்டனை பெற்றனர். 81 பேர் சில ஆண்டுகள் கடுங்காவல் தண்டனை பெற்றனர். 86 பேர் சிறு தண்டனை பெற்றனர். 97 பேர் குற்றம் நிரூபிக்கப்படாத நிலையில் விடுதலை பெற்றனர். 58 பேர் அப்ரூவர்களாக மாறினர். 12 பேர் சிறையிலிருந்து தப்பித்துவிட்டனர். 208 பேர் வழக்கு விசாரணையின் போதே இயற்கை மரணம் ஏற்பட்டு மடிந்தனர். அந்த ஓராண்டு நிகழ்வு இது.

ஆனால் இதன்மூலம் தக்கர்கள் ஒட்டுமொத்தமாக முடக்கப்பட்டார்கள் என்று அர்த்தமல்ல. இது ஓர் முடிவும் அல்ல! தக்கர்கள் மேலும் பல இடங்களில் பரவியிருந்தனர். இமாசலப் பிரதேசம் முதல் கன்னியா குமரிவரை குஜராத் முதல் அஸ்ஸாம்வரை இந்த இயக்கம் பரவிக் கிடந்தது. மேலே குறிப்பிட்ட இந்தக் கைதுகள் தண்டனை எல்லாம் கிட்டத்தட்ட வட இந்தியாவில் நிகழ்ந்தவையே. ஆகவே கிழக்கிந்திய அரசு தங்கள் பார்வையை ஒட்டுமொத்த இந்தியாவுக்கும் திருப்ப வேண்டியதானது.

ஆனாலும் அரசுக்கு இந்த வெற்றி பெரிய செயல்தான். ஆங்கிலேய அரசு இதுவரை எடுத்த நடவடிக்கைகளாலும், நடந்த நிகழ்வுகளாலும் தக்கர்கள் நிலைகுலைந்து சிதறியோடி பதுங்கத் தொடங்கினர். இதனால் மக்கள் மகிழ்ந்தனர். அச்சத்துடன் வாழ்ந்த வியாபாரிகள் மீண்டும் தைரியமாகப் புறப்பட்டனர்.

மாபெரும் கொள்ளையர்களான பிண்டாரிகள், பதக்குகள், தக்கர்கள் எல்லோரையும் அடக்கிவிட்டோம் என்று ஸ்லீமன் சற்று நிம்மதியாக இருந்த சூழலில் அவரை அதிர்ச்சியடையச் செய்யும் விதமாக சில தகவல்கள் வந்து சேர்ந்தன. அது என்னவென்றால் திடீர் திடீரென ஆண்களும் பெண்களும் ஆங்காங்கே செத்து விழுந்தனர். உள்ளூர் போலீஸுக்கு காரணம் தெரியவில்லை.

ஸ்லீமன் அனைத்து உளவுத்துறை ஆட்களையும் முடுக்கிவிட்டு விசாரிக்கச் செய்ததில் வட இந்தியாவின் நாடோடிக் கும்பல் ஒன்று நூற்றுக்கணக்கான பிரிவுகளாகப் பிரிந்து கணவன் மனைவி குடும்பம் சகிதமாக சாலைகளில் திரிவது கண்டறியப்பட்டது. சரி, அவர்களுக்கும் ஆங்காங்கே செத்துப் போனவர்களுக்கும் என்ன சம்பந்தம்? மேலும் உளவறிந்ததில் திடுக்கிடும் தகவல் கிட்டியது.

அதாவது ஊமத்தை விதையைக் கொண்டு அதன் மூலம் ஒருவகைப் பொடி செய்து அதைப் பாலில், உணவில் சிறிது கலந்து தருவதன் மூலம் ஒருவரை மயங்கச் செய்து நினைவற்ற நிலையிலேயே மரணமடையச் செய்து அவர்களின் பொருள்களை இந்தக் கும்பல் கொள்ளையடித்துச் செல்கிறது என்னும் பயங்கரம் கண்டறியப்பட்டது.

இந்தப் பழங்குடி இன நாடோடி கும்பலானது தாங்களே செய்த நாட்டு வைத்திய மருந்து, அரிய காட்டு விலங்குகளின் பல், கொம்பு, தோல் போன்ற பொருள்கள், மாலைகள் விற்கும் சிறு வியாபாரிகள்போல தனியாக இருக்கும் ஆண், பெண், குடும்பத்தினரிடம் சென்று பேசி தங்கள் காரியங்களைச் செய்து வந்தனர். இவர்கள் தட்டூரியா கொலைகாரர்கள் (Daturia Killers) என்று அழைக்கப்பட்டனர்.

இந்தத் தட்டூரியா கொலையாளிகளைப் பற்றிக் குறிப்பிடும் ஸ்லீமன் தன் வாழ்நாளில் மறக்க இயலாத மகா சோகமான செய்தி என்று ஒரு நிகழ்வைக் குறிப்பிடுகிறார்.

ஒரு வயதான பக்கீர், தன் சிறுவயது மகனை, தட்டூரா கொலையாளி களால் பறி கொடுத்த சோகக்கதை அது. ஸ்லீமனிடம் அந்த வயதான பக்கீரே கூறியிருக்கிறார்.

'ஐயா! நானொரு ஏழை பக்கீர். நெடுஞ்சாலை ஓரமாக சிறு குடிசை போட்டு ஊருக்கு வெளியே நான் வாழ்ந்து வந்தேன். அங்கே என் குடிசையை ஒட்டி ஒரு சிறு கோயில் உண்டு. அதைத் தினமும் தூய்மைப்படுத்தி, கோயிலுக்குப் பூஜிக்க வரும் ஊர் மக்களுக்கு சிறு தொண்டு செய்து அவர்கள் மனமுவந்து தரும் உணவுப் பொருள் களால் ஜீவித்து வந்தேன். என் மனைவி நோயுற்று மறைந்துவிட எந்தத் தொழிலும் செய்ய இயலாத நிலையில் அந்தச் சிறு கோயில் தொண்டிலும், ஊர் மக்களின் உதவியாலும் நானும் என் மகனும் வாழ்ந்து வந்தோம்.

ஒரு நாள் பகல்நேரம் சாலையின் வழியே சென்ற ஒரு கணவன், மனைவி, இரு குழந்தைகள் என் குடிசை அருகே நின்று பார்த்தனர். தண்ணீர் கேட்டனர். நான் ஒரு பாத்திரத்தில் தண்ணீர் தந்தேன். குடித்துவிட்டு அங்கே இருந்த மர நிழலில் இளைப்பாறிய அவர்கள் தங்கள் மதிய உணவுக்காக ரொட்டி தயார் செய்தனர்.

எனக்கும் என் மகனுக்குமாக இரண்டு ரொட்டியை அந்தப் பெண் தந்தாள். எனக்குப் பசி இல்லாததால் பசியுடன் இருந்த என் மகனுக்கு அதைச் சாப்பிடத் தந்துவிட்டு அரை ரொட்டி மட்டும் நான் சாப்பிட்டேன்.

மீண்டும் நான் கண்விழித்தபோது மாலை முடிந்து இரவு வரும் நேரம், உடல் களைப்பு எல்லை மீறி இருந்த நிலையில் வியர்வை வெள்ளத்தில் நான் நனைந்திருந்தேன். என்னால் எழமுடியவில்லை. குடிசைக்கு வெளியே என் மகன் விபரீதமான நிலையில் விழுந்து கிடந்தான். மெல்ல ஊர்ந்து சென்று என் மகன்மீது கை வைத்து அவனை எழுப்பி னேன். சில்லென்ற அவனது உடல் எனக்கு அதிர்ச்சி

அளிக்கவே உரக்கக் கத்தினேன். அழுதேன். என்ன நடந்தது என்றே எனக்குப் புரியவில்லை.

அழுகையினூடே சுற்றும் முற்றும் பார்த்தேன். என் வீட்டின் முன்னால் காயவைத்திருந்த பெரிய கம்பளிப் போர்வையைக் காணவில்லை. அந்தப் புதிய கம்பளிப்போர்வை என் மகனுக்காக சமீபத்தில் நான் வாங்கியது. குடிசை வீட்டினுள் சற்று மதிப்புள்ளதாக நான் வைத்திருந்த பொருள்களையும் காணவில்லை. அப்போதுதான் வெறும் போர்வைக் காகவும் சில சாமான்களுக்காகவும் என் மகன் கொல்லப் பட்டதை உணர்ந்தேன். ரொட்டியில் அவர்கள் விஷம் கலந்து கொடுத்திருக்கிறார்கள். நான் அதை அதிகம் சாப்பிடாததால் மயக்கத்துடன் கிடக்க, என் மகனோ இறந்தே போய்விட்டான்!' என்று கூறிய அவர் கண்களிலிருந்து அருவியாக கண்ணீர் கொட்டியது.

இந்த நிகழ்ச்சி ஸ்லீமனின் மனதை மிகவும் உருக்கிவிட்டது மட்டு மல்லாது உலுக்கியும்விட்டது. எப்படிப்பட்ட கொடூரமான கொலையாளிகள் இவர்கள். தனது குழந்தைகளைப் போன்ற ஒரு குழந்தைக்கு வெறும் போர்வைக்காக விஷமிட்டுக் கொன்ற அந்தப் பெண்ணை எப்படி மன்னிப்பது? விடக்கூடாது அவளை! அவளையும் அவளைப் போன்ற நூற்றுக்கணக்கான தட்டூரா கொலையாளி களையும் பிடித்தே தீரவேண்டும் என உறுதி கொண்டார்.

ஸ்லீமன் அதற்காக பல நடவடிக்கைகள் எடுத்து மனித மிருகங்களான அந்தத் தட்டூரா கொலையாளிகளை பல்வேறு இடங்களில் அவர்களது ஆட்களில் சிலரையே தங்களுக்குத் தகவல் தருபவர்களாக மாற்றி மற்றவர்களை வளைத்துப் பிடித்தார். பெற்றோர்களைக் கொன்று குழந்தைகளைக் கடத்திச் சென்று டெல்லி, பம்பாய் போன்ற நகரங்களில் வெறும் 100 ரூபாய் விலைக்கு பெண் குழந்தைகளை விபச்சார விடுதிகளுக்கும், மற்ற பல்வேறு வேலைகளுக்கு ஆண் குழந்தைகளையும், விற்ற கொடுமையை அறிந்தார்.

உடனடியாக அனைவரையும் மீட்க எல்லா ஏற்பாடுகளையும் செய்த ஸ்லீமன், தனது உறுதியான விரைவான நடவடிக்கைகள் மூலம் தட்டூரா கொலையாளிகளை கூட்டம் கூட்டமாகப் பிடித்துச் சிறையிலடைத்தார். அதன் பிறகுதான் அவரது மனவேதனை சற்றே தணிந்தது!

இது அத்தனையும் வட இந்தியாவில் நடந்த நிகழ்வுகள்தான். ஆந்திரா, தமிழகம், ஒரிசா, வங்காளம், கர்நாடகா ஆகிய இடங்களில் பெரிய வேட்டைகள் நிகழ்ந்ததாக தகவலே இல்லை.

தக்கர்களில் இந்துஸ்தானி தக்கர்கள், டெக்கான் தக்கர்கள், சிந்தோஷ் பகுதி தக்கர்கள், முல்தானி, தெலிங்கானா போன்ற பல பிரிவுகள் இருப்பினும் இந்து தக்கர்களும், தால்காட் தக்கர்கள் என்னும் நெற்றியில் பெரிய நாமம் இட்ட கிருஷ்ணா நதிக்கரை அருகே இருந்த தக்கர்களும், கொலை கொள்ளை பயங்கரங்களில் பெயர் பெற்றவர்கள். அதிலும் ஆற்காடு தக்கர்கள் விசேஷமானவர்கள். உடல் உறுதியும் மனவலிமையும் உள்ள ஆற்காடு தக்கர்கள் ராணுவ வீரர் போன்றே இருப்பார்கள்.

அவர்கள் உடை பிரிட்டிஷ் ராணுவ சிப்பாய்கள் தனியாக உடுத்தும் உடைபோல இருக்கும். கோடு போட்ட லுங்கி அணிந்து அதற்கு ஏற்ப கச்சிதமாக சிறு கோட் போன்ற சட்டையுடன் சிப்பாய்கள் தோற்றத் துடன் நடப்பர். கையில் ஒரு சிறு தடியும் ஒரு சிறு பையும் ஒரே மாதிரி வைத்திருப்பர். வெற்றிலைப் பிரியர்களானதால் அதற்கான அனைத்தும் அந்தப் பையில் இருக்கும்.

அவர்கள் வரிசையாக இருவராக அல்லது மூவராக ஒரு வரிசையில் செல்வார்கள். அவர்களில் பலருக்கு ஆங்கில படை அணிவகுப்பின் பயிற்சி சொற்கள் தெரிந்ததால் அதை பலமாகக் கூறியபடியும் செல்வார்கள். பார்ப்பவர்களுக்கு சிறு சந்தேகம்கூட எழாது. தாங்கள் இன்ன பிரிவு படை, விடுப்பில் உள்ளோம் என்றெல்லாம் பலவாறு கூறுவார்கள். அனைவரும் முஸ்லிம்களே. ஆங்கில தளகர்த்தர்கள் பலரது பெயர்களை அவர்கள் நன்கு தெரிந்து வைத்திருப்பதால் சிறு நகர, கிராம, காவல் எல்லைச்சாவடிகளில் மிக மரியாதையுடன் உடனே அனுப்பி விடுவார்கள்.

தாங்கள் கொலைசெய்த நபர்களை மிகக் கச்சிதமாக ஆழப் புதைத்து சிறு சந்தேகமும் வராதபடி நடந்துகொள்வதால் அவர்களைப்பற்றி எவ்விதச் சந்தேகமும் யாருக்கும் ஏற்படாமல் இருந்தது. பெரிய வியாபாரிகள் போல மூட்டை முடிச்சுகளுடன் பொதி எருதுகள், குதிரைகள், வண்டிகளுடன் செல்லுவார்கள்.

ஷேக் அகமது என்னும் ஆற்காடு தக்கர் தலைவன் ஒருமுறை தெற்கு மராட்டிய எல்லையான சல்பா கணவாய் அருகே, பணப்பெட்டியுடன் பயணித்த சிப்பாய்கள், கூலிகள் அனைவரையும் கொன்று 16,000 ரூபாய் எடுத்துக்கொண்டு பிணங்களைப் பத்திரமாக யாருக்கும் தெரியாமல் புதைத்துவிட்டு, மிக அருகே இருந்த போலீஸ் எல்லைக்காவல் படையினரிடம் சென்று புலம்பினானாம்!

‘ஐயா, நாங்கள் வியாபாரிகள். கொள்முதல் செய்யச் செல்லுகிறோம். வழியெங்கும் திருடர் பயமாக இருக்கிறது. என்ன செய்வது?’ என்று

புலம்ப, போலீசார் தைரியம் கூறி எப்படி ஜாக்கிரதையாகச் செல்ல வேண்டும் என்று புத்திமதி கூறி அனுப்பினார்களாம். இந்தச் சம்பவத்தை அந்தத் தக்கர் தலைவன் பின்னாளில் தனது மற்ற சகாக்களிடம் கேலியாகக் கூறிச் சிரித்தானாம்.

ஆனால் தக்கர் ஒழிப்பு பிரிவில் அதிகாரி மன்றோ அவர்கள் வந்தபின் தார்வார் நகருக்கு வடக்கே செல்ல தக்கர்கள் துணியவில்லை. மன்றோ அவர்களின் திறமையால் பல தக்கி கூட்டங்கள் பிடிபட்டு சிறை சென்றனர்.

ஆற்காடு மாவட்டத்துக்கு என்று ரைட் என்பவர் பொறுப்பேற்றவுடன் ஆற்காடு தக்கிகள் மூலைக்கு மூலை ஓடி ஒளிந்தனர். நாலாதிசையிலும் ரைட் தனது படையுடன் தொடர்ந்து தாக்குதல் நடத்த அவர்கள் செய்வதறியாது விழித்தனர். பல்வேறு குழுக்கள் தப்பி ஓடி ஹைதரா பாத் எல்லைக்குள் இருந்த சோராப்பூர் தாலுக்காவில் குடியேறினர். ஆற்காடு தக்கர் தலைவர்கள் ஷேக் அஹமத், லத்திகார் சாஹிப்கான், உமான்கான், சப்ரய்யா இமாம், ஹனூர்க்கா மற்றும் சில ஜமேதார்கள் கூட்டாகச் சென்று சோராப்பூர் மன்னனைச் சந்தித்து ஆண்டுக்கு 2000 ரூபாய் தருவதாகக் கூறி தங்களுக்குப் பாதுகாப்பு கோரினர். இந்தத் தகவலை உளவுப்படை மூலமாக அறிந்த ஆங்கிலேய அரசு சோராப்பூர் அமைச்சருக்கு 20,000 ரூபாய் அபராதம் விதித்தது.

அடுத்து தக்கர்களை ஹைதராபாத் எல்லைக்குள் விரட்டிச் சென்றார் மன்றோ.

சுமார் 50 முதல் 60 தக்கர் குடும்பங்கள் தக்கர் தலைவனான ஷேக் அகமது ஜமேதார் தலைமையில் அங்கிருந்தும் தப்பி 15 நாள் நடைப்பயணம் சென்று மசூலிப்பட்டணம் அருகே ஒளிந்தனர். இப்படி தக்கர்கள் மூலைக்கு மூலை ஓடி ஒளிந்தபோதும் அவர்கள் தங்கள் தொழிலை விட்டுவிடவில்லை. கொலை, கொள்ளையை மிக ரகசியமாகச் செய்து வந்தனர்.

ஷேக் அகமத் ஆற்காடு தக்கித் தலைவர்களில் மிக முக்கியமானவன். அவன் தனது தக்கி தொழிலில் தான் திரட்டிய அளவற்ற செல்வத்தை ரகசியமாகக் காடுகளில் மறைத்து வைத்திருந்தான். அவனது கூட்டத்தினர் அவனை நம்பி எங்கும் வருவார்கள். 'இதுபோன்ற ஒரு தலைவனை நம்பிப் போகும் கூட்டத்தை நான் பார்த்ததே இல்லை!' என்று ஸ்லீமன் கூறினார்.

பின்னர் மசூலிப்பட்டணத்திலிருந்தும் புறப்பட்ட ஷேக் அகமது கடப்பா மாவட்டத்தில் நந்தியால் அருகே தனது கூட்டத்தாருடன் வசித்து வரலானான்.

அந்தச் சமயத்தில் அவ்விடத்தின் வழியே வந்த ஒரு பணப் பறிமாற்றக் குழுவைக் காவலருடன் கொன்று மிகப் பெரும் கொள்ளையை நடத்தி விட்டு அமைதியாக இருந்தான் ஷேக் அகமது. அவனது குழுவினர் தலைக்கு 9 தோலா தங்கமும் 300 ரூபாய் ரொக்கமும் பெற்றனராம்.

பின்னர் அங்கிருந்தும் இடம் மாறி பலப் பல இடங்களிலும் அலையாக அலைந்து கடைசியாக ராஜமுந்திரி மசூலிப்பட்டினம் இடையே கடலோர எல்லையில் அந்தத் தக்கி குழுவினர் வசிப்பதாகத் தகவல் வந்தது. ஆனால் கடைசிவரை போலீஸ் பிடியில் படாமல் மாயமாக மறைந்தே வாழ்ந்து மடிந்துவிட்டான் ஆற்காடு தக்கர் தலைவன் ஷேக் அகமது.

எந்த நிகழ்விலும் எந்த இயக்கத்திலும் பெண்கள் இல்லாமல் நிறைவு பெறாது அல்லவா! தக்கர்களின் ரகசிய இயக்கத்தில் பெண்களும் இருந்துள்ளனர்! ஒரு பெண் அவர்களது குழுவினரின் பயணத்திலும் கூட கொலை கொள்ளைகளின்போதும் கூடவே வந்திருக்கிறாள்.

ஜமேதார் தக்கீர் என்ற தக்கர் தலைவரின் மனைவி குழுவினருடன் வருவதுடன் மட்டுமில்லாமல் தனது கணவர் ஒருவனை சுருக்கிட்டுக் கொல்லும்போது ஒத்துழைப்பாள் என்றும் தெரிந்தது. ஒருமுறை தன் கணவனைவிட பலசாலியான ஒருவனை தன் கணவன் சுருக்கிட்டு இழுக்க முடியாமல் திணறியபோது ஓடிச்சென்று அந்த நபரை அழுத்திப் பிடித்து உதவி செய்து கொன்றாள் என்று தகவல் உள்ளது.

இதற்கும் மேலாக தக்கிகளின் பெண் தலைவியாகவும் ஒரு பெண் செயல்பட்டிருக்கிறாள். அவள் பெயர் 'ஜக்தூமா'.

கர்நாடகா மாநிலத்தின் பெங்களூரில் இருந்து இரண்டு நாள் பயணத் தொலைவில் ஜக்தூமாவின் குடியிருப்பு இருந்தது. 200 பேர் கொண்ட தக்கர் குழுவை வைத்திருந்த 50 வயதுடைய ஜக்தூமாவுக்கு, சர்தார்கான், புர்ரேகான் என்ற இரண்டு மகன்கள் இருந்தனர். இரண்டு மகன்கள் மற்றும் தன் சகோதரர் இருவருடன் சேர்ந்து தனது தக்கர் குழுவை கட்டுப்பாட்டுடன் நிர்வகித்த அந்தத் தக்கி ஜமேதாரிணி, தன் குழுக்களை மசூலிப்பட்டணம் சிக்காகோல் பகுதிகளுக்கு அனுப்பி கொலை கொள்ளைகள் நிகழ்த்தி வந்தாள் என்று ஸ்லீமன் ஆதாரங்களுடன் தனது நூலில் குறிப்பிட்டுள்ளார்.

1839 ஆம் ஆண்டு ஸ்லீமன் பல நாள் ஆய்வுக்குப்பின் மற்றொரு ஒரு கூட்டத்தைப் பற்றிய தகவலை அறிந்தார். கிட்டத்தட்ட ஐம்பது அறுபது ஆண்டுகளாக தொடங்கி நடைபெற்று வந்த அந்த ரகசிய கூட்டத்தினரின் பெயர் 'மெக் புண்ணிசம் தக்கர்கள்'. இந்தவகைத் தக்கர்களின் குறிப்பு எல்லா போலீஸ் பதிவேடுகளிலும் பதிவாகிவிட்டது.

இந்த இயக்கத்தைத் தொடக்க நிலையிலேயே வேரோடும் வேரடி மண்ணோடும் அழிக்க ஆணையிட்டார் ஸ்லீமன். சுமார் 400 பேர் கைது செய்யப்பட்டு தூக்கிலிடப்பட்டும் கடுமையான ஆயுள் தண்டனையும் பெற்றனர். முளையிலேயே கிள்ளி எறியப்பட்ட இந்த இயக்கம் அழிந்தது. ஆனால் 1848ல் தஸ்மாபஜ் என்ற பெயரில் நவீன செயல் வடிவம் பெற்ற தக்கர்கள் கான்பூர் நகர எல்லைக்கு வெளியே மறைந்து வாழ்ந்து வந்தனர்.

1826ல் இந்த வகை தக்கர்கள் செயல்படத் தொடங்கியதாக அப்ரூவர்கள் மற்றும் உளவாளிகள் மூலம் அறிந்தார் ஸ்லீமன். 1839ல் அவர் வெளியிட்ட A report on the system of Megpunnaism, or the murder of indigent parents for their young children என்ற நீண்ட தலைப்புகொண்ட குறிப்பில் இதைப் பற்றிக் குறிப்பிட்டிருக்கிறார்.

இந்த ரகசிய இயக்கம் முதலில் ஆக்ரா, ஜெய்ப்பூர் நடுவே உள்ள பரத்பூரில் தொடங்கியதாகத் தெரிகிறது. இவர்கள் முக்கியமாக பெருமளவில் குழந்தைக் கடத்தலில் ஈடுபட்டனர். குழந்தைகளுடன் யாத்திரைக்கோ பயணத்துக்கோ செல்லும் பெற்றோர் வழியில் கொல்லப்பட்டனர். இப்படி பெற்றோர்கள் கொல்லப்பட்டு அனாதை களான எண்ணற்ற குழந்தைகளைக் கடத்திப்போய் டெல்லி, பம்பாய், போன்ற பெரு நகரங்களில் மற்றும் உள் நாட்டு சிறு நகரங்களில் விற்று ஏராளமாக பணம் சம்பாதித்தனர். மிகச் சாதாரணமாக ரூபாய் 100 முதல் ரூபாய் 80 வரை குழந்தைகளை விலைக்கு விற்றனர். அழகான பெண் குழந்தைகளைப் பெரும் விபசார விடுதிகளில் விற்றதாகப் பிடிபட்ட தஸ்மாபஜ் தக்கிகள் பின்னர் வாக்குமூலம் தந்தனர்.

'மனசாட்சியே அற்ற இந்தவகை மனிதர்கள் மண்ணில் வாழவே அருகதையற்றவர்கள்' என ஸ்லீமன் கூறியுள்ளார். அவரது படையினர் தேடி அலசி கைது செய்ததில் மாபெரும் மெக் புண்ணிசம் தக்கியான கீமா ஜமேதார் என்பவன் பிடிபட்டான். ஸ்லீமன் அவனிடம் விசாரணை நடத்தி வாக்குமூலம் பெற்றார்.

ஸ்லீமன்: இந்தவகையான கொலைகள், பெற்றோர்களைக் குழந்தை களுக்காகக் கொல்வது எல்லாம் எத்தனை ஆண்டுகளாக நடை பெறுகிறது?

கீமா: பரத்பூர் அரசாங்கம் மாறிய பிறகு கிட்டத்தட்ட 1826 முதல் நடைபெறுகிறது.

ஸ்லீமன்: உங்கள் மனைவிமார்களையும் தொழிலுக்குச் செல்லும் போது கூட்டிச் செல்வீர்களா?

கீமா: ஆமாம். அவர்கள்தான் குழந்தைகளுடன் வரும் பெற்றோர்களிடம் பேசிப் பழகி அழைத்தும் வருவார்கள். பெற்றோர்கள் கொலை செய்யப்பட்ட பின் அந்தக் குழந்தைகள் விற்கப்படும்வரை பராமரிக்கும் பணி அவர்களுடையதுதான்.

இன்னுமொரு மெக்புண்ணிசா தக்கி கோபால் என்பவனை அழைத்தார் ஸ்லீமன். அவனிடம் விசாரணை செய்தார்.

ஸ்லீமன்: நிறைய குழந்தைகளுடன் நீ வந்தபோது பலோண்டி மன்னர் உன்னைக் கைது செய்ததாக அறிந்தேன். அந்தக் குழந்தைகளை எப்படிக் கடத்தி வந்தாய்?

கோபால்: நான் அப்போது ஒரு பெரிய கூட்டத்துடன் இருந்தேன். எட்டு வழிப் போக்கர்கள் ஆறு குழந்தைகளுடன் வந்தபோது அந்தப் பெற்றோர்களைக் கொன்று அந்த ஆறு குழந்தைகளையும் கடத்தி வந்தேன். அப்படி நான் வந்தபோது பலோண்டி அரசரின் ஆணைப்படி நான் கைது செய்யப்பட்டேன். என்னை சிறையில் அடைத்தனர்.

ஸ்லீமன்: நீ கடத்தி வந்த அந்தக் குழந்தைகள் என்ன ஆனார்கள்?

கோபால்: அந்தக் குழந்தைகள் அனைவரையும் பலோண்டி மன்னர் பத்திரமாக டெல்லி கமிஷனர் அவர்கள் வசம் அனுப்பியதாக அறிந்தேன்.

இத்துடன் அந்தப் பேட்டி முடிந்தது.

16

சில தக்கி பேட்டிகள்

ஸ்லீமன் பல்வேறு சமயங்களில், பல்வேறு தக்கிகளுடன் நடத்திய உரையாடல்கள் அவர்களின் எண்ண ஓட்டங்களை வெளிப்படுத்துவதாக அமைந்தவை.

சில உரையாடல்களைப் பார்ப்போம்.

ஒரு நாள் ஸ்லீமன் அரசிடம் சரணடைந்து அப்ரூவர்களாக மாறிய தக்கிகளின் முன்னாள் பெரும் தலைவர்களான பரீங்கா, நாசிர், சாஹிப்கான், துர்கா, ஷேக் இனாயத் போன்றவர்களை அழைத்து அவர்களின் செயல்பாடுகள் குறித்து விவாதிக்கலானார்.

ஸ்லீமன்:- பலவிதமான சகுனங்களையும் குறிப்புகளையும் அனுப்பி உங்களுக்கு காளிதேவி உதவுவதாகக் கூறுகிறீர்களே? அப்படி ஏதாவது நடந்த நிகழ்ச்சியைக் கூற முடியுமா?

நாசர்:- ஏராளமாக உதாரணங்கள் உண்டு. ஒருமுறை ஜெனரல் டவ்டன் தன் படைகளுடன் 'ஜால்னா'வில் இருந்தபோது அறியாமல் அங்கே போய்விட்டோம். அப்போது எங்கள் பாதையின் குறுக்கே முயல் ஒன்று சத்தமிட்டவாறு குறுக்கே ஓடியது. மறுநாள் நானும் என்னுடன் இருந்த பதினேழு பேரும் கைது செய்யப்பட்டோம், நாங்கள் சில சிப்பாய்களைக் கொன்றிருந்தபோதும் எந்தவிதத் தடயங்களும் கிடைக்காததால் நாங்கள் விடுவிக்கப்பட்டோம்.

ஸ்லீமன்:- இந்த சகுனக் குறிகளும் குறிப்புகளும் உங்கள் தெய்வமான பவானிதான் அனுப்புவதாக நம்புகிறீர்களா?

நாசர்:- நிச்சயமாக! எங்களில் யாருக்கும் அதில் எந்தவிதச் சந்தேகமும் இல்லை!

ஸ்லீமன்:- உங்களை இத்தனை விதமாகக் காக்கும் அந்த பவானி எப்படி உங்களைப் பிடித்து தண்டிக்க என்னை அனுப்பி வெற்றிபெறச் செய்கிறார்?

நாசீர்:- நாங்கள் விதியை மீறிச் செயல்பட்டால் இப்படித்தான் நடக்கும். நாங்கள் அந்த பவானியின் ஆணைகளை மீறி நடக்கக் கூடாது என்று என் தந்தை எனக்கு பல நூறுமுறை சொல்லியுள்ளார். ஆனாலும் நான் வாசல் கூட்டும் பெண்ணைக் கொன்றேன். அது விதியை மீறிய செயல். அதனால் சிக்கிக்கொண்டேன்.

ஸ்லீமன்:- உங்களைப் பாதுகாக்க குறிகளைச் சொல்லும் பவானி, நீங்கள் வேட்டையில் வெற்றி பெறவும் சகுனக்குறிப்பு சொல்வதாக நம்புகிறீர்கள் இல்லையா?

நாசர்:- ஆமாம்! நிச்சயமாக! யாராவது அதை சந்தேகிப்பார்களா?

ஸ்லீமன்:- உங்களது புனிதமான கோடாலி இரவில் கிணற்றில் எறியப் பட்டு காலையில் அழைத்ததும் அது கோடாலி பராமரிப்பவர் கைக்கு தானாக வருவதாகவும் சொன்னார்கள். நீங்கள் அதைப் பார்த்து இருக் கிறீர்களா?

நாசர்:- ஆமாம்! பார்த்துள்ளேன். புதைகுழி தோண்டுபவன் காலையில் அழைத்தவுடன் அவன் கையில் கோடாலி இருப்பதை பலமுறை பார்த்துள்ளேன்.

ஸ்லீமன்:- நானும் பலமுறை மாயாஜால வித்தை காட்டுபவர்களைப் பார்த்திருக்கிறேன். கையில் உள்ள புறா, பாம்பாக மாறுவதும் அந்த பாம்பு முயலாக மாறுவதும் நானும் பார்த்துள்ளேன். கோடாலி கைக்கு வருவதைப் பார்த்தது இல்லை.

நாசர்:- இல்லை அது தேவியின் கட்டளை. நான் மட்டுமல்ல எங்கள் கூட்டமே அதைப் பார்த்துள்ளது. அது கடவுளின் விளையாட்டு.

ஸ்லீமன்:- சாஹிப் கான்! நீ நாசரை விட புத்திசாலியானவன். நீ பதிலைக் கூறு.

சாஹிப்கான்:- நான் ஒரேயொருமுறை நேரில் பார்த்துள்ளேன். இமாம் கான் மற்றும் அவர் தம்பி இருவரும் வந்திருந்தனர். இமாம்கான் இரவு கிணற்றில் எறிந்த கோடாலி காலை அவன் அழைத்ததும் அவன் கைக்கு வந்தது.

ஸ்லீமன்:- எங்கே நடந்தது?

சாஹிப்கான்:- ஆற்காட்டில் நான் தெலுங்கானாவில் இருந்தேன். மேஜர் பார்க்கர், கேப்டன் ஷெரீப் இருவரும் சாலையின் குறுக்கே நிற்பது தெரிந்ததும் நான் தப்பியோடி ஆற்காடு கூட்டத்தில் சேர்ந்தேன். அந்தப் பயணம் முழுவதும் அவர்களுடன் இருந்தேன். தினமும் காலை அதே நிகழ்ச்சி நடைபெற்றது.

ஸ்லீமன்:- நீங்கள் வேறெங்கும், குறிப்பாக உங்கள் கூட்டத்தில் யாரும் அதைச் செய்து பார்த்தது இல்லையா?

சாஹிப்கான்:- இருபது ஆண்டுகளாக நான் தக்கியாக இருக்கிறேன். வேறெங்கும் பார்த்தது இல்லை. இரவில் மறைவாக புதைத்து வைத்து மறுநாள் போய் எடுத்துக்கொள்வதைத்தான் பார்த்துள்ளேன்.

ஸ்லீமன்:- உங்கள் மகன்களை இந்தத் தக்கி தொழிலில் புகுத்துமுன் என்ன தகுதி தேவை?

சாஹிப்கான்:- எதுவும் தேவையில்லை. உடல் உரமாக ஊனமின்றி இருக்க வேண்டும் அநேகமாக 12 வயது முடிந்தவுடன் உடன் அழைத்துச் செல்வோம்.

ஸ்லீமன்:- கொலையைக்கண்டு பயப்படமாட்டார்களா?

சாஹிப்கான்:- முதல் முறை கொலையைப் பார்க்கவோ சத்தத்தைக் கேட்கவோ அனுமதிக்க மாட்டோம். இரண்டு மூன்று முறை வந்தால் அவனே புரிந்துகொள்வான்.

பரீங்கா:- பன்னிரண்டு ஆண்டுகளுக்கு முன் என் உறவினன் அமான் சுபேதார், இதோ அப்ரூவராக மாறியுள்ள எங்கள் உறவினரான ஓம்ரூவின் தம்பியை அழைத்து வந்தான், அழகான அந்தப் பையன் ஒரு சிறு குதிரைமீது அமர்ந்தபடி எங்களுடன் வந்தான். ஹர்சுக்கா என்ற எங்கள் இன்னொரு உறவினன் அந்தப் பையனை கவனித்துக்கொள்ள, அந்தச் சிறுவன் மகிழ்ச்சியாக ஹர்சுக்காவுடன் வந்தான். சிறுவயது முதலே அந்தப் பையன் ஹர்சுக்காவுடன் நெருக்கமாகப் பழகிவருபவன். ஆகவே அந்தப் பையன் தனது பல்வேறு கேள்விகளை ஹர்சுக்காவிடம் கேட்டுக்கொண்டே வந்தான்.

வழியில் எங்கள் குழுவுடன் ஐந்து சீக்கியர்கள் பாதுகாப்புக்காக எங்கள் குழுவுடன் இணைந்து பேசியபடி வந்தனர். எங்களது வழக்கமாக புதைக்குமிடம் வந்ததும் அனைவரும் அந்த மாந்தோப்பில் தங்கி சீக்கியர்களையும் ஓய்வெடுக்க அழைத்து அங்கே தங்கினோம்.

நன்றாக பொழுது விடியும் முன்பாகவே கண் விழித்த நாங்கள் சீக்கியர்களை முடிக்கத் தயாரானோம். உளவாளிகள் நாலாபுறமும் பார்த்துவர, புதைகுழி வெட்டுபவர்கள் இரவே சத்தமின்றி அதைச் செய்து முடித்திருந்தனர்.

ஹர்சுக்கா ஏற்கெனவே மூன்று நான்கு முறை பயணம் வந்தவன் ஆனதால் அந்தச் சிறுவனை அழைத்துக்கொண்டு பின்புறமாகச் செல்லும்படி கூறினோம்.

ஹர்சுக்கா பையனை அழைத்துக்கொண்டே பின்புறமாகச் சென்று விட்டான். ஆனால் அந்தச் சிறுவன் ஏதோ சந்தேகப்பட்டு அடிக்கடி திரும்பிப் பார்த்தும் உற்றுப் பார்த்தபடியும் சென்றான்.

சுருக்கிடும் ஆட்கள் தயாராக அந்த சீக்கியர்கள் பின்னால் நின்றனர். முன்னால் நின்றிருந்தவர்கள் வேடிக்கையாக அவர்களிடம் சிரித்தபடி பேசிக்கொண்டிருந்தனர். அப்போது தலைவன் 'ஜீர்ணி (Jhirnee)' எனப்படும் மரணத்தின் ஆணைக் குரலான, 'Thambakko Lav' என்ற வார்த்தையை உரக்கக் கத்தினான்.

அடுத்தநொடி கயிறு சீக்கியர்களின் கழுத்தில் விழுந்து சுற்றப்பட, சுருக்கிடுபவன் பலமாக இழுக்க, அதுவரை அவர்களுடன் சிரித்துப் பேசியவர்கள் சீக்கியர்களின் கைகால்களை இறுக்கிப் பிடித்து முன்புறம் தள்ளினர். மூன்று நான்கு வினாடிகளிலேயே ஒருவிதத் தொண்டைக் குழறல் சத்தமிட்டபடி ஐந்து சீக்கியர்களும் பிணமாகி விழுந்தனர்.

விசித்திரமான அந்த மரணக்குரல் ஆணையைக் கேட்ட சிறுவன், தன்னுடனிருந்த ஹர்சுக்கா பிடியிலிருந்து ஓடிவந்து மேற்படி நிகழ்ச்சியை நேரில் பார்த்துவிட்டான். திடகாத்திரர்களாக அதுவரை பேசி வந்த அந்த ஐந்து பேரும் சுருக்கிடப்பட்டு கண்முன் கொல்லப் பட்டு வீழ்ந்ததை நேரில் பார்த்துவிட்ட அந்தச் சிறுவன் வீரிட்டு அலறியபடி அவர்களிடமிருந்து தப்பி ஓடத்தொடங்கினான். அவனது உயிர்த் தோழன்போல பழகிய ஹர்சுக்காவைப் பார்த்தும்கூட அவன் மிரண்டான். அலறியடித்தபடி அங்குமிங்கும் ஓடி கீழே விழுந்து கிடந்த அந்த ஐந்து சீக்கியர்களையும் பார்த்து மீண்டும் அலறி கடைசியில் மயங்கி விழுந்தான். என்ன செய்வது என்று புரியாத நிலையில் உடனடியாக உடல்கள் எடுத்துச் செல்லப்பட்டு புதைக்கப் பட்டன.

அனைவரும் அமைதியாக அமர்ந்திருந்தனர். பையனுக்கு விழிப்பு வரவில்லை. ஏதேதோ உளறியபடி மயக்க நிலையிலேயே இருந்தான். மதியம் கண் விழித்தவன் கடுமையான காய்ச்சலில் அவதிப்படுவது

தெரிந்தது. சிறுவனின் அண்ணன் ஓம்ரூவும் தோழன் ஹர்சுக்காவும் மற்றவர்களும் பையனிடம் சாந்தமாகப் பேசி மெதுவாக உட்கார வைத்தனர்.

பையன் மெதுவாக எழுந்து உட்கார்ந்தான். காய்ச்சலால் உடல் நடுங்கினான். மெதுவாக சுற்றும் முற்றும் பார்த்தான்! அங்கே சீக்கியர்கள் அணிந்திருந்த ஐந்து தலைப்பாகையும் வரிசையாகக் கிடப்பதைப் பார்த்ததும், அதைப் பார்த்த வினாடி பயத்தில் மறுபடியும் வீறிட்டு அலறியவன் மறுபடியும் மயக்கமானான்.

மாலையில் கண்விழித்து எழுந்த அந்தச் சிறுவனின் உயிர் அவன் மீண்டும் அலறியபோது பிரிந்தது. சிறுவனின் மரணத்தினால் அளவற்ற சோகத்தில் ஆழ்ந்துவிட்ட ஹர்சுக்காவும் ஓம்ரூவும் கண்ணீர் விட்டுக் கதறியழுதனர். இரும்பு மனம் கொண்ட அந்தத் தக்கர்களுக்கும் ஒருபுறம் நெகிழ்வான மனமிருந்தது அதிசயம்தான்!

அந்த நிமிடம் மனத்தில் என்ன தோன்றியதோ, ஹர்சுக்கா எழுந்தான். தன் உடைகள், பொருள்கள் எல்லாவற்றையும் கீழே வைத்துவிட்டு பைராகியாக மாறிவிட்டான். தக்கித் தொழிலில் இருந்து அந்த நிமிடமே விலகிவிட்ட அவன் எங்காவது ஓரிடத்தில் நர்மதை ஆற்றின் ஏதாவதொரு கரையில் உள்ள கோயில் முன் அமர்ந்திருப்பான்' என்ற கூறிய பரீங்கா வின் கண்களில் இருந்து சாரை சாரையாகக் கண்ணீர் வடிந்தது.

சற்றுநேரம் ஸ்லீமன் அமைதியாக இருந்தார். 'மிகச் சோகமான நிகழ்ச்சி தான்' என்றவர் மேலும் கேட்டார்.

ஸ்லீமன்:- சீக்கியர்கள் காளி பக்தர்கள் அல்லவா? அவர்களையுமா கொல்வீர்கள்? நீங்கள் எங்காவது சீக்கிய தக்கர்களைப் பார்த்தது உண்டா?

பரீங்கா:- சீக்கியர்கள் எங்கள் கொலைப்பட்டியலில் இருந்து நீக்கப்பட்டவர்கள்தான். ஆனால் விதிவசத்தால் அவர்கள் எங்களிடம் வந்துவிட்டால் நாங்கள் கொல்ல வேண்டி வருகிறது. ஆனால் தக்கர்களில் சீக்கியர்கள் எங்கும் இல்லை. நிச்சயமாகத் தெரியும்.

ஸ்லீமன்:- காளி தேவியை வழிபட நீங்கள் அனைவரும் கோயிலுக்குச் செல்வீர்களா?

பரீங்கா:- நிச்சயமாகச் செல்வோம். இந்து, முஸ்லிம் எல்லா தக்கர்களும் வாய்ப்பு வரும்போது காளி தேவி கோயிலுக்குச் சென்று வழிபடுவோம்.

ஸ்லீமன்:- முஸ்லிம்கள் கூடவா?

பரீங்கா:- ஆமாம்! முஸ்லிம்களும் காளி கோயிலுக்கு வந்து வழிபடுவது சகஜம்தான்!

பரீங்கா சொல்வதைக் கேட்டுக்கொண்டிருந்த முகம்மதிய போலீஸ் அதிகாரிகள் மறுத்து, 'நாங்கள் எப்போதும் சென்றதில்லை. கீழ் மட்டத்தில் உள்ள ஒரு சில முஸ்லிம்கள் சென்று இருக்கலாம்!' என்றனர்.

பரீங்கா:- இல்லை. மிகப் பிரபலமான பெரிய இடத்து முஸ்லிம் பெண் கள் ஜப்பல்பூரில் பெரியம்மை நோய் பரவி வந்தபோது தங்கள் குழந்தை களையும் அழைத்துச்சென்று வழிபட்டதை நான் பார்த்துள்ளேன்.

அதை ஒப்புக்கொண்ட முஸ்லிம் போலீஸ் அதிகாரிகள், 'இது உண்மை யாக இருக்கலாம். எங்களைப் போன்ற கணவர்மார்கள் அறியாதபடி நடைபெற்ற வழிபாடு அது!' என்று சமாளித்தனர். ஸ்லீமன் மெல்லச் சிரித்தார்.

ஸ்லீமன்:- அப்படியானால் குழந்தைகளுக்காக முஸ்லிம் பெண்கள் காளி தேவியைக் கும்பிட்டார்களா?

சாஹிப்கான் - நாசிர் இருவரும்:- தக்காணத்தில் பெரிய நவாப்புகளும் பெரும் அதிகாரிகளும் அந்தக் கோயில்களில் தங்கள் குழந்தைகளுடன் வந்து நின்றதை நான் பார்த்துள்ளேன். அவர்கள் வணங்கினரா? நின்றனரா தெரியாது.பெரியம்மையும் காலராவும் பரவியபோது நடந்தது அது. நாங்கள் அவர்கள் கோயில் முன் நின்றதை எங்கள் கண்களால் பார்த்தோம் குழந்தைகள் எல்லோரும் அங்கே நின்றிருந்தனர்.

ஸ்லீமன்:- தக்கர்களை உங்கள் காளிதேவி தனி அக்கறை எடுத்துக் காப்பாற்றுவதாக நம்புகிறீர்களா?

சாஹிப்கான் - நாசிர்:- நிச்சயமாக நம்புகிறோம் ஆனால் சில நேரங்களில் நாங்கள் அறியாமல் செய்யும், விதி மீறிய தவறுகளால் தண்டிக்கப்படு வதும் உண்டு. மதுராவில் நடந்த நிகழ்ச்சிபோல...!

ஸ்லீமன்:- அது என்ன நிகழ்ச்சி...?

சாஹிப்கான் - நாசிர்:- மதுரா பகுதியைச் சேர்ந்த ஜமேதார் புரா சாஹிப் மிகப் பெரிய தக்கர் தலைவர். நூற்றுக்கணக்கான ஆட்களைக் கொண்ட பெரிய கூட்டத்தின் தலைவர் அவர். அவர் தனிப்பட்ட முறையில் மதுரா நவாப் தொள்ளிகான் அவர்களின் நண்பர்போல பழகுபவர். பல

தருணங்களில் மிக விலை உயர்ந்த பல பரிசுகளை அவர் நவாப் தொள்ளிகானுக்குத் தந்துள்ளார்.

இதில் என்ன விசேஷம் என்றால் அந்தப் பரிசுப் பொருள்கள் எப்படி புரா சாஹிப்புக்கு வந்தது என்பது நவாபுக்குத் தெரியும்.

நவாப் தனிப்பட்ட முறையில் புரா சாஹிப்பிடம், ‘இந்தத் தொழிலை விட்டு விட்டு வா... நான் உனக்கு வரியில்லாத வகையில் அருமையான நிலங்களைத் தருகிறேன்!’ என்று கூறுவாராம். புரா சாஹிப் அதைக் கேட்கவேயில்லை.

அதே நேரம் சம்பல் நதிக்கு அருகே பள்ளத்தாக்கில் வாழ்ந்த இன்னொரு பெரும் கொள்ளையனின் அட்டகாசம் எல்லை மீறிவிட்டதில், அவனது அட்டூழியம் தங்கள் எல்லையில் மிக அதிகமாகிப் போகவே கொள்ளையனைப் பிடித்து பீரங்கி வாயில் கட்டி வெடிக்க ஆணையிட்டார் நவாப்.

அதிகாரிகள் உடனடியாக அவனைத் தேடி அலைந்தனர். இதில் வினோதம் என்னவென்றால் அந்தக் கொள்ளையன் பெயரும் புரா சாஹிப்தான்.

தக்கித் தலைவன் புரா சாஹிப் தனது செயல்பாடுகளை எப்போதும் மதுரா எல்லைக்கு அப்பால் செய்துவந்ததால் அவனைப்பற்றி அதிகாரிகளுக்குத் தெரியாது.

இந்த நிலையில் எங்கோ தனியாக வந்திருந்த தக்கர் தலைவன் புரா சாகிப்பை யாரோ பார்த்து தவறாக தகவல் தரவே நவாப்பின் அதிகாரிகள் உடனே புரா சாகிப்பை பிடித்து இழுத்துச் சென்று பீரங்கி முன் அதன் வாயில் நிறுத்தி கட்டிப்போட்டனர். பின் நவாப்புக்கு தகவல் அனுப்பினர்.

‘கொள்ளையன் புரா சாஹிப்பை பிடித்துவிட்டோம். என்ன செய்யலாம்?’ என அவசரத் தகவல் சென்றது.

ஆனால் அதற்குள் மற்ற அதிகாரிகளோ, ‘அதுதான் முன்னரே நவாப் ஆணையிட்டு விட்டாரே, அவர் சொன்னபடிச் செய்யுங்கள்’ என்று தண்டனையை நிறைவேற்றக் கூறினர். புரா சாஹிப் பீரங்கி வாயில் முன் வைத்து சிதறடிக்கப்பட்டான். இதனால் கொள்ளையன் புரா சாஹிப் பிடிபட்டுவிட்டான் என்கிற தகவல் நவாபுக்குக் கிடைத்த போது அவரது ஆணையின்படி பீரங்கி முன்வைத்து, சிதறடிக்கப் பட்டான் என்கிற தகவலும், சேர்ந்தே கிடைத்தது.

நவாப்பின் மனத்தில் சந்தேகப் பொறி தட்டியது. இந்த மரணத்தில் ஏதோ ஒரு தவறு நடைபெற்றுவிட்டதாக அவர் மனதுக்குப்பட்டது.

அதன்படியே தீர விசாரித்தபோது தன் ரகசிய நண்பன் தக்கியாகிய புரா சாஹிப் மடிந்தது ஊர்ஜிதமானது. நவாப் மிகவும் வருந்தினார்.

'இது என் தவறு அல்ல. நிச்சயமாக என் தவறே அல்ல! கடவுள்... அல்லா தந்த தீர்ப்பு. மனிதனான என்னால் ஏதும் செய்ய முடியாது!' என வருந்தினார்...' என்று முடித்தனர் சாஹிப்கானும் நாசிரும்.

ஸ்லீமன்: அதுவும் சரிதான். கடவுளின் தீர்ப்பிலிருந்து யாரும் தப்ப முடியாதுதான். சரி, சாஹிப்கான், நீ பதிலைக் கூறு. நாங்கள் இந்தத் தக்கி முறையை முற்றிலுமாக அழித்துவிடுவோமா? ஒழிக்க முடியாதா?

சாஹிப்கான்: கடவுளின் ஏற்பாட்டை, மனிதனின் கைகளால் அழித்து விட முடியுமா?

ஸ்லீமன்: நீ ஒரு முஸ்லிம்தானே?

சாஹிப்கான்: ஆம். தென்னிந்தியாவில் பெரும்பாலும் முஸ்லிம்கள் தக்கர்களாக உள்ளனர்.

ஸ்லீமன்: நீ மணம் புரிதல், குழந்தைகள் பெற்றுக்கொள்வது, பெயரிடுவது, வழிபடுவது, உண்பது, குடிப்பது எல்லாம் உங்கள் திருக்குரான் கூறியபடிதான். உங்கள் மறு உலக வாழ்வு நபிகள் நாயகம் கூறியபடிதான் நடக்கும் என்று நம்புகிறாய் இல்லையா?

சாஹிப்கான்: நீங்கள் சொல்வது முற்றிலும் சரி.

ஸ்லீமன்: உங்கள் புனித குரானில் எங்காவது பவானி கடவுள் பற்றி உள்ளதா?

சாஹிப்கான்: இல்லை. எங்கேயும் இல்லை...

(இந்த இடத்தில் வட இந்தியாவின் ஒரு முஸ்லிம் தக்கி குறுக்கிட்டான்.)

வட இந்திய முஸ்லிம் தக்கி: ஐயா, பவானிதான் நபிகள் நாயகத்தின் மகள் பாத்திமா. அலி அவர்களின் மனைவி. இருவரும் ஒன்றே. பாத்திமாதான் உலகை அழிக்கப் புறப்பட்ட மிகக் கொடூரமான அரக்கனான 'ருக்குட் பீஜ் தானா' என்ற அரக்கனுடன் போர் புரிந்தார். கடல்நீர் அவனது முழங்கால் அளவே வந்தது. அவனை வெட்டிக் கொல்ல, வெட்டி கொல்ல அவனது ரத்தத் துளிகளில் இருந்து பல அரக்கர்கள் தோன்றினர். ஆகவே அவர்களைக் கொல்ல பாத்திமா இந்த சுருக்குக் கயிறை இரண்டு சீடர்களிடம் தந்து ரத்தம் சிந்தாமல் சுருக்கிட்டுக் கொல்ல ஆணையிட்டார்கள். அதன்படிச் செய்து வெற்றி

பெற்றவுடன் இந்தக் கயிற்றை எங்களிடமே தந்து எங்களை எங்கள் வாழ்வுக்காக பிழைக்க அனுப்பியதாக எங்கள் மூதாதையர்கள் பலரும் சொல்லியுள்ளனர். ஆகவே பாத்திமாதான் அந்த பவானி என்று நாங்கள் நம்புகிறோம்.

ஸ்லீமன்: சரி, நீங்கள் செய்த குற்றங்களுக்கு மறு உலகில் தண்டனை உண்டு என நம்புகிறீர்களா?

சாஹிப்கான்: இல்லை. நாங்கள் எந்தக் குற்றமும் செய்யவில்லை. நாங்கள் கடவுளை வழிபட்டு வேண்டிக் கேட்கும்போது அவரது கட்டளை பெற்ற பின்னர்தான் நாங்கள் செயல்படுகிறோம். ஆகவே எங்கள் மீது தவறே இல்லை.

ஸ்லீமன்: எந்தக் கடவுள் உங்களுக்குக் கட்டளையிடுகிறது?

சாஹிப்கான்: பவானி!

ஸ்லீமன்: ஆனால் இப்போது எங்கும் தக்கிகளை கைது செய்யும் படலம் தொடங்கிவிட்டதே! முன்பு உங்களை ஆதரித்த குறு நில மன்னர்கள் கூட இப்போது உங்களுக்கு ஆதரவுதர பயப்படு கிறார்களே!

துர்கா: ஆமாம்! உங்கள் பிரிட்டிஷ் ஆட்சியின் அதிர்ஷ்டம் நன்றாக இருக்கிறது. உங்கள் ராணுவப் படையின் முன் அடிக்கப்படும் டிரம் சத்தம் கேட்டவுடன் பில்லி, சூனியம், பேய், பிசாசுகள் போன்றவைகளே அலறிக் கொண்டு தலை தெறிக்க ஓடும்போது தக்கிகள் எம்மாத்திரம்!

17

குகைக் கோயிலில் கொலை சிற்பங்கள்!

ஸ்லீமன் சமயம் கிடைக்கும்போதெல்லாம் கைது செய்யப்பட்ட தக்கிகளிடம் பேசி, அவர்களைப் புரிந்துகொள்ள முயற்சிப்பார். அப்படி ஒருமுறை பேசிக்கொண்டிருந்தபோது அவர் தக்கிகளின் தலைவன் பரீங்காவைப் பார்த்துக் கேட்டார்.

'நீ ஒருமுறை ஜான்சன் என்பவரிடம் 'எல்லோரா குகைக் கோயில்களில் தக்கர்களின் எல்லா செயல்களும் செதுக்கி வைக்கப்பட்டுள்ளதாகக் கூறினாயாமே! அது நிஜமா?'

'ஆமாம்! உண்மைதான்! தக்கர்களின் எல்லா செயல்களும் அங்கே சிற்பமாகச் செதுக்கி வைக்கப்பட்டுள்ளது. ஓரிடத்தில் ஒரு மனிதன் இன்னொரு மனிதனின் கழுத்தில் கயிறு வீசி கழுத்தை இறுக்குவது போல் உள்ளது. மற்றொரு இடத்தில் ஒரு மனிதன் பிணத்தைப் புதைக் கிறான். இன்னோரிடத்தில் இருவர் ஒரு உடலை புதைகுழிக்குக் கொண்டு செல்லும் காட்சி உள்ளது. எங்களது செயல்முறை அனைத்தும் அங்கே உள்ளது!' என்று சொன்னான்.

'அந்தச் சிற்பங்களெல்லாம் தக்கிகளைத்தான் குறிக்கிறது என்பது எல்லோருக்கும் தெரியுமா?' என்று கேட்டார் ஸ்லீமன்.

'இல்லை. தக்கிகளைத்தவிர யாருக்கும் அது தெரியாது! அதை நாங்கள் யாரிடமும் சொல்லவும் மாட்டோம்! எங்களைத்தவிர அந்தச் சிற்பங்களைப் பார்ப்பவர்கள் யாருக்கும் எது என்ன என்பது தெரியாது!

இது மனிதர்களின் வேலை அல்ல! இது நிச்சயம் கடவுள் செய்தது தான்!' என்றான் பரீங்கா.

'இது தக்கிகளின் செயல்முறை மட்டும் காட்டும் இடம் அல்ல. உலகின் எல்லா வகை தொழில்முறைகளும் உள்ளன!' என்றான் மற்றொரு தக்கித் தலைவன் துர்க்கா.

சோட்டி என்கிற தக்கி, 'நாங்கள் அந்த வழியாக எப்போது சென்றாலும் உள்ளே சென்று பார்ப்போம்.' என்று ஆர்வத்துடன் கூறினான்.

'இன்னும் உங்கள் தொழில் தொடர்பாக அங்கு வேறென்ன உள்ளது?' என்று கேட்டார் ஸ்லீமன்.

சாஹிப்கான் என்கிற தக்கி கூறினான். 'ஓரிடத்தில் விரிக்கப்பட்ட பாயில் அமர்ந்து சோதா (இனிமையாகப் பேசி பயணிகளை அழைத்து வருபவன்) பயணிகளிடம் பேசிக் கொண்டிருக் கும் காட்சி இருக்கும். இன்னோரிடத்தில், கழுத்தில் சுருக்கிட்டுக் கொல்பவன், கழுத்தில் உள்ள கயிற்றை இழுப்பது தெரியும். அப்போது அந்த சாகப் போகும் பயணியை இன்னொரு தக்கி இரண்டு கால்களையும் சேர்த்துப் பிடிப்பது நன்றாகச் செதுக்கப்பட்டுள்ளது.'

'அதுமட்டுமல்ல. கால்களை இறுக்கிப் பிடிப்பவன் எதிர் திசையில் தள்ளுவதும் தெரிகிறது. எங்களைப் போலவே, எங்கள் தொழிலின் செயல் முறைகளே அவை!' என்றான் நசீர் என்கிற தக்கி.

பரீங்கா தொடர்ந்து சொன்னான்.

'புதைப்பவர்கள் உடலைத் தூக்கிச் செல்லும் இடத்துக்கு அருகில் ஒரு தக்கி அமர்ந்து புனிதமான கோடாலி மூலமாக குழிவெட்டிக் கொண்டிருப்பதும் ஒரு சிற்பத்தில் செதுக்கப்பட்டுள்ளது.'

'சரி, இதைச் செதுக்கியது கடவுள்தான் என்று எப்படி நினைக்கிறாய்? யாராவது தக்கியாகவும் இருக்கலாம் அல்லவா?' என்று கேட்டார் ஸ்லீமன்.

'இல்லை! இதை நிச்சயமாக தக்கர்கள் செய்திருக்க மாட்டார்கள். ஏன் எனில் தக்கர்கள் தங்களின் ரகசிய முறைகளை இப்படி வெளியிட மாட்டார்கள். ஆகவே இந்த இடம் முழுவதும் மனிதர்கள் செய்ததாக நிச்சயமாக இருக்காது. இதை கடவுள்தான் படைத்துள்ளார்.' - உறுதியாகச் சொன்னான் பரீங்கா.

'ஓஹோ! அதனால்தான் அந்த எல்லோரா சிற்பங்கள் இருக்கும் இடத் துக்குச் செல்லும்போது உள்ளே சென்று வணங்கிச் செல்கிறீர்களா?'

‘இல்லை. நாங்கள் வணங்கிச் செல்வதற்காக அங்கே செல்லவில்லை. மெய் சிலிர்த்துப்போய் ஆவலால் உந்தப்பட்டுத்தான் உள்ளே போகிறோம். மிகச் சக்தி வாய்ந்த பூதகணங்கள் இந்தச் சிற்பங்களை உருவாக்கி இருக்கலாம்.’ என்றான் சாஹிப்கான் என்கிற தக்கி.

‘ஆமாம்! நாங்கள் இந்து தக்கிகள், வியப்பின் எல்லை மீறி உள்ளே சென்று அணுஅணுவாக ரகசியமாக ரசிக்கிறோம். இது நிச்சயம் எல்லா தேவதைகளும் கூடும் ஒரு கலா மண்டபம்!’ என்று சிலிர்ப்புடன் சொன்னான் ஹர்நாகர் எனும் தக்கி.

இவ்வாறாக தக்கி தலைவர்களுடனான ஸ்லீமனின் ஒரு உரையாடல் முடிந்தது.

அதன்பிறகுதான் ஸ்லீமன் மனதில் வேறொரு சந்தேகம் எழுந்தது.

‘1300 ஆண்டுகளுக்கு முன்னர் உருவாக்கப்பட்ட அந்தக் குகைக் கோயிலில் எப்படி தக்கர்களின் செயல்பாடுகள் சிற்பங்களாக செதுக்கப் பட்டுள்ளன? அப்படியானால் அதற்கு முன்னரே தக்கர்களின் செயல் பாடுகள் இதைச் செதுக்கியவர்களுக்குத் தெரிந்துள்ளது என்பது புரிகிறது. எனில் தக்கிகளின் இந்தக் கோடூர செயல்பாடுகள் ஆயிரம் ஆண்டுக்கால வரலாறு கொண்டதா?’

தீவிரமாகச் செயல்பட்டு தக்கிகளை ஒடுக்கியதில் ஸ்லீமனின் புகழ் எல்லா இடங்களிலும் பரவிவிட்டது. ஆனால் ஸ்லீமன் மனதில் நிறைவில்லை. தக்கர்களைப் பிடிப்பது, சிறையில் அடைப்பது, தூக்கில் போடுவது இதனால் மட்டுமே அந்த இயக்கத்தை முற்றிலும் ஒழிக்க முடியாது. அடுத்தடுத்த வாரிசுகள் தக்கிகளிடம் தோன்றாதபடி வேரோடும் வேரடி மண்ணோடும் தக்கிகளின் செயல்பாடுகளை அழிக்கவேண்டும். அதற்குச் சரியான வழி அந்தக் குடும்பத்தவர்களுக்கு வேறு வேலை, தொழிற் பயிற்சி என சிந்தனை மாற்றம் செய்யப்பட வேண்டும் என அவர் தன் சக அதிகாரிகளுடன் ஆலோசித்தார்.

கல்யாண் என்ற ஒரு சிறு குற்றவாளி சிறைக்குச் சென்றபோது அவனது குடும்பத்துக்கும், அவனுடைய மகனது படிப்புக்கும் உதவியதன் நன்றிக்காக, கல்யாண் ஓடோடிவந்து ஸ்லீமனுக்கு உதவி செய்ததும், அவன் தக்கிகளை ஒடுக்க யோசனை சொல்லி அதன்மூலம், தான் பெரு வெற்றி பெற்றதையும் ஸ்லீமன் மறக்கவில்லை. அதனால் தக்கர்களின் குழந்தைகள் அவர்கள் குடும்பங்கள் நலமாக வாழ ஒரு திட்டம் தீட்டி அதை தன் மேலதிகாரிகளின் பரிசீலனைக்கு கல்கத்தாவுக்கு அனுப்பி வைத்தார்.

அவரது திட்டத்துக்கு உடனே ஒப்புக்கொண்டு நிதி ஒதுக்கியது அரசு.

ஜப்பல்பூரிலும், சாகர் நகரிலும் தொழில் பயிற்சிப் பள்ளிகள் தொடங்கப்பட்டன. அப்ரூவராக மாறிய தக்கிகள், சிறைக்குச் சென்ற தக்கர்களின் குழந்தைகள், அவர்கள் குடும்பத்தார் என அனைவருக்கும் தொழில் பயிற்சி தரப்பட்டது. இரண்டு பெரும் தொழிற்கூடங்கள் உருவாக்கப்பட்டன. செங்கல் தயாரிப்பில் தொடங்கி, கட்டடங்கள் கட்டத் தேவையான உபகரணங்கள், மரச் சாமான்கள், மோல்டுகள், கட்டடப் பூச்சுப் பொருள்கள், லேக் டை, சீலிங்வேக்ஸ் மற்றும் துணி தயாரிப்பு, போர்வைகள் தயாரிப்பு போன்ற எல்லாப் பயிற்சிகளும் தந்து தயாரிப்புக்குத் தேவையான ஏற்பாடுகளும் செய்யப்பட்டன.

கேப்டன் சார்லஸ் பிரவுன் என்பவரின் தலைமையில் ஜப்பல்பூரில் தொழில் பயிற்சிக் கல்வி பயின்ற தக்கர்களின் குடும்பத்தார் விரைவில் முன்னேறினர்.

1847-இல் அந்தத் தொழில் பயிற்சி நிலையத்தில் 850 பேர் பயின்றனர். 307 பேர் உடனே பதவி பெற்றனர். காவல்காரர், செங்கல் தயாரிப்பவர், கட்டடம் கட்டுபவர், துப்புறவுத்துறை, பெயிண்டிங், மரவேலை எல்லாத் துறைகளிலும் அமர்த்தப்பட்டனர். 543 பேர் திறமை மிக்க தொழில்நுட்ப வல்லுனர் ஆயினர்.

கம்பளிப் போர்வைகள், கனமான கம்பளி விரிப்புகள், பேண்ட், சர்ட் துணிகள், வேட்டிகள், காலணி சாக்ஸ், ஸ்டாக்கிங்ஸ், கையுறைகள், டவல்கள், கூடார துணி வகை, கார்ப்பெட் விரிப்புகள் என்ற வகையில் முதல் ஆண்டிலேயே 131 கூடாரங்கள், 3324 கஜம் கார்ப்பெட் துணி விரிப்புகள், 46 பெரிய உல்லன் சால்வைகள் ஆயிரக்கணக்கில் டவல்கள், மேஜை விரிப்புகள் என 3500க்கும் மேற்பட்ட எண்ணிக்கை யாலான துணிவகைகள் தயாரிக்கப்பட்டன. தக்கர்களுக்கு உதவித் தொகையாக மட்டுமே ரூபாய் 500 வழங்கப்பட்டது. அவர்களது கணக்கில் அந்தப் பணம் தனித் தனியாக வரவு வைக்கப்பட்டது.

அந்தத் தொழிற்சாலைக்கான நூல் தயாரித்துத் தந்தமைக்காக தக்கர்களின் மனைவிமார்களுக்கு ரூபாய் 300 வழங்கப்பட்டது. நீதித்துறையிலும் டெல்லி சுங்க தணிக்கை தனி அதிகாரியாகவும் பணியாற்றிய வில்லியம்ஸ் போன்றோர் மேற்பார்வையில் முதல் ஆண்டிலேயே மாபெரும் வெற்றி பெற்றது அந்தத் தக்கரின் தொழில் கூடம்.

ஆர்டர்கள் அரசாங்கத் தரப்பிலும் வெளியிலிருந்தும் வந்து குவிந்தன. தரம் உயர்வாகவும் விலை குறைவாகவும் இருந்த காரணத்தால் போட்டி போட்டு வியாபாரம் நடந்தது. அந்தத் தொழில் கூடத்துக்கு வந்த எண்ணற்ற ஆர்டர்களில் முதன்மையானவர் யார் தெரியுமா? ஆங்கில

அரசின் மாட்சியமை தாங்கிய ராணி விக்டோரியா மகாராணியாவார். அவரது கோரிக்கைப்படி லண்டன் மாநகர வின்ஸ்டர் மாளிகையின் பெரிய ஹால் தரை விரிப்புக்காக 80 X 40 அளவுள்ள கனமான கார்பெட் தயாரிக்கப்பட்டு அனுப்பி வைக்கப்பட்டது. அதன் எடை இரண்டு மெட்ரிக் டன்.

இந்த அளவுக்கு அந்தத் தக்கர் தொழிலகம் அபரிமிதமான வளர்ச்சியைப் பெற்றதன் காரணமாக, தக்கர்களின் குடும்பங்கள் மெல்ல மெல்லத் தன்னம்பிக்கையுடன் முன்னேற்றப் பாதையில் செல்லத் தொடங்கின.

இவ்வாறு புனர்வாழ்வு பெற்ற தக்கர் மக்கள் ஸ்லீமன் மேல் அபரிமிதமான அன்பு செலுத்தினார்கள்.

ஒருமுறை ஸ்லீமனும் அவரது துணைவியார் அமிலியும் ஒரு பயணத்தின்போது, தக்கர் தொழிற்கூடம் ஒன்றின் அருகாமை யிலேயே அமைந்த தக்கர்களது கிராமத்தின் வழியாக செல்ல வேண்டி வந்தது. அப்படிச் செல்லும் போது புனர் வாழ்வு பெற்ற அந்த தக்கர் மக்கள் ஸ்லீமனையும், அவர் மனைவியையும் வாழ்த்தி வரவேற்றனர்.

அப்போது ஸ்லீமன் தம்பதிக்கு திருமணமாகி நான்கு ஆண்டுகளாகியும் குழந்தையில்லை. அந்த கிராமத் தலைவரும் அந்த ஊரின் கோயில் தலைவருமான ஒரு பிராமண முதியவர் ஸ்லீமனிடம், ‘துரை ஐயா! மனதார நன்றியுடன் சொல்கிறேன்! இந்தக் கிராமத்தினர் உங்களால் தான் நல்வாழ்வு பெற்றிருக்கிறோம். உங்களுக்கு ஒரு குறையும் வராது. இதோ இங்கேயுள்ள இந்தக் கோயில் பழம் பெருமை வாய்ந்த சக்தி மிக்க கோயில். இங்கே நீங்கள் கணவன், மனைவி இருவரும் வழிபட்டு வேண்டிக் கொண்டால் உங்களுக்கு அடுத்த வருடமே ஒரு ஆண் குழந்தை நிச்சயம் பிறக்கும்!’ என்றார்.

ஸ்லீமன் புன்னகையுடன் கூறினார். ‘அப்படி நடக்குமேயானால் இந்தக் கோயிலை இன்னும் சிறப்பாக கட்டித் தருகிறேன். அதற்காகும் அனைத்துச் செலவுகளையும் நானே ஏற்பதுடன் மேலும் ஒரு பெரும் தொகையையும் கோயிலுக்குக் காணிக்கையாகத் தருகிறேன்.’ என்று கூறினார். அதன்பின் பொதுமக்கள் புடைசூழ இருவரும் கோயிலுக்குள் சென்று முறைப்படி வழிபாடு செய்து வணங்கி விட்டுச்சென்றனர்.

சரியாக ஓராண்டு சென்றது! பெரும் வியப்புக்குரியவாறு ஸ்லீமன் துணைவியார் அமீலி 1833 ஜனவரி 6 ஆம் நாள் ஓர் ஆண் குழந்தையைப் பெற்றெடுத்தார்! ஸ்லீமன் தான் வாக்கு தந்தபடி ஒரு பெரும் தொகையை அந்தக் கோயிலுக்குக் கொடுத்தார்.

அந்த ஊர் மக்கள் தங்களது கிராமத்துக்கு 'ஸ்லீமனாபாத்' என்ற பெயர் சூட்டியதுடன் கிராமத்தில் விளக்கேற்றும் கோபுரத்தைக் கட்டி அதில் ஸ்லீமன் பெயரைச் செதுக்கி என்றும் எரியும் வண்ணம் ஒரு விளக்கினை ஏற்றி அணையாமல் ஒளி தர வைத்தனர். பாசமுள்ள அந்த மக்களின் அன்பால் நெகிழ்ந்து போனார் ஸ்லீமன்.

இப்படி ஸ்லீமன் எடுத்த நடவடிக்கைகளால் வட இந்தியாவில் தக்கர்கள் கைது செய்யப்பட்டும், பயந்தோடி ஒளிந்தும், புனர் வாழ்வு பெற்றும் மாற்றம் பெற்றார்கள் என்றாலும் வங்காளம், ஒரிசா, ஆந்திரா, பகுதிகளில் குறிப்பாக கிழக்கு கடற்கரை எல்லை நெடுகிலும் அவர்களது கொட்டம் அடங்காமல் நீடித்தது.

இந்தியா முழுவதும், கொள்ளையரை ஒழிக்கும் பணிக்கான ஆணை ஸ்லீமனுக்கு *1835* முதலே வழங்கப்பட்டு முழு வீச்சில் அவர் தன் கடமையைச் செய்தபோதும் இன்னும் முழு வெற்றி கிட்டியபாடில்லை. அதிலும் பதக் கொள்ளையர்கள் அட்டகாசம் சற்று அதிகமாகவே இருந்தது. ஸ்லீமன் ஒரு முடிவுக்கு வந்தார். மத்திய பிரதேசத்தில் அவர்களை முழுமையாக அழித்ததுபோல இங்கும் பதக் கொள்ளையர் களை முதலில் அறவே ஒழிக்க வேண்டி அதற்கான முழுவீச்சில் முனைந்து செயல்பட்டார்.

இப்பகுதியில் பழங்குடியினக் காட்டுவாசிகளான பதக்குகள் மற்ற இடங்களைப் போலவே சுதேசி மன்னர்கள் மற்றும் பெரிய ஜமீன்தார்களின் ரகசிய ஆதரவுடன் தங்கள் தொழிலைச் செய்து வந்தனர். அவர்களது குடியிருப்புகள் அடர்ந்த காடுகளின் நடுவே அமைந்திருந்தன.

அவுத் அரசின் வட பாகத்தில் கோரக்பூர் நகருக்குக் கிழக்கே உள்ள அடர்ந்த காடுகள் நேபாள எல்லைவரை நீண்டு உள்ளவை. மனிதர் நடமாட்டமே அற்ற அந்தக் கானகங்கள் நடுவே பதக் குடியிருப்புகள் இருந்தன. *200, 300* வீடுகள் கொண்டவை ஒரு தொகுப்பாக அமைந்திருந்தன.

இந்தப் பதக்குகள் காட்டுவாசிகளிலேயே கீழ்மட்ட மக்களாக பழங்குடியினரால் கருதப்பட்டவர்கள். பதக்குகள் எல்லாவற்றையும் தின்று தீர்த்தனர் - எருதுகள் தவிர. எருதுகளை அவர்கள் தெய்வமாகப் பூஜித்தனர். அதுதவிர பசுமாடு, எருமைமாடு, பாம்புகள், பல்லிகள், குள்ளநரி, ஓநாய் போன்ற அனைத்து மிருகங்களையும் அவர்கள் தின்றதால் காட்டு விலங்குகளைப் பற்றி அவர்கள் கொஞ்சமும் பயப்பட்டது இல்லை. காட்டில் உள்ள மிருகங்கள்தான் அவர்களைக் கண்டு அஞ்சி ஓடின.

அவர்களில் பல்வேறு சிறு குறு தலைவர்கள் இருப்பினும் 'மெஹர்பன்' என்பவன்தான் பெருந்தலைவனாகத் திகழ்ந்தான். அவன் அவுத் அரச எல்லைப்புற கானகத்தில் இட்டாவா எனப்படும் பகுதியில் பெரிய கோட்டையில் வாழ்ந்து வந்தான். அவனது ஏழு மனைவிமார்களும் அவன் கொள்ளையடிக்கப் போகும்போது உடன் வருவார்கள்.

18 வயது நிறைந்த இளம் வயது பதக் கொள்ளையர்கள் ஓநாய் படை, புலிப்படை என்று பெயர்களை சூட்டிக் கொள்வர். அவர்கள் பல்வேறு மாறு வேடங்களில் கூட்டமாக வருவர்.

இவர்கள் வண்டிகளில் நிறைய பொதி ஏற்றி கூட்டமாக வியாபாரிகள் போலவும், மஞ்சள் சிகப்பு வண்ண ஆடைகள் உடுத்தி மூட்டை முடிச்சுகளுடன் கோயில் யாத்திரை செல்பவர்கள் போலவும், இறந்த உறவினர்களின் எலும்பு, அஸ்தி இவற்றைக் கொண்டுபோய் கங்கை யில் கரைக்க புனித யாத்திரை செல்லும் கூட்டம் போலவும், திருமணம் முடித்து மணமக்களை ஊருக்கு அழைத்துச் செல்லும் ஊர்வலத்தினர் போலவும் செல்வார்கள்.

இதுதவிர 'அலூகராம்கள்' என்ற ஒரு கூட்டம் புனித யாத்திரைக்குப் புறப்படும். முன்னால் பைராகி எனப்படும் ஏழு எட்டுச் சாமியார்கள் நடந்து செல்வர். பின்னால் நகராக்கள் முழங்க பலமான மேளதாள சத்தங்களுடன் எருமைகள், பசுக்கள், ஆடுகள், செம்மறி ஆடுகள், பொதி ஏற்றிய சிறு குதிரைகள் என அனைவரும் காவி, மஞ்சள் பச்சை உடைகளில் மாலைகள் சூடி பாடியபடி வருவார்கள்.

'அலூகராமிகள்' எப்போதும் சாமியார்களை முன்னால் அனுப்பி பின்னால் வருவார்கள். வழியில் எல்லோரும் அவர்களை வணங்கி எல்லாவகை உதவிகளும் செய்வார்கள். இது வட இந்தியாவில் வழக்க மானது. இப்படி அலூகராமிகள் வேடத்தில் செல்லும் பதக் கொள்ளை யர்கள் முன்னால் சென்ற உளவாளிகள் வரும்வரை ஆடு மாடுகளுடன் பால், தயிர், உணவு என்று எந்தவிதச் சிரமமும் இன்றி பலநாள்கூட தாங்கள் கொண்டுவந்துள்ள பத்துக்கு மேற்பட்ட கூடாரங்களில் காலம் கழிப்பர்.

இந்த பதக்குகளின் வீர தீரத்தைக்கண்டு வியந்த அவுத் அரசின் நவாப் சிராஜ் உத்தௌலா அவர்களில் 1200 பேரை தன் படையில் தனி அணியாக அமர்த்தி பதக் வீரர்களையே தளபதியாக்கிப் பார்த்தார். 'ஓநாய் படை' என்று பெயரிடப்பட்ட அந்தப் படையின் செயல்பாடு களால் பின்னர் நவாப் கடும் கோபமுற்றார்.

ராணுவம் என்ற அமைப்பின் முதல் நோக்கம், முதல் விதி கட்டளைக்குக் கீழ்ப்படிதல் என்பதே. ஆனால் எந்தவிதத்

தனிவாழ்க்கை ஒழுக்க வரம்புக்குள்ளும் வராத அந்த மக்களில், ஒவ்வொரு தலைவனும் பத்துப் பன்னிரண்டு மனைவிகளுடனும், சதா சர்வமும் குடித்துக் கொண்டும் ஈன வாழ்க்கை வாழ்ந்தவர்கள் என்பதால் ராணுவ கட்டுப்பாட்டில் அக்கறை இல்லாமல் எதிர்த்தனர். கோபமடைந்த நவாப் சிராஜ் உத்தௌலா அந்தப் படையை உடனே கலைத்து அனைவரையும் வெளியேற்றிவிட்டார்.

ஒருமுறை ஓரிடத்திலிருந்து மற்றொரு இடத்துக்கு பணப்பெட்டி கொண்டு போகும் சிறுபடை ஒன்று அவுத் அரச எல்லையின் வழியாக வர, திறமையான பதக் கொள்ளைக் கூட்டம் ஒன்று அந்தப் பணப் பெட்டியைக் கொள்ளையிட திட்டம் தீட்டியது. 'கைராடி' எல்லையில் புறப்பட்ட கொள்ளையர் பணப்பெட்டி செல்லும் வழியை நோட்டமிட்டனர். அலகாபாத்திலிருந்து கான்பூர் வழியில் ஓர் உணவு விடுதியொன்றில் பணப்பெட்டி கொண்டு போகும் ஆட்கள் இரவு தங்கப் போகிறார்கள் என உளவு மூலம் அறிந்தனர்.

அதன்படி திடீரென அந்தப் பணப்படையினர் மீது தாக்குதல் தொடுத்த பதக் ஆட்கள் பத்து, பதினைந்து, வினாடிகளுக்குள் எட்டு சிப்பாய் களைக் கொன்று விட்டு பதினேழு போலீஸ்காரர்களை படுகாயப் படுத்திவிட்டு பெரும் தொகையுடன் ஒரு சிறு சேதமும் இன்றி மின்னல் போலப் பறந்துவிட்டனர்.

அதே ஆண்டு இரண்டு மாதங்களில் மீண்டுமொரு நிகழ்ச்சி நடை பெற்றது.

'பாரைட்ச்' கவர்னர், லக்னோவின் பொது கருவூலத்திலிருந்து வேறு இடத்துக்கு அனுப்ப 2600 வெள்ளி 600 தங்க மொகராக்கள் அடங்கிய ஒரு பெட்டியை 2 வண்டிகளில் ஏற்றி அனுப்பினார். வண்டியின் முன்னும் பின்னும் ராயல் ஆர்மி சிப்பாய்கள் முப்பதுபேர் லோடு செய்யப்பட்ட துப்பாக்கிகளுடன் பாதுகாப்புக்குப் புறப்பட்டனர். செல்லும் வழியில், இரவு ஒரு சிறுகோட்டையில் அவர்கள் தங்கிச் செல்ல முடிவானது.

இதையறிந்த பதக் தலைவன் நேக்கா அப்பெட்டியைக் கொள்ளை யடிக்கத் திட்டமிட்டான். 80 பேர்கள் அடங்கிய அவனது கூட்டம் கோட்டை அருகே வந்தவுடன் மூன்று பிரிவுகளாகப் பிரிந்து சிப்பாய்கள்மேல் திடீர் தாக்குதலை நடத்தியது. முன்புறமிருந்த நான்கு துப்பாக்கி வீரர்களை யும் நொடியில் வீழ்த்திவிட்டு உள்ளே நுழைந்த பதக் கொள்ளையர்கள், படை சிப்பாய்கள் சுதாரிக்கும் முன்பே அவர்களை வெட்டி வீழ்த்தி விட்டு பணப்பெட்டியுடன் தங்கள் இருப்பிடம் நோக்கிப் பறந்தனர்.

பதக்குகள் அணியில் இரண்டு பேர் காயம்பட அவர்களை குதிரையில் ஏற்றிக்கொண்டு விரைந்தபோது வழியில் இரண்டு ஜமீன்தார்களது படை இவர்கள் கொள்ளையர்கள் என்பதறிந்து இவர்களை வழிமறித்து நின்றது.

அதேசமயம் அங்கே மற்றொரு சிற்றரசனின் படையும் வரவே ஐந்து நிமிடத்தில் எல்லாம் மாறியது. எப்போதும் வெற்றி முழக்கமிட்டு கொக்கரித்துச் சிரித்து மகிழ்ந்த அந்த பதக் கூட்டம், பெரும் கொலைகள் நடத்தி கொள்ளையடித்து வந்த அனைத்தையும் இழந்து சிறைப்பட்ட னர்.

மற்றொரு சமயம் இரண்டு பதக் அணிகள் ஒன்றாக இணைந்து அவுத் ராஜ்ஜியத்தின் தலைநகரமான லக்னோவில் ஒரு வியாபாரியின் வீட்டில் கொள்ளையடிக்கப் புறப்பட்டனர்.

அந்த வியாபாரியின் பெயர் ஷபரேலால். பெரும் செல்வந்தரும் வங்கித் தொழில் முதலாளியுமான அவரது மாளிகைக்குள் இரவு நேரம் திடீரெனப் புகுந்த பதக் கொள்ளையர்கள் கிட்டத்தட்ட 5000 ரூபாய் எடுத்துக் கொண்டு ஓடிவிட்டனர்.

அனைவரும் 'கைராபாத்' அருகே உள்ள காட்டில் கைப்பற்றப்பட்ட பணத்தைப் பங்கிட அமர்ந்தனர். கொள்ளைப் பணத்தைப் பங்கு பிரிப்பதில் ஏற்பட்ட தகராறு முற்றி, ஒருவன் ஓடிச்சென்று போலீஸில் எல்லாம் கூறிச் சரணடைந்து அப்ரூவராகவும் மாறிவிட்டான். பிறகென்ன?

200 பேர் உடனே கைது செய்யப்பட்டனர். இதில் துரதிஷ்டம் என்ன வென்றால் அப்போதைய சட்டப்பிரிவு திருத்தப்படி கொள்ளைக் கூட்டத்திலிருந்த பெண்கள், குழந்தைகள் அனைவரும் சிறையில் அடைக்கப்பட்டனர்.

18

கொள்ளைக்கார ராஜாவும்... காட்டிக் கொடுத்த கூட்டாளியும்...

ஒருமுறை பதக் கொள்ளையர்களின் பெரும் தலைவனான மெஹர் பென் தனது தம்பியை அழைத்து ஆலோசனை நடத்தி 100 திறமையான பதக் கொள்ளையர்களைத் திரட்டிக்கொண்டு கொள்ளைக்குப் புறப் பட்டான்.

அதற்குமுன் பெண்கள், குழந்தைகள் அனைவரையும் திரட்டி மாபெரும் பூசை நடத்தப்பட்டது. காளி பூசையில் 10 ஆடுகள் பலியிடப் பட்டு அந்த ரத்தத்தில் அனைவரும் சத்தியம் செய்தனர். பிறகு விருந்து. அனைவரும் குடித்துக் கும்மாளமிட்டு அன்று மாலை மெஹர்பென் தனது ஆட்களுடன் புறப்பட்டான்.

ஓர் அலங்கரிக்கப்பட்ட விலை உயர்ந்த பல்லக்கில் மெஹர்பெனின் இரண்டாவது மனைவி அமர்ந்து வர, மற்றவர்கள் சிறு குழுக்களாகப் பிரிந்து குதிரைகளிலும், மாட்டு வண்டிகளிலும், கால் நடையாகவும் மற்ற வகையிலும் ஒருவரை ஒருவர் அறியாதவர் போல தனித்தனியாகச் சென்றனர். மொத்த ஆட்களும் பனாரஸ் வந்து வெவ்வேறு தங்கும் விடுதிகளில் தங்கியிருந்தனர். உளவு ஆட்கள் ஏதோ தகவல் பெற முயன்றுகொண்டே இருந்தனர்.

ஒரு மாதம் சென்றது! கடைசியில் அவர்கள் எதிர்பார்த்த தகவல் வந்தது. ஒரு பெரிய சாரட் வண்டி நிறைய பணமூட்டைகள் மேற்கு நோக்கிப் புறப்படும் தகவல் வந்தது. பாதுகாப்புக்கு ஆயுதம் தாங்கிய

ஒரு பெரும் போலீஸ் படை, நிறைய சிப்பாய்களுடன் உடன் செல்கிறது என்றும், அவர்கள் பயணத்தின் முதல்நாள் இரவு ஜோசி நகரில் (அலகாபாத் அருகே) ஒரு பொது விடுதியில் தங்குகிறார்கள் என்றும் தகவல் கிடைத்தது.

உடனே மெஹர்பென் குழுவினர் அனைவரும் பனாரஸ் நகரை விட்டு விரைந்து புறப்பட்டு பெண்கள் மற்றவர்களை வழியில் ஓரிடத்தில் விட்டுவிட்டு பதக் கொள்ளையர்கள் மட்டும் எல்லாவகை தாக்குதல் ஆயுதங்களுடன் நள்ளிரவில் புறப்பட்டுச் சென்றனர். ஜோசி நகர் சாராய் விடுதியை அடைந்தனர்.

அவர்கள் ஆச்சரியப்படும் விதமாக அந்த விடுதியின் பிரதான கதவு திறந்தே இருந்தது. மூன்று பிரிவுகளாகப் பிரிந்த அந்தக் கொள்ளையர்கள் ஒரு பிரிவு முன்புற காவலுக்கும், இரண்டாவது பிரிவு போலீஸைத் தாக்கவும் மூன்றாவது பிரிவு பணப்பெட்டியைக் கொள்ளையிடவும் திட்டம் வகுத்து அதுபோலவே திடீரென மூன்றுபுறமும் தங்கள் தாக்குதலைத் தொடுத்தனர்.

நாள் முழுவதும் நடந்து வந்த களைப்பால் காவலர்கள் துவண்டிருந்த நிலையில் சற்றும் எதிர்பாராத இந்தத் திடீர் தாக்குதல் அவர்களை திகைப்படையச் செய்துவிட்டது.

அப்போதுதான் ஓர் அதிசயம் நடந்தது! அந்த விடுதியில் தங்கி ஓய்விலிருந்த வியாபாரியான காயிம்கான் என்னும் வீரமிக்க மனிதர் ஒருவர் தன்னிடமிருந்த நீண்ட வாளை எடுத்துக்கொண்டு களைத்துப் போயிருந்த போலீஸாரை உற்சாகப்படுத்தி அவர்களுக்குத் துணையாக கொள்ளையர் மேல் விரைந்து தாக்குதலைத் தொடங்கினார்.

வாள் வீச்சில் வல்லவராகத் தென்பட்ட அந்த மனிதர் மிக அற்புதமாக தன் வாளைச் சுழற்றி பதக் கொள்ளையர்களை நிலைகுலைய வைத்தார். நான்கு ஐந்து கொள்ளையர் அவரது ஆவேசத் தாக்குதலுக்கு ஈடுகொடுக்க இயலாமல் அவரது வாளால் வெட்டுப்பட்டு வீழ்ந்தனர்.

ஆனால் கொள்ளையர் எண்ணிக்கை அதிகம் என்பதாலும் மிகக் குறைவான போலீஸ்காரர்களே இருந்ததாலும், வெளியே காவலுக்கு நின்ற கொள்ளையர்களும் திடீரென இவர்களைத் தாக்க உள்ளே வந்து விட்டதாலும் ஒன்றும் செய்ய முடியவில்லை. போலீஸ்காரர்கள் காயிம்கான் அளவுக்குச் சுறுசுறுப்பாக விரைந்து செயல்பட முடியவில்லை.

அப்போது நேருக்கு நேர் செல்ல அஞ்சி காயிம்கானின் பின்புறம் சென்ற ஒரு பதக் கொள்ளையன் தன் வாளால் அவரை பலமாக

வெட்டவே காயிம்கான் ரத்த வெள்ளத்தில் சரிந்து வீழ்ந்து மாண்டார். காயிம்கான் என்ற அந்த வீரமிக்க மனிதர் களத்தில் வீழ்ந்தவுடன் போலீஸ் காவலர்களும் பயந்துபோய் பின்வாங்கி உள்ளே ஓடிவிட்டனர்.

20 மூட்டை ஸ்பானிஷ் தங்கக் காசுகளையும் (ஏறத்தாழ 14000 ஸ்பானிஷ் டாலர்கள்) படுகாயப்பட்ட தங்கள் வீரர்களையும் தூக்கி சாரட்டில் போட்டுக்கொண்டு பதக்குகள் பறந்துவிட்டனர்.

அடுத்த சில மாதங்களிலேயே பதக் கொள்ளையர்களுக்கு மீண்டும் ஒரு வேட்டைக்கான வாய்ப்பு வந்தது.

கல்கத்தாவில் இருந்து ஒரு பெரிய படகில் மூட்டை மூட்டையாக ஸ்பானிஷ் டாலர்கள் வந்து கொண்டிருக்கிறது என்று அவர்களுக்கு உளவுத் தகவல் கிடைத்தது.

இந்தமுறை கல்கத்தாவில் இருந்து பனாரஸ் கங்கை நதி வழியாக படகில் வந்த அந்தப் பெரும் தொகையை கொள்ளையடிக்கத் திட்டமிட்டு அதை வெற்றிகரமாகச் செய்து முடித்த கொள்ளையர்கள் பாதுகாப்புக்காக வந்த பலரைக் கொன்று கிட்டத்தட்ட 40,000 ஸ்பானிஷ் டாலர்களை கொண்டுபோய்விட்டனர்.

ஆங்கில அரசும் போலீஸும் இப்படி அடுத்தடுத்து நடைபெற்ற பெருங் கொள்ளைகளால், பெருத்த அவமானம் அடைந்து, எல்லாத் திசைகளிலும் எங்கெங்கும் மேலும் உளவாளிகளை ஏற்படுத்தி மிகுந்த கவனமாகக் கண்காணித்து வந்தனர். இன்னும் பலமடங்கு வேகமாக உளவுத்துறை செயல்பட்டது.

வெற்றிமேல் வெற்றி பெற்ற பதக் கொள்ளையர்கள் அளவுக் கடந்த தன்னம்பிக்கையால் சற்று மெத்தனமாக அலட்சிய நிலையில் இருந்தனர்.

மெஹர்பென் தனது கொள்ளைகள் மூலமாகக் கிடைத்த அளவுகடந்த பணத்தால் நிலை தடுமாறி தன்னை 'ராஜா மெஹர்பென் சிங்' என்று அழைக்க ஆணையிட்டான்.

ஒருமுறை அவன் சேசாராம் நகருக்கு மூன்று மைல் தொலைவில் இருந்த, சியோசாகர் என்ற இடத்தின் வழியாகச் செல்லும்போது அங்கு அக்கம்பக்கத்தில் தங்குவதற்கு இடமில்லாததை கவனித்தவன், சற்றுத் தூரம் சென்றதும் ஒரு தோட்டக்காரனை அழைத்து 'வழியில் தங்க இடமில்லாமல் வெயிலில் மனிதர்கள் நடந்து செல்லலாமா? அவர்களுக்கு உதவ வேண்டாமா? எனவே இந்த இடத்தில் உடனே பெரிய மரங்கள் நட்டு, பயணிகள் ஓய்வெடுத்துச் செல்ல எல்லா

ஏற்பாடுகளையும் செய்!' என்று கூறி ஒரு பெரும் தொகையை தோட்டக்காரனிடம் தந்தான்.

மெஹர்பெனின் ஆடையலங்காரத்தினாலும், அள்ளித் தந்த பணத்தினாலும் பதறிப்போன தோட்டக்காரன், தான் யாரோ ஒரு மன்னர் முன் நிற்கிறோம் என்று எண்ணி பணிவுடன், 'ஐயா, தங்கள் பெயரை இங்கே கல்லில் பொறித்து வைக்கவேண்டுமே? எப்படி, என்ன பெயரில் இந்தப் பூங்காவின் நிழல் மேடையை அமைப்பது?' என்றான்.

'ராஜா மெஹர்பென் சிங்!' என்று போட்டுக் கொள்' என்று கூறிவிட்டு, 'வேலையை உடனே தொடங்கு! இன்னும் நிறைய பணம் உனக்கு அடுத்து வரும்!' என்று கூறிச் சென்றான் மெஹர்பென்.

இந்தத் தகவல் உடனே உளவுத்துறை மூலம் போலீஸ் அதிகாரிகளுக்குச் சென்று விட்டது. பரபரப்புடன் விசாரணை செய்த அதிகாரிகள் இது பதக் தலைவன் மெஹர்பென் தான் எனக் கண்டு பிடித்தனர்.

இதற்கிடையே மெஹர்பென் தன் ஆட்கள் அனைவருக்கும் ஆங்கில சிப்பாய்களைப் போலவே ஆடை அணியச் செய்து அவர்களைப் போலவே பயிற்சி, பாடம், அணிவகுப்பு முறை என அனைத்துக்கும் ஏற்பாடு செய்தான். பல்வேறு தவறுகளுக்காக ராணுவத்திலிருந்து நீக்கப்பட்ட ஆட்களைத் தேடிப்பிடித்து அழைத்து வந்து தனது ஆட்களுக்கு பயிற்சிக்கு ஏற்பாடு செய்தான். விரைவிலேயே அவனது ஆட்கள் அவன் ஆசைப்படி மாறத் தொடங்கினர்.

எல்லாம் இப்படி சுமுகமாகப் போய்க் கொண்டிருக்கும் போதுதான் எப்போதும் எங்கும் நடக்கும் விபரீதம், விதியின் விளையாட்டாகத் தொடங்கியது.

மெஹர்பென் கூட்டத்தின் முக்கிய நபரான ஹீராசிங் என்பவனது அழகான மனைவியை அவர்களுடைய கூட்டத்தில் எவனோ கடத்திச் சென்றுவிட்டான். இதனால் மனவேதனையடைந்த ஹீராசிங் தனது இந்தப் புகாரை மெஹர்பென்னிடம் சென்று சொல்ல, அவன் அலட்சியமாக 'போய்த் தொலையட்டும் விடு. சனி விட்டதென்று உன் வேலையைப் போய்ப் பார்!' என்று கூறவும் ஹீராசிங் மனம் உடைந்து போனான்.

அடுத்தடுத்த தலைவர்களும்கூட ஹீராசிங்கின் வேதனையை, உணராமல் அலட்சியப்படுத்தவே கோபத்தின் உச்சத்துக்கே சென்ற ஹீராசிங் அனைவரையும் பழிவாங்கத் துணிந்தான். உடனே

அங்கிருந்து புறப்பட்டவன் நேராக மாஜிஸ்திரேட் கிராக்ராப்ட் அவர்களிடம் சென்று எல்லாத் தகவல்களையும் சொல்லிவிட்டுச் சரணடைந்தான்.

ஜான்பூர் மாஜிஸ்திரேட்டான கிராக்ராப்ட் உடனே கேப்டன் ஆங்குடில் அவர்களை அழைத்து ஆலோசித்தார். நான்கு திறமையான இந்திய ராணுவ சிப்பாய்கள் தேர்வு செய்யப்பட்டு அவர்களை அழைத்துக் கொண்டு காட்டுக்குள் சென்றார் கேப்டன் ஆங்குடில். யார் கண்ணிலும் படாதபடி ரகசியமாகச் சென்ற அவர்கள் பதக்குகளின் பெரும் கோட்டையைக் கண்டு பிரமித்துப் போயினர். 240 அடி நீளம் 160 அடி அகலம் கொண்ட அந்தக் கோட்டையின் உறுதி அவர்களை வியப்பில் ஆழ்த்தியது.

சற்றுத் தொலைவில் 500 பதக் குடும்பங்கள் வசிக்கும் மற்றொரு குடியிருப்பையும் அவர்கள் பார்த்தனர். அது மெஹர்பென் தம்பியின் கூட்டம். 500 திறமையான பதக் கொள்ளையர்களின் குடியிருப்பு அது. வேட்டைக்காரர்கள் போன்ற வேடத்தில் வந்த கேப்டன் ஆங்குடிலும் அவருடன் வந்த இந்திய ராணுவ சிப்பாய்கள் நால்வரும் வந்த வழியே திரும்பினர்.

லக்னோவை தலைநகராகக் கொண்டு ஆட்சி செய்த அவுத் அரசின் எல்லைக்கு உட்பட்ட பகுதிகள் அவை. அந்த மன்னரின் ஆதரவில் கிட்டத்தட்ட ஆயிரம் கொள்ளையர்கள் இருந்தனர். சுதேசி மன்னர்கள் இப்படியிருப்பது புதியது அல்ல. கொள்ளையர்கள் மன்னர்களைச் சந்திப்பதும் ஜமீன்தார்களுடன் நெருக்கமாகப் பழகுவதும், அரசர்களும், ஜமீன்தார்களும் கொள்ளையர்களுக்கு ரகசியமாக உதவி செய்து அவர் களிடம் பணம் பெறுவதும் சகஜமாக நடைபெற்று வந்தது. தன் நாட்டுக் குடிமக்களைக் கொள்ளையடிக்க தானே உதவியாக இருந்த மன்னர்கள் ஒருபுறம் என்றால், வேறு சில சுதேசி மன்னர்கள் தாங்களே கொள்ளை யர்களை அடியாட்களாக வைத்துக்கொண்டு நேரடியாக கொள்ளை யடித்தார்கள் என்பதுதான் இன்னும் வேதனையானது.

பதக் கொள்ளையர் தலைவன் மெஹர்பென் இப்போது மிகவும் மாறிவிட்டான். அவன் தன்னை ஒரு ராஜாவாகவே நினைத்துக் கொண்டு படாடோபமாகச் சுற்றி வந்தான். தனது கொள்ளையர் கூட்டத்திலி ருந்தே தன்னைக் காட்டிக் கொடுக்க ஒரு துரோகி புறப்பட்டதோ, கம்பெனி அரசு தன்னைச் சுற்றி பெரிய வலை பின்னி உள்ளதோ அவனுக்குக் கொஞ்சமும் தெரியவில்லை.

மெஹர்பென் கங்கை நதிக்கு புனித யாத்திரை செல்லத் திட்ட மிட்டான். ஆனால் பிரதான சாலைகளின் வழியே செல்ல விரும்பாமல்

கிளைச் சாலைகள் மூலமாகச் செல்ல எண்ணினான். புனித யாத்திரை செல்பவர்கள் அணியும் ஆடைகள் அணிந்து அவனும் அவனது கூட்டத்தினரும் தங்கள் பயணத்தைத் தொடங்கினர். இதுநாள் வரை திருட்டுகள், கொள்ளைகள் நடத்தத்தான் இப்படி பக்தர்கள் போல போலியாக யாத்திரிகர் வேடமிட்டுச் செல்வார்கள். இப்போது உண்மையாகவே கங்கா நதியில் நீராடி பக்தியுடன் தொழச் செல்வதை எண்ணி மெஹர்பென் சிரித்துக்கொண்டான்.

அவர்கள் சென்ற வழியில் ஒரு சுங்கச்சாவடி இருந்தது. யாத்திரைக்குச் செல்லுபவர் தலைக்கு இவ்வளவு என்று ஒரு சிறு தொகை செலுத்தி ரசீது பெற்றுச் செல்ல வேண்டும்.

சுங்கச் சாவடியில் சற்று நேரம் ஆகும் என்பதால் அதுவரையில் அருகே இருந்த மாந்தோப்பில் ஓய்வெடுக்கலாம் என்று மெஹர்பென்னும் அவனது ஆட்களும் சென்று அமர்ந்தனர். அவ்வளவுதான்... அடுத்த நொடி அங்கே மறைவாகக் காத்திருந்த ஒரு பெரிய போலீஸ் படை நாலாபுறமும் அவர்களைச் சுற்றி வளைத்தது. எவ்விதச் சிறிய எதிர்ப்பும் காட்ட வழியின்றி மெஹர்பென்னும் அவனது ஆட்களும் மொத்தமாகச் சரணடைந்தனர்.

அனைவரையும் கைது செய்துகொண்டுபோய் கோர்ட்டில் நிறுத்தியதில் நீண்ட விசாரணைக்குப்பின் மெஹர்பென் தூக்கிலிடப் பட்டான். அவனது ஆட்கள் 160 பேர் ஆயுள் தண்டனை, நாடு கடத்தல், அந்தமான் சிறையில் அடைபடுதல் என தண்டனைகள் பெற்றனர்.

19

பாதரசத் துளிகள்

மெஹர்பென் மடிந்த பின் அவனது மனைவி மோனியா வேறு பல்வேறு பதக் குழு ஆட்களுடன் இணைந்து ஒரு கொள்ளைக் கூட்டத்தை உருவாக்கினாள். அவளது கூட்டத்தில் 80 ஆண்களும் ஏழு பெண்களும் இருந்தனர்.

மோனியாவின் கொள்ளைக் கூட்டத்துக்கு உளவாளிகள் மூலம் கொள்ளைக்கான ஒரு தகவல் வந்து சேர்ந்தது. அதாவது ஒரு பெரிய பணப்பெட்டி காவலாட்களுடன் நேபாள தலைநகர் காட்மாண்டு நோக்கிச் செல்கிறது என்பதுதான் அந்தத் தகவல். தகவல் வந்ததுமே கொள்ளைக்கூட்டம் மாறுவேடத்தில் காட்மாண்டு நோக்கி விரைந்தது. எப்போதும்போல சிறு சிறு குழுக்களாகப் பிரிந்து எல்லைச் சாவடியில் பல்வேறு வகை தொழில் செய்பவர்கள்போல காரணங்கள் சொல்லி நேபாளத்துக்குள் நுழைந்து விட்டனர்.

நேபாளத்தில் ஜானக்பூர் நகரில் நுழைந்தவுடனேயே கொள்ளையர் கண்ணில் பட்டுவிட்டது பணப்பெட்டி ஊர்வலம். ஆயுதம் தாங்கிய 80 கூர்க்கா சிப்பாய்கள் புடைசூழ 15 பெரிய மாட்டு வண்டிகளில் சுமார் 64,000 ரூபாய் ரொக்கம் சென்று கொண்டிருந்தது. தனித் தனி சிறு குழுக்களாகப் பிரிந்து இருந்த கொள்ளையர் கூட்டம் ஜானக்பூரில் ஒன்றுசேர கொஞ்சம் தாமதம் ஆனது. அதற்குள் பணப்பெட்டி சுமந்த வண்டிகள் புறப்பட்டுவிட்டன.

கொள்ளையர்கள் பணப்பெட்டியைப் பின் தொடர்ந்து அன்று இரவு ஜானக்பூரிலிருந்து 15 மைல் உள்ள ஒரு பெரிய கோட்டையில் இரவு

தங்கினர். மிக உயரமான மதில் சுவர்களும் பெரிய அகழிகளும் சூழ்ந்த அந்தக் கோட்டையின் வெளியே சுமார் 500 வியாபாரிகள், பல்வேறு வகை வணிகம் செய்வோர் குழுமி இருந்தனர்.

இரவு நேரமாக இருப்பினும் வானம் தெளிவாக சற்று வெளிச்சமாகவே இருந்தது. எந்தவிதமான தீப்பந்தகளையும் ஏற்றாமல் கொள்ளையர்கள் தங்கள் குழுவினர் 50 பேர் ஒன்று சேர்ந்த நிலையில் மீதமிருப்பவர் வருகைக்காகக் காத்திருக்காமல் பணப்பெட்டி குழுவின்மீது திடீர் தாக்கு தல் நடத்தினர்.

பணப்பெட்டிக்குக் காவலாக வந்த கூர்க்கா படையினர் இந்தத் திடீர் தாக்குதலை எதிர்பாராதபோதும், சுதாரித்துக் கொண்டு கொள்ளையர் களை மூர்க்கமாகத் திருப்பித் தாக்கினர். அதற்குள் மற்ற கொள்ளையர்களும் வந்து ஒன்று சேர்ந்துவிட நிலைமை அவர்களுக்குச் சாதகமாக மாறியது. கூர்க்கா சிப்பாய்களில் பலரையும் வீழ்த்திய கொள்ளையர்கள் பணமூட்டைகளுடன் மாயமானார்கள். ஆனால் தொடர்ந்து அந்தப் பணப்பெட்டிகளைத் தூக்கிச் செல்ல முடியாத நிலையில் இரண்டு இடங்களில் புதைத்து வைத்துவிட்டு கொள்ளையர் தப்பி ஓடினர்.

அதற்குள் இத்தகவல் அறிந்த ஆங்கில அரசு மிக அருகாமையில் இருந்த ஜாலேஸ்னர் பகுதி நேபாள ராணுவ மையத்தில் இருந்து ராணுவ வீரர்களை அனுப்பி வைத்தது. துரிதமாகப் பறந்து வந்த ராணுவத்தினர் விரைவாகச் செயல்பட்டு நாலா புறமும் தேடி, சந்தேகப்பட்டவர்கள் அனைவரையும் கைது செய்தனர். அவர்களுள் முட்டாள்தனமாக ராணுவத்தை எதிர்த்த மூன்று நான்கு கொள்ளையர்கள் துப்பாக்கி, கத்திகளுக்கு பலியானார்கள். வீரமிக்க அந்த ராணுவ கூர்க்கா படையின் முன் கொள்ளையர்கள் ஜம்பம் பலிக்கவில்லை! தொடர்ந்து விழுந்த சவுக்கடிகளைத் தாங்க இயலாத கொள்ளையர்கள் எல்லா உண்மையையும் சொல்லி புதைத்து வைத்த 17000 ரூபாயையும் எடுத்துத் தந்தனர்.

இன்னும் 35000 ரூபாயுடன் இந்தியாவுக்குள் தப்ப முயன்ற 29 கொள்ளையர்கள் விரைவிலேயே பிடிபட்டனர். மற்றவர்கள் மீதித் தொகையுடன் மறைந்துவிட்டனர்.

இந்தக் கொள்ளை குறித்து தகவல் அனுப்பி, தப்பியவர்களை உடனடியாகப் பிடித்தே ஆகவேண்டும் என்று ஆங்கில அரசு அனைவருக்கும் செய்தி அனுப்பியது. கடுமையான வார்த்தைகளுடன் வந்த அரசின் செய்தி அடிவாரத்தில் இருந்த அவுத் ராஜ்ஜியத்துக்கு சாதகமாக அமைந்தது. பெரும் பணத்துடன் கீழிறங்கி வந்து

இந்தியாவுக்குள் நுழைந்த அந்தப் பதக் கொள்ளையர்களை பெயருக்குக் கைது செய்து மொத்தப் பணத்தையும் எடுத்துக் கொண்ட அவுத் அரசின் தலைமைக் காவலர் அவர்கள் மீது வழக்கு பதிவு செய்யவோ ஆரம்பகட்ட முதல் விசாரணை நடத்தவோகூட செய்ய வில்லை. கொள்ளையர்களுள் மிக முக்கிய தலைவர்கள் ரகசியமாக விடுதலை செய்யப்பட்டனர்.

விடுதலை பெற்ற கொள்ளையர்கள் பிரிட்டிஷ் எல்லைக்குள் இருந்த கோட்டா மன்னரை தஞ்சமடைந்தனர். அவர்கள் தந்த விலை மதிப்பு மிக்க பரிசுகளை மகிழ்ச்சியுடன் பெற்றுக்கொண்ட மன்னர் அந்த முக்கியஸ்தர்களுக்கு தான் பாதுகாப்பு தருவதாக உறுதி அளித்து அதன்படிச் செய்தார்.

மேற்படி கொள்ளை நிகழ்ச்சிகளைக் கண்டு ஆங்கில அரசு மிகத் தீவிரமாக ஆலோசனை நடத்தியது. பின் ஓர் ஆணை வெளியிட்டது. கவர்னர் ஜெனரல் ஆக்லாண்ட் பிரபு, ஸ்லீமன் அவர்களுக்கு ஒரு அரசு ஆணை வழங்கினார். அதன்படி இந்தியா முழுமைக்கும் தக்கி ஒழிப்பு அதிகாரியாகச் செயல்பட்டுக் கொண்டிருந்த ஸ்லீமனுக்கு கூடுதலாக வழிப்பறி கொள்ளையர் ஒழிப்பையும் இணைத்து அதற்காகச் செயல்பட அனைத்து அதிகாரங்களையும் அளித்தார்.

1839 ஆவது ஆண்டு கணக்குப்படி ஜமுனா நதிக்கு தென்புறத்தில் 72 தனித் தனி கொள்ளைக் கூட்டங்கள் செயல்படுவது கண்டறியப் பட்டது. அந்த 72 கூட்டங்களில் இருந்த மொத்த கொள்ளையர்கள் தொகை 1625 பேர். அதே போல ஜமுனா நதிக்கு வடக்கே 46 கொள்ளைக் கூட்டங்கள் தனித் தனி தலைவர்களுடன் செயல்பட்டு வந்தன. அவர்களது மொத்த கொள்ளையர்கள் 1445 பேர்.

அவுத் அரசின் எல்லைக்குள் மட்டுமே எண்ணற்ற கொள்ளையர் காலனிகள் அரசாங்கப் பாதுகாப்புடன் இருந்தன. இதில் தக்கிகளைத் தவிரவும் வழிப்பறிக் கொள்ளையர்களையும் சேர்த்துப் பிடிக்க ஸ்லீமன் வருகிறார் என்னும் தகவல் அவர்களுக்கு ஆதரவு அளித்து வந்த சிற்றரசர்கள், ஜமீன்தார்கள் போன்றவர்களுக்கு திகிலை உண்டாக்கியது! அவர்கள் உடனடியாக தங்கள் பகுதிகளில் உள்ள கொள்ளைத் தலைவர்களை அழைத்து, வரவிருக்கும் ஆபத்தை விளக்கி அவர்களை உடனே தங்கள் இடத்திலிருந்து புறப்பட்டு வேறு இடத்துக்குச் செல்லும்படி வற்புறுத்தினர்.

ஸ்லீமன் வருகிறார் என்றதும் கொள்ளையர்கள் நடுங்கினர். கிட்டத் தட்ட 1500க்கும் மேற்பட்ட கொள்ளையர்கள் தங்கள் நடவடிக்கைகளை நிறுத்திவிட்டு நேபாளத்துக்குத் தப்பி ஓடினர். ஸ்லீமன், அவர்களது நடவடிக்கைகளுக்கு ஒரு சரியான உவமை குறிப்பிட்டார்.

‘பாதரசத்தைக் கையில் எடுத்து கீழே விட்டோம் என்றால், அவை சிறு சிறு துளிகளாகச் சிதறி ஓடும். ஆனால் மீண்டும் பழையபடி எல்லாம் ஒன்று சேர்ந்துவிடும். ஆகவே கொள்ளையர்கள் பயந்தோடுவது தாற்காலிகச் செயல்தான். நிச்சயமாக விரைவில் ஒன்றுபடுவார்கள். ஆகவே நாம் மிகவும் எச்சரிக்கையாக நம் நடவடிக்கைகளை விட்டு விடாமல் தொடர்ந்து அவர்களை அழித்தொழிக்கும் முயற்சிகளை தீவிரமாக்க வேண்டும்!’ என்றார்.

ஸ்லீமன் அவர்களது கெடுபிடியினால் கோரக்பூர் மாவட்டத்தில் உள்ள ஒரு பெரிய பதக் கொள்ளைக் கூட்டத்தினர் 94 ஆண்கள், 280 பெண்கள் குழந்தைகளுடன் தானாக முன்வந்து சரண் அடைந்தார்கள். பதக் கொள்ளை யர்களின் மனைவிமார்கள், குழந்தைகளுடன் கொள்ளையர் களான தங்கள் கணவனையும் வற்புறுத்தி அழைத்து வந்து ஸ்லீமன் முன் சரணடைய வைத்த அந்த நிகழ்ச்சி அனைவரையும் மெய்சிலிர்க்க வைத்தது. இன்னும் பல பதக் கொள்ளையர்கள் விவசாயத்துக்கு, பல்வேறு கூலி வேலைகளுக்கு என திரும்பிவிட்டனர்.

ஸ்லீமன் தனது உதவியாளர்களை அழைத்து கைது செய்யப்பட்ட பதக்குகள், சிறையில் சிறு தண்டனை பெற்ற பதக் கைதிகள், சரணடைந்த பதக்குகள் என அனைவரையும் கூட்டி, அவர்களுள் தகுதியும் திறமையும் மிக்கவர்களைத் தேர்வு செய்து, அவர்களை போலீஸ் காவலர்களாக தேர்வு செய்து, தக்க பயிற்சிக்கு ஏற்பாடு செய்தார். சிறு சிறு திருட்டுகள் செய்த அவர்கள் போலீஸ் காவலர் களாக மாறினர். சமுதாயத்தில் மதிக்கப்படாத, ஒளிந்து வாழ்ந்த அந்த மக்கள் நல்ல வாய்ப்புடன் வசதிகளுடன் மரியாதைக்குரிய பதவியும் கிடைத்தவுடன் ஸ்லீமன் கட்டளையிட்டதை நிறைவேற்றும் மகா திறமைசாலிகளாக மாறினர். அவர்களது முழுத் திறமையையும் வெளிக் கொணர்ந்த ஸ்லீமன் அதை நல்ல காரியங்களுக்குப் பயன்படுமாறு செய்தார்.

மற்ற பதக்குகளுக்கு முராதாபாத் அருகே ஒரு தனி காலனியை உருவாக்கி அதில் ஒரு தொழில் கூடத்தை உருவாக்கி அதில் அவர்களது குடும்பத்தினரை ஈடுபடச் செய்தார்.

இத்தனை செய்து கொடுத்தும் எல்லா இடங்களிலும் இருக்கும் திருப்தியடையாத சில ஜென்மங்கள் அங்கும் இருந்தனர். அவர்கள் மிகுந்த சலிப்புடன் ஸ்லீமனிடம் தங்கள் குறைகளைக் கூறினர். ‘ஐயா! என்னால் மாதம் 8 ரூபாயில் குடும்பம் நடத்த இயலவில்லை!’ என்றான் ஒருவன். இத்தனைக்கும் அந்த நாட்களில் சாதாரணமாக ஒரு கூலியாளின் மாத சம்பளம் 3 ரூபாய்தான். அத்தொகைதான் பரவலாக வழங்கப்பட்டு வந்தது. ஆனால் பதக்குகள் கொள்ளைப் பணத்தில்

சுகமாக வாழ்ந்து பழகியவர்கள். அசைவம், சாராயம், நல்ல அரிசி சாதம், நெய், பால், தயிர், பல பெண்கள் தொடர்பு என வாழ்ந்த அவர்களுக்கு நாள் ஒன்றுக்கே குறைந்தது 2 ரூபாய் தேவைப்பட்டது. இதில் மாதச் சம்பளமாகக் கொடுக்கப்பட்ட 8 ரூபாய் எம்மாத்திரம்!

ஒருமுறை சிறையில் அடைபட்டிருந்த தண்டனைக் கைதிகளை கேப்டன் ராம்சே என்பவர் சந்தித்துக் கேட்டாராம்.

'நீங்கள் விடுதலை ஆனபின் நல்ல மனிதர்களாக சமுதாயத்தில் உழைத்து வாழ்வீர்கள் அல்லவா? திருந்தி விடுவீர்கள்தானே?'

அதற்கு அந்தப் பதக் தலைவன் கூறினான். 'இல்லை....இல்லை... என்னால் முடியாது. நாள் ஒன்றுக்கு ஐந்து ஆறு பைசாக்களுக்காக வெயில் மழை என்று உழைக்க என்னால் முடியாது. நான் வசதியாக வாழ்ந்து பழகிவிட்டேன்!' என்றானாம்.

மிக வேதனையுடன் இதை அவர் ஸ்லீமனிடம் தெரிவித்தார்.

ஸ்லீமன் சிரித்தார். 'இந்த உலகமே திரண்டு அவனுக்கு அறிவுரை கூறினாலும் சாகும்வரை அவனைப் போன்றவர்கள் திருந்த மாட்டார்கள். பதக்குகளில் நிறைய நல்லவர்கள் உள்ளனர். இவர்கள் எல்லாம் விதிவிலக்குகள். எனவே இவர்களை உதாரணமாக கொள்ளக்கூடாது. தங்கள் கணவன்மார்களை இழுத்து வந்து நம்மிடம் ஒப்படைத்த பதக்குகளின் மனைவிமார்களைப் பாருங்கள். அந்தக் குழந்தைகளின் எதிர்காலத்தை எண்ணி நாம் நல்லதைச் செய்வோம்!' என்றார்.

20

இரு தக்கிகளின் கதை

ராம்சிங் என்பவன் மிகவும் புத்திசாலியான தக்கர் தலைவன். சீக்கியன் என்று தன்னை சொல்லிக்கொண்ட அவன் தன்னை ராம்சிங் சீக் என்றே கூறுவான். சீக்கியர் இனத்தில் எங்குமே தக்கர்கள் இல்லை என்னும் நிலையில் இவன் தன்னை சீக்கியர் என்றே எல்லோரிடமும் கூறுவான். பெர்ஹாம்பூர் நகரில் வசித்து வந்தான் அவன்.

தக்கர் தலைவனாக இருந்த வந்த ராம்சிங் தனக்கு அறிமுகமான பிண்டாரி தலைவன் ஷேக் துல்லா என்பவனிடம் உதவியாளனாகச் சேர்ந்து பிண்டாரி ஆனான். ஆங்கில அரசு பிண்டாரிகளை ஒடுக்க தீவிர நடவடிக்கைகள் எடுக்கவே ராம்சிங் மீண்டும் தன் தக்கி தொழிலுக்கே வந்துவிட்டான். தன்னுடைய விலை மதிப்பு வாய்ந்த அரபி குதிரையை பிண்டாரி தலைவன் ஷேக்துல்லாவிடம் விற்றுவிட்டான். ஷேக்துல்லா பெரும் தொகை தருவதாகக் கூறி குதிரையைப் பெற்றுக் கொண்டானே தவிர பணம் ஏதும் தரவில்லை. ராம்சிங் பலமுறை சென்று கேட்டும் ஏதேதோ சால்ஜாப்பு சொல்லி ஷேக்துல்லா காலம் கடத்தி வந்தான்.

அந்தச் சமயத்தில்தான் ஆங்கிலேய அரசு பிண்டாரிகள் தலைவனான ஷேக்துல்லா தலைக்கு ரூபாய் 15,000 தருவதாக அறிவித்திருந்தது.

ராம்சிங் மீண்டும் ஒருமுறை பிண்டாரி தலைவன் ஷேக்துல்லா மறைந்து வாழ்ந்த இடத்துக்குச் சென்று பணம் தர வேண்டினான். ஷேக்துல்லா ஆரவாரமாக ராம்சிங்கை வரவேற்றானே தவிர பணம் ஏதும் தருவதாக இல்லை.

ராம்சிங் ஒரு திட்டம் தீட்டினான். அன்று இரவு எல்லோரும் உறங்கியதும் நல்ல சந்தர்ப்பம் பார்த்து ஷேக்துல்லாவைக் கொன்று அவனுடைய தலையை மாத்திரம் துண்டித்து எடுத்துக்கொண்டு தப்பி விட்டான்.

அங்கிருந்து புறப்பட்டவன் இரண்டு நாட்கள் வழியில் எங்கும் நிற்காமல் பயணம்செய்து நேராக எல்லிச்பூரில் இருந்த கர்னல் சேயர் முன் சென்று சேர்ந்து அவர் முன் ஷேக்துல்லாவின் தலையை வைத்தான்.

ஷேக்துல்லாவின் தலையை மேஜையில் பார்த்த கர்னல் சேயர் பதறிப் போனார். ராம்சிங்கிடம், நடந்த எல்லா விவரங்களையும் கேட்டறிந்தார். கொள்ளைக்காரனான போதிலும் ஷேக்துல்லா ஒரு மாவீரன். ஒரு மாவீரனின் முடிவு இப்படி கோழைத்தனமாக துரோகத்தால் வீழ்த்தப்பட்டதை எண்ணி அவர் மிக வருத்த மடைந்தார். எப்படியோ அரசாங்கம் அறிவித்த காரியம் முடிந்தது என்பதால், ஷேக்துல்லாவின் தலைக்கு அரசு அறிவித்த ரூபாய் 15000 தொகையை, ராம்சிங்குக்குத் தரச் சொல்லி கடிதமெழுதி அவனை அந்தத் தலையுடன் ஒமரூட்டி தனராஜ் சேட்டிடம் அனுப்பினார்.

கர்னல் சேயர் அனுப்பிய கடிதம் மற்றும் கூடையில் இருந்த ஷேக் துல்லாவின் தலை ஆகியவற்றைப் பார்த்த தனராஜ் சேட் பணம் தருமுன் ராம்சிங்கை உற்று நோக்கினான். மூளையில் மின்னல் அடித்தது. கோபம் கொப்பளித்தது. 'டேய்... நீ தக்கித் தலைவன் ராம்சிங்தானே? என் பணப்பெட்டியை கொள்ளையடித்ததுடன் அதைக் கொண்டுவந்த எனது கூலி ஆட்கள், சிப்பாய்கள் அனைவரையும் கொன்றுவிட்டு பணத்துடன் ஓடிய தக்கி ராம்சிங் தானே நீ?' என்று கொந்தளித்தவர் ஆத்திரத்துடன் சிப்பாய்களை அழைத்து ராம்சிங்கைக் கைது செய்யும்படி ஆணையிட்டார்.

ராம்சிங் பதறிப் போனான். நண்பனான ஷேக்துல்லாவை பணத்துக்காகக் கொன்று அவன் தலையை வெட்டித் தூக்கிக்கொண்டு இரண்டு நாட்கள் விடாமல் இத்தனை தூரம் பயணம் செய்து சிரமப்பட்டு வந்து சேர்ந்து கடைசியில் கைக்கு பணம் வரும் நிலையில் விதிவிளையாடி சிறைக்குச் செல்ல நேர்ந்ததே என விரக்தி யடைந்தான். அவனது அருமையான அரபிக் குதிரைக்கான தொகை ரூபாய் இரண்டாயிரமும் கிடைக்காமல், ஷேக்துல்லா தலைக்கான பணம் 15 ஆயிரம் ரூபாயும் பெறாமலேயே மரணதண்டனை விதிக்கப்பட்டு மடிந்தான் ராம்சிங்.

மேற்படி தகவல் லெப்டினன்ட் கிரஹாமால் ஸ்லீமனுக்கு எழுதப்பட்ட 1835 ஆம் ஆண்டு நவம்பர் மாதம் 5 ஆம் தேதியிட்ட கடிதத்தின் மூலம் தெரியவருகிறது.

●

இது ரம்ஜான் என்பவனின் கதை.

ரம்ஜான் என்பவன் அவுத் ராஜ்ஜியத்தின் கிராமம் ஒன்றில் வசித்து வந்தான். 'ஜில்லாதார்' என்ற பதவியில் இருந்த ரம்ஜான் 5 பெரும் கிராமங்களில் ஆண்டுக்கு 3000 ரூபாய் வரிவசூல் வசூலித்துத் தரும் பொறுப்பில் இருந்தான்.

அவனுக்கு ஆயுதம் தாங்கிய சிப்பாய்கள், ஒரு வரி வசூல் உதவி பட்வாரி, கோரைட் எனப்படும் கிராமிய காவல் ஆள் இத்தனை வசதிகளும் இருந்தன.

ஆனால் ரம்ஜான் ரகசியமாக ஓர் தக்கியாக செயல்பட்டு வந்தான். அவுத் அரசின் எல்லைப்புறத்து தக்கர்களது தலைவன்போல செயல் படுபவன் அவன். தனக்கென ஒரு பெரும் கூட்டத்தைச் சேர்த்துக் கொள்ளாமல் ஐந்தாறு பேர் கொண்ட சிறுகுழுவுடன் இயங்கி வந்த ரம்ஜான் அவ்வப்போது ஆறுபேர் அடங்கிய தனது தக்கர் குழுவுடன் கொள்ளைக்குச் சென்றுவிடுவான்.

அந்தச் சமயத்தில் அவனது அலுவல்களைக் கவனிக்க ஒரு நண்பனை அவன் பணியில் அமர்த்திவிட்டுச் செல்வான்.

அனைத்துக் கிராமங்களில் உள்ள மனிதர்களிடம் பெரும் மதிப்பைப் பெற்றிருந்த ரம்ஜான் ஒரு தக்கி என யாருக்கும் தெரியாது. எந்த விதமான தக்கர்கள் விதிமுறைகளையும் மதிக்காத ரம்ஜான் புல் வெட்டும் பெண்ணைக் கூட அவளது நகைகளுக்காகக் கொன்றுள்ளான்.

பசுமாட்டைப் பிடித்துச் சென்ற ஒருவனைக் கொன்றுவிட்டு அது போன்ற விதி மீறலால் மூன்று மாதம் கடுமையான காய்ச்சலில் கிடந்தேன் என பின்னாளில் அவனே கூறினான்.

லக்னோவைச் சேர்ந்த மாபெரும் தக்கர் ஜமேதார் பஹ்ராம் குழுவுடனும் கூட ரம்ஜான் பலமுறை கொலை கொள்ளைக்குச் சென்றுள்ளான்.

இந்தச் சமயத்தில் எண்ணற்ற கொலைகள் பெருங்கூட்டமின்றி தனி ஆட்களால் நிகழ்வதைக்கண்ட ஆங்கில அரசு தனது கண்காணிப்பை மேலும் தீவிரப்படுத்தியது.

அதில் ரம்ஜானின் கூட்டாளிகளான பீம்மீ, சம்பா போன்றோர் கேப்டன் பேட்டன் என்பவரிடம் சிக்கிக்கொள்ள, அடுத்து நிச்சயமாக தன் குட்டு வெளிப்பட்டுவிடும் எனத் தெரிந்துகொண்ட ரம்ஜான் பதவியை விட்டுவிட்டு ஊரை விட்டுத் தப்பி ஓடினான்.

நேராக தன்னோலி நகருக்குச் சென்று அவ்வூரின் பெரிய ஜமீன்தாரான தனது மாமன் பூந்தாவிடம் சென்று சரணடைந்தான்.

பூந்தா தனது மருமகன் ரம்ஜானை தன்னோலி ராஜா சூரத்சிங்கிடம் அழைத்துச் சென்று, அவனுக்கு ஒரு வேலை தருமாறு மன்னரிடம் வேண்டி அதே வரிவசூல் பதவிக்கு அவனை மாதச் சம்பளத்தில் அமர்த்தினார்.

இங்கேயும் ரம்ஜானின் கட்டளைக்கு பதினைந்து ஆயுதம் தரித்த சிப்பாய்கள் இருந்தனர்.

ஆறு மாதங்கள் அமைதியாகச் சென்றது. ஆங்கில அரசின் உளவுத்துறை போலீஸ் தக்கிகளை வலைவீசித் தேடி வந்தது. அதில் மாபெரும் தக்கர் தலைவனான ஜமேதார் பஹ்ராம், ரம்ஜான் இருவருக்குமான வலை இறுகியது.

ஒரு நாள் காலை ஆங்கில சிப்பாய்கள் தன்னோலி கோட்டைக்குள் வந்து மன்னரைச் சந்தித்தனர். அவரிடம் பணியாற்றும் ரம்ஜான் பற்றிய முழு விபரத்தையும் அவரிடம் தெரிவித்து அவனைக் கைது செய்ய அனுமதி கேட்டனர்.

அப்போது ரம்ஜான் வெளியே வந்தான். 'இவர்தான் ரம்ஜான்' என்று சுட்டிக்காட்டிய அவனது முன்னாள் தக்கி குழுவினன் ஒருவனை, ஆங்கிலச் சிப்பாய்களுடன் பார்த்ததுமே அந்தத் தக்கி அப்ரூவராக மாறி தன்னைக் காட்டிக்கொடுக்க வந்துள்ளான் என்பது ரம்ஜானுக்குப் புரிந்துபோனது.

அரசர் அந்தக் கணமே ரம்ஜானை பதவியில் இருந்து நீக்கிவிட்டார்.

அவ்வளவுதான்! எல்லாம் முடிவுக்கு வந்துவிட்டது. நல்ல மதிப்புடன் கூடிய பதவியில் இருந்தும் பணவெறி பிடித்து எண்ணற்ற கொலைகள் செய்து பேராசையில் அலைந்த ரம்ஜான் சிப்பாய்களால் கைது செய்யப் பட்டான்.

ரம்ஜானை அழைத்துச் சென்று 71ஆம் படைப்பிரிவின் சுபேதார் ருஸ்தம்கான் என்பவர் முன் நிறுத்த, 'ஐயா! நான் அப்ரூவராக மாற விரும்புகிறேன். தக்கிகள் பலரை பிடித்துத்தர என்னால் முடியும்!' என்றான் ரம்ஜான்.

பின்னர் சுபேதார் ருஸ்தம்கான், ரம்ஜானுடன் நீண்ட நேரம் பேசினார்.

மாபெரும் தக்கர் தலைவன் பஹ்ராம் மற்றும் அவனது குழுவுடன் நீயும் பலமுறை கொலை கொள்ளைக்குச் சென்று வந்துள்ள செய்தி எங்களுக்குத் தெரியும். பஹ்ராமைப் பிடித்துத் தந்தால் பிரிட்டிஷ் அரசு அறிவித்துள்ள பரிசுத்தொகை ரூபாய் நூறு உனக்கு பெற்றுத் தருகிறேன். உன்னை அப்ரூவராகவும் ஏற்க சிபாரிசு செய்கிறேன். பஹ்ராமை பிடித்துத்தர உன்னால் முடியுமா?'

'முடியுமாவா...?' என்று ஏளனமாகக் கூறிய ரம்ஜான்... 'இன்று இரவே பிடித்துத் தருகிறேன்' என்றான்.

சுபேதார் ருஸ்தம்கான் உடனே ஏற்பாடுகளைச் செய்தார்.

அன்றிரவே எட்டு ஆங்கிலச் சிப்பாய்கள் மற்றும் அதிகாரிகள் கொண்ட படையுடன் பஹ்ராம் வசிக்கும் கிராமத்துக்குச் சென்ற ரம்ஜான், அந்தக் கிராமத்தை அடைந்ததும் விளிம்பிலேயே அனைவரையும் நிறுத்தினான். முதலில் தான் மட்டும் அந்தக் கிராமத்துக்குள் செல்வதாகவும், தான் சமிக்ஞை செய்யும்போது அனைவரும் உள்ளே வந்தால் போதும் என்றும் சொல்லிவிட்டுக் கிராமத்துக்குள் புகுந்தான்.

அந்தச் சிறு கிராமத்தில் வரிசையாக இருந்த வீடுகளில் ஒன்றின் முன் சென்று நின்ற ரம்ஜான் கதவை மெதுவாகத் தட்டி ஏதோ சங்கீத மொழியில் அழைத்தான்.

சில நொடிகள் இடைவெளிக்குப் பின் மெல்ல கதவைத் திறந்து ஓர் வயதான மனிதன் குளிருக்கான ஆடைகளுடன் வெளிப்பட்டான். அவன்தான் பஹ்ராம். அவன் கூடவே மற்றொருவனும் வெளியே வந்தான்.

'ஓ! ரம்ஜான்! எப்படியிருக்கிறாய்? வா... வா! உள்ளே சென்று பேசலாம்!' என்று அழைத்தான் பஹ்ராம்.

'இல்லை பரவாயில்லை. இப்படியே வெளியிலேயே அமர்ந்து பேசலாம்.' என்று ரம்ஜான் சொல்லவும், மூவரும் வீட்டின் வெளிவராந்தாவில் மண் தரையில் அமர்ந்தனர்.

'அடடா! என்ன குளிர்... என்ன குளிர்... நெருப்பில் கொஞ்சம் குளிர் காயலாம் அல்லவா?' என்று ரம்ஜான் சொல்ல, உடனே மூவருக்கும் மத்தியில் சிறு குச்சிகளைக்கொண்ட ஒரு குவியல் வைத்து நெருப்பு மூட்டினான் பஹ்ராமின் உறவினன். மூவரும் பேசத் தொடங்கினர்.

'சரி இப்போது சொல் ரம்ஜான். திடீரென வந்திருக்கிறாயே என்ன காரணம்?' பஹ்ராம் கேட்டான்.

‘ஒன்றுமில்லை பஹ்ராம் உங்களைப் பார்த்து வெகு நாட்களாகி விட்டதல்லவா? சில விஷயங்களைப் பேசிக்கொண்டிருந்துவிட்டு, அத்துடன் கொஞ்சம் செலவுக்குப் பணம் வாங்கிச் செல்ல வந்தேன்!’ என்றான் ரம்ஜான்.

சிரித்துக்கொண்டே அவனுக்கு ஏதோ பதில் சொல்ல வந்த பஹ்ராம், தனது பின்புறம் திடீரென ஏதோ பலத்த சத்தம் கேட்டு பதறித் திரும்பினான்.

நெருப்பு மூட்டுவதுதான் அந்தப் படைக் காவலர்களுக்கு சமிக்ஞை! அதாவது ‘வரலாம்’ என்பதற்கான அழைப்பு. அதன்படி நெருப்பு மூட்டி யதும் நிமிட நேரத்தில் சுற்றிவளைத்த அந்தக் காவல் படையினர் பஹ்ராம் என்ற மாபெரும் தக்கர் தலைவனை கோழிக் குஞ்சைப் பிடிப்பதுபோலப் பிடித்துக் கட்டிவிட்டனர்.

‘நீதான் பஹ்ராமா?’ என்று அந்தக் காவல் படை அதிகாரி கேட்டதும் பலமாகச் சிரித்தான். மிக பலமாகச் சிரித்தான் பஹ்ராம்.

இறுகக் கட்டப்பட்ட நிலையிலும் உறுதி மிக்க இரும்பு போன்ற தன் கைகளை உயர்த்திக் காட்டி உரக்கச் சொன்னான்.

‘ஆமாம் நான்தான் தக்கி பஹ்ராம்! என் தகப்பனாரும் தக்கிதான்! என் பாட்டனாரும் தக்கிதான்! அவனது பாட்டனாரும் தக்கிதான்! நான் பரம்பரை தக்கி. உங்களது ராயல் ஃபைலில் என் பெயர் இடம் பெற்று இருக்கும். போய்ப்பார்!’ என்றவன் மேலும் சொன்னான்: உங்கள் மேலதிகாரியிடம் போய்ச் சொல்லுங்கள். எனக்கு இந்தியா முழுவதும் உள்ள தக்கிகளைத் தெரியும். தக்கிகளைப் பிடித்துத் தர உங்கள் பிரிட்டிஷ் சர்க்கார் எனக்கு அனுமதியும் வாய்ப்பும் தருமேயானால் நூறு நூறு தக்கிகளைப் பிடித்துத் தருவேன்!’ எனக் கூறி அதிரச் சிரித்தான் பஹ்ராம்.

•

நீதிமன்றம். கூண்டிலிருந்த குற்றவாளியைப் பார்த்து ஆச்சரியத்துடன் கேட்டார் மாஜிஸ்திரேட்.

‘என்னது! தொள்ளாயிரத்து தொண்ணூற்று ஒன்றா? உண்மையாகவே 991 கொலைகளைச் செய்துள்ளாயா? கணக்கில் தவறு இல்லையே?’ என்று சந்தேகத்துடன் அழுத்திக் கேட்டார் நீதிபதி.

அந்த நீதிமன்றத்தில் நீதிபதியாக அமர்ந்திருந்தவர் தக்கர்களைப் பிடிப்பதற்கான போலீஸ் சூப்பரின்டண்டான ஸ்லீமன்தான்.

‘ஐயா என் கணக்கில் தவறே வராது. இன்னும் சிலநாள் என்னை விட்டிருந்தால் 1000 பலிகளை முடித்து மாகாளியின் அருள் பெற்று இருப்பேன். அதற்குள் எல்லாம் மாறிவிட்டது!’ என்று சிறிதும் அச்சமின்றிக் கூறினான் பஹ்ராம். ஸ்லீமனிடம் தன்னை அப்ரூவர் ஆக ஏற்றுக்கொள்ளக் கேட்டிருந்தான்.

‘நாற்பது ஆண்டுகளாக நான் தக்கியாக உள்ளேன். என் நாற்பது ஆண்டு சாதனை இது!’ என்று சிரித்தான் அவன்.

‘இவ்வளவு பேரைக் கொன்றோம் என்ற குற்ற உணர்வே உனக்கு இல்லையா?’ எனக் கேட்டார் ஸ்லீமன்.

‘அது வேறு எஜமான்! ஒரு வேட்டைக்காரன் கொல்லப்படும் மிருகங் களைப்பற்றி சிந்திக்க முடியுமா? தன் காலடியில் மடிந்துவிழும் விலங்குகளைக் கண்டு ஒரு வேட்டைக்காரன் எப்படி மகிழ்வானோ அப்படித்தான் என் காலடியில் ஒருவன் சரிந்து விழுவதைக் கண்டு நான் சந்தோஷப்படுவேன்! அதுமட்டுமல்ல நான் யாரையும் என் தனிப்பட்ட விரோதத்தால் கொல்லவில்லை. அந்த மாகாளியின் ஆணைப்படி அவள் உத்தரவு தந்தால் மட்டுமே நாங்கள் யாரையும் கொல்ல முடியும்! ஆகவே எங்கள் மீது எந்தத் தவறுமில்லை!’ என்றான்.

பஹ்ராம் 991 கொலைகள் என்றால் அடுத்தடுத்து கைதுசெய்யப்பட்ட மிகப் பெரும் தலைவர்களில் பலர் பஹ்ராமுக்கு அடுத்த நிலையில் இருந்தனர். ரம்ஜான் 604 கொலைகள் செய்து பிடிபட்டிருந்தான். பட்டிகான் என்பவன் 508 கொலைகள் செய்து மூன்றாமிடத்துக்கு வந்துவிட்டான்.

இவர்களும் இன்னும் இவர்களைப் போலவே அதிகக் கொலைகள் செய்திருந்த பெரும் தலைவர்கள் எல்லோரும் ஒருவர் பாக்கி யில்லாமல் அனைவரும் பின்னாளில் கடும் தண்டனை பெற்றனர். சிலருக்கு தூக்கு தண்டனை. சிலர் நாடு கடத்தப்பட்டு அந்தமான் சிறைச்சாலைக்கு அனுப்பப்பட்டனர்.

21

நாற்பத்து எட்டு பேரைக் கொன்ற பச்சைக்கிளி!

திருமதி ஃபன்னி பார்க்ஸ் அம்மையார் என்பவர் இந்தியா முழுவதும் சுற்றி வந்து எழுதிய Wanderings of a Pilgrim in Search of the Picturesque என்ற புத்தகத்தில் தக்கர் ஒழிப்பின்போது நடந்த பல சுவாரஸ் யமான செய்திகளைத் தருகிறார். அதில் தூக்கு மேடைக்குத் தப்பிய முதிய மனிதரான ஒரு தக்கி தந்த பல்வேறு அதிசயமான தகவல்களையும் விவரித்திருக்கிறார்.

அதில் ஓர் கிளிக் கதை அசாதாரணமான விதியின் கதையைச் சொல்கிறது!

ஒருமுறை ஒரு தக்கியின் கூட்டமொன்று அவர்களது தலைவனின் வழிகாட்டுதல்படி சென்று பல்வேறு கொலை கொள்ளைகளைச் செய்து முடித்து கிட்டத்தட்ட பயணம் முடிவடையும் நிலையில் இரவு ஒரு கானக எல்லையில் தங்கியிருந்தனர். அவர்கள் தங்கியிருந்தது காட்டில் வரிசையாக இருந்த மரங்களுக்கு அடியில்.

இரவு இரண்டு மணி இருக்கலாம். அது இந்தூருக்கும் - ஒஜையா நகருக்கும் செல்லும் பிரதான சாலை. அந்தச் சாலையை ஒட்டிய உள் பக்கம் சற்று தொலைவில் இருந்த கானக விளிம்பின் ஓரத்தில்தான் அவர்கள் ஒதுங்கிப் பதுங்கி இருந்தனர்.

திடீரென, ஒரு பறவையின் அலறல் சப்தம் அவர்களுக்கு மிக அருகாமையில், தலைக்கு மேல் உள்ள மரத்திலிருந்து கேட்டது. குயில் போன்ற பறவையான பார்ட்ரிட்ஜ் (Partridge) என்கிற

பறவையின் குரல் அது. திடுக்கிட்டு விழித்த அந்தத் தக்கர்கள் அளவுகடந்த அச்சத்தால் திகைத்தனர். அந்தக் குறிப்பிட்ட பறவையின் குரல் தக்கர்களுக்கு அபாய எச்சரிக்கை. கிட்டத்தட்ட மரண அறிவிப்பு. உடனே ஐம்பது பேர் கொண்ட அந்தக் கூட்டம் அரண்டுபோய் மூட்டை முடிச்சுகளை எடுத்துக்கொண்டு தலைவன் சொல்லுக்காகக் காத்திருந்தனர்.

'இந்தப் பறவையின் எச்சரிக்கைகேட்டால் உடனே அந்த நாட்டு எல்லைக்கு வெளியே போய்விடவேண்டும்!' என்பது காளி தேவியின் ஆணையாகும். எனவே புறப்படுங்கள்!' என்று தலைவன் சொல்ல அனைவரும் மெதுவாக அவ்விடத்தைவிட்டு நடந்தனர்.

கிட்டத்தட்ட விடியும் வேளை வந்துவிட்டது. அப்போது இவர்கள் எதிரே சற்றுத் தொலைவில் ஒரு யாத்திரிகர் கூட்டம் ஒஜையா நகர் பக்கம் இருந்து இந்தூர் செல்லும் வழியில் வந்துகொண்டிருந்ததைக் கவனித்தனர். உடனே சட்டென இந்தத் தக்கர்களும் தாங்கள் வந்த வழியிலேயே திரும்பி அமர்ந்துகொண்டு யாத்திரிகர் கூட்டம் போகும் பாதையிலேயே தாங்களும் செல்பவர்கள் போலவும் அவ்விடத்தில் சற்று ஓய்வெடுக்க அமர்ந்திருப்பவர்கள் போலவும் நினைக்கும்படி அமர்ந்தனர்.

யாத்திரிகர் கூட்டம் இவர்களை நெருங்கி வந்தது. அந்த யாத்திரிகர் கூட்டத்தினர் அனைவரும் இந்தூர் பிரமுகர்களே! சில நாள் முன்னர் தான் ஒஜையா சென்றனர். அவர்களுக்குள் சிறு சச்சரவு ஒன்று பெரிதாகி உடனே இந்தூருக்கே திரும்புகின்றனர். அவர்கள் சண்டை யிட்டுக்கொண்டு திரும்பி ஊருக்குப் போவதால் அவர்கள் ஒருவருக்கு ஒருவர் பேசாமல் வந்தனர்.

தக்கி கூட்டத்தினர் அவர்களிடம் பேச்சுக் கொடுக்க, அதிலொரு யாத்திரிகர், 'ஒஜையாவில் இருந்து வருகிறோம். இந்தூருக்குப் போகிறோம்' என்றும் மட்டும் சொன்னார்.

அப்படியானால், அவர்கள் சொந்த ஊர் ஒஜையா அல்லது அதற்கப்பால் இருக்கலாம். ஏதோ வேலையாக அவர்களிடம் உள்ள மூட்டை மூட்டையான துணிகளை விற்க இந்தூர் செல்கிறார்கள் போலும், என எண்ணிக்கொண்ட தக்கர்கள், 'நாங்களும் இந்தூருக்குத் தான் போக வேண்டும்!' என்றபடி அவர்களுடன் இணைந்து நடந்தனர்.

யாத்திரிகர் தலைவன் குரு, ஹோல்கர் குடும்பத்தின் பெரிய ஆள் என தக்கர்கள் அறிந்துகொண்டனர். தலைவரின் தோளில் ஒரு பச்சைக் கிளி அமர்ந்து அவரிடம் ஏதோ பேசியபடி வந்தது. அதிசயமான அந்தக் கிளி தக்கர்களைக் கவர்ந்துவிட்டது. கிளி பேசும்போதெல்லாம் தலைவன் குரு அதை அதட்டி 'பேசாமல் வா' என்று கூறி நடந்தான்.

சற்றுத் தொலைவில் சிறு ஒடை குறுக்கிட்டது. அனைவரும் கைகால் சுத்தம் செய்தபடி சற்று ஓய்வாக அமர்ந்தனர்.

அப்போதும் ஹோல்கார் குருவும் அவருடன் வந்த மற்ற பத்து பேரும் ஒருவருக்கொருவர் பேசிக் கொள்ளவே இல்லை. ஏதோ அவர்களுக்குள் மனஸ்தாபம் என்றெண்ணிய தக்கர்கள் அதுதான் சரியான சந்தர்ப்பம் என்று திட்டமிட்டு அந்தப் பத்துபேர் அமர்ந்திருந்த இடத்தைச் சுற்றி முற்றுகையிட்டுத் தயாரானார்கள். 'ஜீர்ணி' எனப்படும் மரண சத்தம் எழுப்பியதும் பின்னால் நின்ற சுருக்கிடும் கூட்டம் ஒரு நொடியில் அனைவரையும் கொன்றனர். வழக்கப்படி புதைத்தனர். எல்லாம் வெகு விரைவில் முடிய அத்தனை பொருள்களையும் எடுத்துக்கொண்ட தக்கர் கூட்டம் கிளியையும் எடுத்துக்கொண்டது.

தக்கர் தலைவன் அதைத் தூக்கி கிளிக்கு உணவு ஊட்டினான். கிளி சாப்பிடவோ, சத்தமிடவோ இல்லை. தக்கர் தலைவன் தோளில் அமர்ந்த அந்தக் கிளி கண்களை மூடியபடியே அமைதியாகிவிட்டது.

தக்கர் கூட்டத்தினர் மதியம் இந்தூர் வந்து சேர்ந்தனர். ஏகப்பட்ட பொருள்கள், துணி மூட்டைகள், ரொக்கப்பணம், ஹோல்கார் குருவின் பெரும் தொகையும் சேர அனைவரும் மகிழ்ச்சியாக ஒரு பெரிய உணவு விடுதிக்குள் நுழைந்தனர்.

அப்போதுதான் அந்த அதிசயம் நடந்தது! ஆம்! அதிசயம்தான் நடந்தது!

அதுவரை ஏதும் பேசாமல் கண் மூடியபடி தக்கித் தலைவனின் தோளில் அமர்ந்தபடி வந்த அந்தக் கிளி இந்தூர் நகருக்குள் நுழைந்தவுடன் கண்களைத் திறந்து பார்த்தது. பேசவில்லை.

தக்கர்கள் அந்த உணவு விடுதிக்குள் நுழைந்ததும், படபடவென தனது இறக்கைகளை அடித்துக்கொண்டு கீச்கீச் என அலறியபடி பறந்து சென்று அந்த உணவு விடுதி முதலாளியின் தோள்மீது போய் அமர்ந்தது. அலறியது.

அந்தக் கிளியின் பயம் மிகுந்த அலறல் குரல், 'கொலை... கொலை... செத்துவிட்டார்கள்...' என்று சொல்வதைப் போலிருந்தது.

உணவு விடுதியில் இருந்தவர்கள் எல்லோரும் அவ்வூர்க்காரர்கள் என்பதால் எல்லோருக்கும் அந்தக் கிளியைத் தெரிந்திருந்தது. அனைவரும் அக்கிளியைப் பார்த்து ஆச்சரியப்பட்டார்கள்.

'இது ஹோல்கார் குருவின் கிளி அல்லவா? அவர் எங்கே? அவருடன் சென்ற அவர் உறவுக்காரர்கள் எங்கே? இவர்கள் யார்? இந்தக் கிளி இவர்களிடம் எப்படி வந்தது?' என்றெல்லாம் ஊரார்

பேசிக்கொள்ளவும் தக்கர் குழுவினர் அங்கிருந்து நழுவப் பார்த்தனர். ஆனால் ஊர்க்காரர்கள் விடவில்லை. அனைவரையும் சுற்றி வளைத்தனர். மூட்டைகள் பொருள்கள் எல்லாம் ஹோல்கார் குருவின் பொருள்கள் என்பதைக் கண்டுகொண்டனர். அடுத்த வினாடியில் என்ன நடந்திருக்கும் என்று அனைவரும் புரிந்துகொண்டனர்.

'ஒளியத் தெரியாதவன் தலையாரி வீட்டில் ஒளிந்ததுபோல' என்பார்களே, அதுபோல ஹோல்கார் குரு எங்கிருந்து புறப்பட்டாரோ அதே இடத்துக்கு அவர்கள் நெருங்கிய உறவுக்காரர்கள் உணவு விடுதிக்கே தக்கர்களை விதி தள்ளிக்கொண்டுவந்து சிக்கவைத்துவிட்டது.

இந்தூர் அரசுப் படைக்கு தகவல் சென்றது. சிப்பாய்கள் வந்து அனைவரையும் கட்டி இழுத்துச் சென்றார்கள். ஐம்பது பேர் கொண்ட அந்தத் தக்கர்கள் கும்பலில் இளவயதுப் பையன்கள் இருவர் இருந்தனர். அவர்களைக் கட்டிவைத்து குதிரைச் சவுக்கால் விளாசினார்கள்.

அடிதாங்காமல் கூக்குரலிட்டுக் கதறிய அந்த இளம் சிறுவர்கள், 'ஐயா நாங்கள் புதியவர்கள். துரும்பைக்கூட தொட்டது இல்லை. எங்களுக்கு இதில் தொடர்பு இல்லை. ஆனாலும் கொன்ற ஆட்களைப் புதைத்த இடம் எங்களுக்குத் தெரியும்' என்றனர். அன்று இரவு ஹோல்கார் குழுவினரின் உறவினர்கள் எல்லோரும் அலறியபடி சென்று பத்து உடல்களையும் கொண்டுவந்து செய்ய வேண்டிய முறைப்படி ஈமச் சடங்குகள் செய்து அடக்கம் செய்தனர்.

'கையும் களவுமாகப் பிடிபட்ட இந்த கொடூரத் தக்கர்களை விசாரணை செய்ய வேண்டியது இல்லை!' என்ற இந்தூர் அரசன் அவர்களை பீரங்கி வாயில் வைத்து சுடச்சொல்லி உத்தரவிட்டான்.

மறுநாள் காலை அனைவரையும் ஒரே மேடையில் நிறுத்தி கயிற்றினால் சுற்றிக்கட்டி பெரிய பீரங்கியைக் கொண்டு குண்டுகளால் சுட்டனர். 48 பேரும் துகள்களாக மாறி அந்த மைதானம் முழுவதும் ரத்தம் சிதறி சிவக்கச் செய்து மடிந்தனர்.

சிறுவர்கள் இருவரையும் நகர எல்லைக்குக் கொண்டு சென்று விரட்டி விட்டனர் காவலர்கள்.

காளி தேவியின் கட்டளையை மீறி பேராசையால் அழிந்துபோன அந்தத் தக்கர் கூட்டம் மற்ற தக்கர்களுக்கு ஓர் எச்சரிக்கை மணி என்று அந்த முதியவர் கூறியுள்ளார். மறக்க முடியாத நிகழ்ச்சி அது!

சரி! கதை சொன்ன அந்த முதியவர் யார் தெரியுமா? தண்டனையிலிருந்து தப்பித்து விரட்டப்பட்ட அந்தச் சிறு பையன்களில் ஒருவன் தான் அந்த முதியவர்!

22

நதிநீர் தக்கர்கள்

பிரிட்டிஷ் அதிகாரிகள் அனைவருமே தக்கி ஒழிப்பில் முழுமூச்சாக தங்கள் திறமையை, கடுமையான உழைப்பினை அளித்ததன் மூலமாக வெற்றி மேல் வெற்றி பெற்று வந்தனர்.

ஆனாலும் பூரணமாக தக்கர்கள் முற்றிலும் அழித்து ஒழிக்கப்படாத நிலையில் 1836-இல் ஒரு புதிய குண்டு விழுந்தது. அரசல் புரசலாக பரவிக் கிடந்த அந்தச் செய்தி ஸ்லீமன் அவர்கள் டேபிளுக்கு ஒரு ரகசிய செய்தியாக உளவுத் துறை மூலம் வந்தது. 'நதிநீர் தக்கர்கள்' என்கிற கொள்ளையர்களைப் பற்றித்தான் உளவுத்துறை அப்போது குறிப்பு போட்டு அனுப்பியிருந்தது.

அதைக் கண்டு ஸ்லீமன் உட்பட பிரிட்டிஷ் அதிகாரிகள் அனைவரும் திடுக்கிட்டனர் 'இது என்னடா... புது குண்டு...!' என்று திகைத்துப் போனார்கள்.

காலம் காலமாக கங்கை ஆற்றில் கல்கத்தா ஹூக்ளி ஆறு முதல் அலகா பாத் பனாரஸ் வரையும் இன்னும் கான்பூர் வரையிலும் மக்கள் செல்வ தற்காக படகுகளின் மூலமாக நீர்வழிப் போக்குவரத்து நடந்துகொண்டி ருந்தது. அப்படி மக்கள் பயன்படுத்தும் படகுப் போக்குவரத்தில்தான் தக்கர்கள் சிலர் கொலை கொள்ளைகள் நடத்துகிறார்கள் என்று சொல்லிய குறிப்புகள் அதிகாரிகள் மத்தியில் திகிலை ஏற்படுத்தின.

கங்கை நதியில் கிட்டத்தட்ட வீடுபோன்று அமைப்பு உள்ள பெரிய பெரிய படகுகள் மக்கள் போக்குவரத்துக்குச் சென்று வந்தன. டாக்கா

முதல் கான்பூர் வரையிலான நூற்றுக்கணக்கான மைல்கள் சென்று வந்த அந்தப் படகுகளை நம்பித்தான், மக்கள் தாங்கள் செல்ல வேண்டிய ஊர்களுக்கு எளிதில் சென்று வந்தார்கள். வியாபாரிகள், யாத்திரிகர்கள், இன்னும் பலதரப்பட்ட மக்களும் தினமும் அந்தப் படகுகளில் பயணம் செய்தார்கள்.

இவர்களுள் பெரும் வியாபாரிகள், காசி அலகாபாத் போன்ற கோயில் களுக்கு யாத்திரை செல்வோர் போன்றவர்களைத்தான் தக்கிகள் குறி வைத்தார்கள்.

நதிநீர் தக்கர்கள் சிலர் அவர்களே போக்குவரத்துப் படகுகள் நடத்தினார்கள். அவர்களது ஒவ்வொரு படகிலும் பதினைந்து பேர்களுக்குக் குறையாமல் தக்கிகள் இருப்பர். அதில் ஆறு ஏழு பேர் பயணிகளிடம் கட்டணம் வசூலிப்பவர்களாக, துடுப்பு போடுபவர் களாக, பயணிகளுக்கு சுமை தூக்கி உதவுபவர்களாக வேலை யாட்களாக இருப்பார்கள். மீதிபேர் சுத்தமாக உயர்தரமாக உடை உடுத்திக்கொண்டு அந்தப் படகில் பயணம் செய்யும் வியாபாரிகள் போலவும் யாத்திரை செய்யும் பக்தர்கள் போலவும் பல்வேறு வேடமிட்டு அமர்ந்திருப்பார்கள்.

இந்தப் படகுகளுக்கு ஆட்கள் கொண்டு வந்து சேர்ப்பதை 'சோதா' என்ற தக்கர்கள் பார்த்துக்கொள்வார்கள். அவர்கள் பயணிகளிடம் மிகச் சாதுர்யமாகப் பேசி குறைந்த கட்டணத்தில் அழைத்துச் செல்வதாகக் கூறி தங்கள் படகுகளுக்குக் கொண்டுவந்து சேர்த்து விடுவார்கள்.

பிறகென்ன? வியாபாரிகள், யாத்ரிகர்கள் போன்றோரின் பொன் பொருள் செல்வங்களை எடுத்துக்கொண்டு நீண்ட நாள் கனவுகளுடன் கடவுளைத் தரிசிக்க வரும் அவர்களை, அந்தக் கடவுளிடமே சிரமமின்றி கொண்டு சேர்க்கும் அரிய பணியை நூற்றுக்கணக்கான ஆண்டுகளாக சப்தமில்லாமல் செய்து வந்தார்கள்.

அவர்களின் இந்தச் செயல் மிக ரகசியமாக இருக்க, நதிநீரில் காவல் படகுகளில் செல்லும் உள்ளூர் காவலர்கள், ரகசியமாக தக்கர்களிடம் பணம் மற்றும் விலை உயர்ந்த பொருள்களை லஞ்சமாகப் பெற்றுக் கொண்டு அதை ரகசியமாகக் காத்து வந்தனர்.

உளவுத்துறை மூலம் இந்தச் செய்திகள் முழுவதும் அறிந்த ஸ்லீமன் மிகுந்த கோபமடைந்தார். அதிகாரிகளுடன் கலந்து ஆலோசித்தார்.

நதிநீர் தக்கர்களுக்கும் நிலத்தில் திரியும் தக்கர்களுக்கும் செயல் முறைகளில் சில வேற்றுமைகள் உண்டு அவ்வளவுதான்.

நிலத்தில் திரியும் தக்கர்கள் பயணி அறியாவண்ணம் பின்புறமிருந்து சுருக்குக் கயிறுவீசி இறுக்கிக் கொல்வார்கள். நதிநீர் தக்கர்கள் பயணிகள் முன்னால் நேர் எதிரே ஆசனத்தில் அமர்ந்தபடி அவர்களும் பயணிகள் போல பேசியபடியே வருவர். 'ஜீர்ணீ' என்ற மரண கட்டளைக் குரல் கேட்டவுடன் ஒருவன் தன் எதிரே உள்ள பயணியின் கழுத்தில் சுருக்குக் கயிறை வீசி இரு கைகளாலும் வெடுக்கென இழுக்கும் அதே வேளையில் பின்னால் நிற்கும் இன்னுமொரு தக்கன் பயணியை அசையாமல் பிடித்து பின்புறம் இழுக்க, அடுத்தநொடி சடலமாக வீழ்வார்கள் பயணிகள். எல்லாம் முடிந்த பின் பயணிகளின் இடுப்பை ஒடித்து மடக்கி படகின் ஓரமாக ரகசியமாக உள்ள பெரிய வட்ட வடிவமான சந்து வழியே நொடியில் ஆற்றுக்குள் தள்ளி விடுவர். எந்தக் காரணம் கொண்டும் ரத்தம் வராமல் பார்த்துக் கொள்வார்கள். ரத்தம் நீரின் மேல் காட்டிக் கொடுத்துவிடும். சில வேலைகளில் ராணுவ வீரர்கள் ரோந்து படகில் வருவார்கள். ஆகவே சடலம் உடனே நீரின் அடியில் போய்விட என்ன வழியோ அதைச் செய்வார்கள்.

கொடூரமான இந்தக் கொலைகளைக்கேட்ட ஸ்லீமன் தக்கிகளின் மன்மதனான பரீங்காவை அழைத்து நதிநீர் தக்கர்களைப்பற்றி விசாரித்தார். பரீங்கா நதிநீர் தக்கர்களைப்பற்றி ஸ்லீமனுக்கு விளக்கிக் கூறினான்.

'ஐயா! நதிநீர் தக்கர்களின் செயல்முறை எங்களைவிடப் பல வகையில் வித்தியாசப்படும். இந்த நதிநீர் தக்கர்கள் பெரும்பாலும் வங்காள, பீகார் வாசிகள். திறமையும் துணிவும் கொண்ட கொடூரமானவர்கள். இவர்கள் பெண்களைக் கொல்ல மாட்டார்கள். பெண்களை படகில் ஏற்ற மாட்டார்கள். சுமார் 200 அல்லது 300 பேர்கள்தான் இருப்பார்கள். நான் ஒருமுறை இரண்டு நாள் அவர்களுடன் இருந்து அவர்களது செயல் முறைகளைக் கண்டேன். செத்த பயணிகளின் முதுகெலும்பை ஒடித்தும் வெட்டியும் படகில் இரண்டு புறமும் உள்ள பெரிய ஓட்டை வழியாக நதிக்குள் தள்ளி விடுவார்கள்.

இந்த நதிநீர் தக்கிகள் ஒருவர் பின் ஒருவராக 5 மைல் வித்தியாசத்தில் தொடருவார்கள். பெரும்பாலும் ஹூக்ளி நதிக்கரை பர்த்வான் மாவட்டம் அவர்களின் நிலையான இருப்பிடம். வருடத்தில் நவம்பர், டிசம்பர், ஜனவரி, பிப்ரவரி ஆகிய மாதங்களில் சுறுசுறுப்பாகச் செயல்படுவார்கள். இவர்கள் செயல்படுவது மொத்தம் இருபது படகுகள் இருக்கலாம். ஒவ்வொன்றிலும் கீழேயும் மேலேயும் சேர்த்து சுமார் பதினைந்து பேர் பல்வேறு விதமான வேடங்களில் பயணிகளுடனேயே இருப்பார்கள்.

பயணிகளைக் கொல்லும்போது படகில் ரத்தம் தெறித்து விடுமானால் பயணத்தை நிறுத்திவிட்டு திரும்பிச் சென்று பூஜை எல்லாம் செய்து மீண்டும் வருவார்கள். முஸ்லிம்களில் லோதா, மோடியாஸ், ஜமால்டி இன தக்கிகள்தான் நதிநீர் தக்கிகள். ஒரு சில இந்து தக்கர்களும் அதில் உண்டு! என்று தன் நீண்ட விளக்கத்தைச் சொல்லி முடித்தான் பரீங்கா.

அடுத்ததாக தக்கி தலைவர்களுள் அப்ரூவர்களாக மாறி தனி பாதுகாப்பில் உள்ள பக்திவார், இமாம்பக்ஸ், மொராதன் மூவரையும் அழைத்தார் ஸ்லீமன்.

ஸ்லீமன்: நதிநீர் தக்கர்கள் எல்லா வகையிலும் உங்களைப் போன்றவர்கள்தானே?

முராதன்: வழிபாடு சடங்குகள் எல்லாம் ஒன்றுதான், ஆனால் சுருக்கிடும் முறை, ஜிர்ணீ என்கிற மரணக் கட்டளை தரும் முறை மற்றும் நாங்கள் பேசும் ராமாசி மொழி அவர்களுக்குப் புரியாது.

ஸ்லீமன்: அவர்களது முக்கியமான குடியிருப்பு எங்கே?

இமாம்பக்ஸ்: பரத்வான் மாவட்டத்தில் சாலைகள் பிரிந்து செல்லும் உள் கிராமங்களில் இந்த நதிநீர் தக்கர்கள் வசிப்பார்கள். முஸ்லிம் பிரிவு மோத்தியாஸ் மற்றும் ஜமால்டீஸ் என்னும் பிரிவினரும் உண்டு. அவர்கள் முன்னோர்கள் நேபாள எல்லையை ஒட்டி துர்பங்கா மாவட்டத்தில் கோரக்பூர் அருகே வசித்தனர். பின்னர் தக்கர் தொழிலுக்கு வந்த பின் பாட்னா அருகே வசிக்கத்தொடங்கினர். ரங்பூர், தின்ஜாப்பூர், டிட்டாலியா, துர்பங்கா, போருநியா, திப்பியா, நர்தீபூர், பர்ஹாம்பூர், ஆகிய இடங்களில் வசிக்கின்றனர். பாட்னா நகருக்கு மேற்கே குடியேறவில்லை'

மூவரும் தெளிவாகக் கூறி முடித்தனர்.

ஒருவிதத்தில் வங்காளத்தில் இந்த நதிநீர் கொலை புரியும் தக்கர்கள் பெருகியதற்குக் காரணம் டெல்லி சுல்தான் பெரோஸ் ஷாவின் முட்டாள்தனமான முடிவுதான். 1356-இல் ஜியாவுதின் பர்ணி என்பவர் எழுதிய பெரோஸ் ஷாவின் வரலாறு இதைத் தெரிவிக்கிறது.

அதன்படி 1349 - 50ம் வருடத்தில் கிட்டத்தட்ட ஆயிரம் தக்கர்களை டெல்லியில் கைது செய்துள்ளனர். அத்தனைப் பேரும் கைதேர்ந்த கொலையாளிகள் என நிரூபணமாகி அவர்களை தூக்கில் ஏற்றும் நிலையில், மன்னர் ஆணையில் கையொப்பமிட வேண்டியதுதான் பாக்கி. ஆனால் அரசர் அந்த ஆணையில் கையொப்பமிட மறுத்து விட்டார். 'இந்தத் தக்கர்கள் அனைவரும் மாகாளி பக்தர்கள். அதனால் அவர்களை தூக்கில் போட்டால் மன்னருக்கு ஏதேனும் ஆபத்து

வந்துவிடலாம்!' என்று யாரோ கூறியதைக் கேட்டு பயந்துபோய் கைது செய்யப்பட்ட தக்கர்கள் அனைவரையும் தனது நாட்டு எல்லைக்கு அப்பால் கொண்டு சென்று இறக்கிவிட்டு அவர்களை கிழக்கு புறமாக விரட்டி விட உத்தரவிட்டாராம்.

பெரோஸ்ஷா மன்னரின் உத்தரவுபடி படகில் ஏற்றிச் சென்று வங்காள எல்லையான லக்காநட் அருகே இறக்கிவிட்டனர். மெல்ல அங்கேயே தங்கள் தொழிலை தொடங்கிய தக்கர்கள்தான் பின்னாளில் நதிநீர் தக்கர்களாக உருவானார்கள் என்று வரலாற்று ஆய்வாளர்கள் கூறியுள்ளனர்.

பரிதாப்பூர் மாஜிஸ்திரேட் வெளியிட்ட ஒரு நிகழ்வின் அறிவிப்பு அப்போதைய நதிநீர் தக்கர்களின் கொட்டத்தை அறிய உதவுகிறது. அறிவிப்பு கீழே:

'கடந்த ஆண்டு ஜுலை மாதம் டாக்காவிலிருந்து பரிதாபாத் நகருக்கு இரண்டு பேர் பயணமாகினர். ஒருவர் இந்து, மற்றவர் முஸ்லிம். ஒன்றாகவே புறப்பட்டுச் சென்ற இருவரிடமும் நிறைய பணம் இருந்துள்ளது. எப்போதோ திரும்பியிருக்க வேண்டியவர்கள் மாதங்கள் பல கடந்தும் வந்து சேரவில்லை. அவர்கள் குறித்து எந்தத் தகவலும் இல்லை.போட்லி மாவட்டங்களில் காவல்துறை தீர விசாரித்தும் வெகுநாட்கள்வரை எந்தத் தடயமும் இல்லை. இரண்டு மாதங்களுக்கு முன் போலாநாத்சங் என்ற நபரை கைது செய்து என் முன் ஆஜர்படுத்தினர். அவன் தந்த வாக்குமூலத்தில், கடந்த ஆண்டு ஜுலை மாதத்தில் அவனும் அவனது நண்பர்களும் இணைந்து நடத்திய படகில் இரண்டு புகையிலை வியாபாரிகள் வந்ததாகவும் அவர்களைக் கொன்று நதியில் வீசிவிட்டு அவர்கள் பணம் 40 ரூபாய் மற்றும் புகையிலை மூட்டைகளைக் கைப்பற்றிக்கொண்டதாகவும் கூறியவன், போலீஸ் தேடும் முஸ்லிம், இந்து பயணிகள் விபரம் அவனது தோழனான இன்னொரு படகு உரிமையாளர் தக்கி சுரூப் சங் அவர்களுக்குத் தெரியும் என்று கூறினான்.

அதன்படி உடனே சுரூப் சங் கைது செய்யப்பட்டு விசாரிக்கப்பட்டான். அவனிடமிருந்து அனைத்துத் தகவல்களும் வெளிவந்தது.

அதாவது, சரூப்சங் நடத்தும் பெரிய படகில் அவனது கூட்டாளி தக்கர்கள் பிராமணர் போல உடை உடுத்தி பூணூல் அணிந்து உடல் மற்றும் நெற்றி நிறைய திருநீறு பூசி, தூரப் பயணம் செல்லும் பயணிகள் போல அமர்ந்திருந்ததாகவும் அதைக் கண்டு திருப்தியாக ஒரு முஸ்லிம் ஒரு இந்து இருவர் பரீதாப்பூர் செல்ல அந்தப் படகில் ஏறி வந்ததாகவும், நடு வழியில் அவர்களைக் கொன்று நதியில்

வீசிவிட்டு இருவருடைய பணம் பொருள்களை எடுத்துக் கொண்டதாகவும் அவன் ஒப்புக் கொண்டான்.

அதற்கு மேலும் நடந்த தீவிர வேட்டையில் இன்னும் பலப்பல வழக்குகள் முடிவுக்கு வந்தன. கொலையான இந்து, முஸ்லிம் இருவரின் பொருள்கள் எல்லாம் திருப்பி ஒப்படைக்கப்பட்டன. சரூப் சங் அப்ரூவராக மாறி எல்லோரையும் காட்டிக் கொடுத்தான். அவனுக்கு மன்னிப்பும் உயிர் பிச்சையும் அளிக்கப்பட்டது.

அந்தத் தக்கிகளின் வேட்டையில் 160 பேர் கைது செய்யப்பட்டனர். 20 படகுகள் பறிமுதல் செய்யப்பட்டன. தப்பிவிட்ட ஏறத்தாழ 35 பேர் தீவிர தேடுதல் வேட்டைக்குப் பின் மீண்டும் கைதானார்கள்.

அவர்களது எல்லாக் குடியிருப்புகளும் புயல் வேகத்தில் சோதனை இடப்பட்டு கிட்டத்தட்ட எல்லாம் ஒரு வழியாக முடிவுக்கு வந்தது.

இதன் பிறகு பிரிட்டிஷ் அரசாங்கம் கடுமையான கட்டுப்பாடுகளை விதித்து கண்காணிப்புகளை தீவிரப்படுத்தி எண்ணற்ற ரோந்துப் படகுகளை எங்கும் அனுப்பியது. அது மட்டுமல்ல அரசே, பயணிகள் பாதுகாப்புடன் செல்ல பயணிகளுக்கான படகுப் போக்குவரத்தைத் தொடங்கி நடத்தியது.

23

தக்கர்களின் வீழ்ச்சி

ஸ்லீமன் யோசனையில் ஆழ்ந்தார்.

பல நூறு ஆண்டுகளாக மக்களை அச்சுறுத்தி வந்த நதி நீர் தக்கர்கள் வேரோடு களைந்து எறியப்பட்டனர். மக்கள் மத்தியில் பிரிட்டிஷ் அதிகாரிகளின் மதிப்பு மிக உயர்ந்து விட்டது. லஞ்ச லாவண்யங்கள் இல்லாத அவர்கள் நிர்வாகமும் அச்சமற்ற அவர்கள் தீர்ப்பு முறைகளும் மக்கள் நிம்மதியாக வாழ வழிசெய்தன.

மத்திய இந்தியா, வட இந்தியா இரண்டிலும் ஆக்கிரமித்திருந்த தக்கர்களின் பிடி நழுவிவிட்டது. கைது செய்யப்பட்டும் தப்பி ஓடியும் தக்கர்கள் நிலைகுலைந்து ஒளிந்து வாழத்தொடங்கினர்.

கங்கை நதிக்கு வடக்கு தெற்காகவும் நர்மதை நதிக்கு வடக்கிலும் கிட்டத்தட்ட தக்கர்கள் இல்லை என்ற நிலை அக்காலகட்டத்தில் ஏற்பட்டபோதும் மராட்டியம், குஜராத், பூனா, நாக்பூர் முக்கிய சாலை ஆதலால் எங்கு சென்றாலும் அந்தச் சாலையின் வழியேதான் வந்தே தீரவேண்டியதானது. தக்காணத்தில் இருந்த ஆற்காடு தக்கர்கள் வடக்கு கிழக்கு பக்கமாக தூரமாகச் சென்று மறைந்து விட்டனர்.

இந்த நிலையில் இப்போது நாக்பூர் கல்கத்தா செல்லும் வழிகளில், வங்காளத்தில் கிழக்கு கடற்கரை ஓரம் நெடுகிலும் குறிப்பாக பூரி ஜெகநாதர் ஆலயம் முதல் விசாகப்பட்டினம் வரை தக்கர்களின் செயல்பாடுகள் முழுவீச்சில் உள்ளது என ஸ்லீமன் அறிந்தார்.

கேப்டன் வெல்லான்சி, மற்றும் தக்கி ஒழிப்புப் பிரிவின் அதிகாரியும் மாஜிஸ்திரேட்டுமான இவார்ட் இருவரும் இணைந்து நடத்திய கூட்டு

தேடுதல் வேட்டைக்குப்பின் மிட்னாபூர் நாக்பூர் இடையே கல்கத்தா நெடுஞ்சாலையை ஒட்டி உள்புறமாக இரண்டு தக்கர் குடியிருப்புகள் கண்டறியப்பட்டன. இந்தக் கூட்டம் கல்கத்தாவிலிருந்து விசாகப் பட்டணம் வரை பல்வேறு கொலைகள் செய்திருப்பது கண்டறியப் பட்டது. அவர்களில் பலர் கைது செய்யப்பட்டனர். மீதி பேர் இடத்தைக் காலி செய்துவிட்டு ஓடிவிட்டனர்.

கேப்டன் வெல்லான்சி அந்தக் கும்பலில் 12 பேரை ஆதாரங்களுடன் பிடித்தார். வழக்கு பதிவு செய்யப்பட்டது. வேறு பலர் அப்ரூவர்களாக மாறினர். மிகத் திறமையான தக்கி ஒழிப்புப் பிரிவின் அதிகாரி இவார்ட் மற்றும் கமிஷனர் திரு. மில்ஸ் இருவருடைய சலியா உழைப்பால் அனைத்துக் குற்றவாளிகளும் கடும் தண்டனை பெற்றனர்.

கேப்டன் வெல்லான்சி அதுகுறித்த தன் நினைவுகளை 'மதராஸ் யுனைடெட் சர்வீஸ் ஜர்னல்' என்ற பத்திரிகையில் குறிப்பிட்டார். கீழ்க்கண்டவாறு அவரது அறிக்கை இருந்தது.

'விசாகப்பட்டினம் அருகே ஒரு தக்கர் கூட்டத்தினர் கைது செய்யப் பட்டனர். சிக்காகோல் மற்றும் கஞ்சம் மாவட்டங்களில் அவர்கள் அட்டகாசம் தொடர்ந்து நடந்தது.

அதன் பின் கைது செய்யப்பட்டவர்களிடம் தீவிர விசாரணை நடத்தப் பட்டது. இரண்டு பேர் அப்ரூவர்களாக மாறினர். அவர்கள் இளம் வயதில் தங்கள் தகப்பன்மார்களுடன் வரும்போது வழியில் மற்றொரு தக்கர் கூட்டம் அவர்களைப் போலவே செயல்பட்டதாகவும், 'நாங்கள் பண்டாக்கள் (கோயில் பிராமண பூசாரிகள்)' என்று கூறியதாகவும் தங்கள் பால்ய நினைவிலிருந்து கூறினர்.

பூரி ஜெகநாதர் போன்ற பெரிய கோயில்களில் பூசை நடத்தும் பிராமணர்கள் ஏன் தக்கர்களாக மாறவேண்டும் என்று தலையில் அடித்துக்கொண்ட அதிகாரிகள் தங்கள் வேட்டையைத் தீவிரப்படுத்தினர்.

1837 மற்றும் 1839 ஆம் ஆண்டுகளில் பல்வேறு இடங்களில் நிறைய சடலங்கள் தென்பட்டன. எல்லாம் தக்கர்கள் வேலை என்று அறியப் பட்டது. என் சகாக்களின் வேட்டையை மேலும் தீவிரமாக்கினேன். எங்கள் கண்காணிப்பை கஞ்சம் மாவட்டம் முழுவதும் சுழன்று அதைத் தாண்டி கட்டாக்வரை நீட்டித்தோம். ஆனால் எந்தவிதத் தடயமும் சிக்கவில்லை. மேலும் எங்கள் ஆத்திரம் அதிகமாகும்படியாக சில இடங்களில் நிறைய சடலங்கள் கண்டெடுக்கப்பட்டன. அத்தனையும் கழுத்து முறிக்கப்பட்ட தக்கர்களின் கொடூரக் கொலைகள் என அறிந்தோம். எங்கள் அதிகாரிகள் மற்றும் காவலர்கள் கிட்டத்தட்ட ஆவேசத்துடன் கண்காணித்தனர்.

அப்போது ஒரு அவசரத் தகவல் வந்தது!

'மன்சூர் கோட்டா அருகே பன்னிரண்டு வழிப்போக்கர்கள் கொல்லப் பட்டுள்ளதாக வந்த தகவலைக் கேட்டதும் உடனே அங்கு விரைந்தோம்.

இறந்து கிடந்த அந்தப் பன்னிரண்டு வழிப் போக்கர்கள் ராஜா சுந்துலால் அவர்களது அரண்மனையில் இருந்து வருபவர்கள் என்பது தீவிர விசாரணையில் தெரியவந்தது.

ராஜா சுந்துலால் பூரி ஜெகநாதர் ஆலயத்துக்கு தன் ஆண்டுக் காணிக்கையாக அனுப்பி வைத்த 10,000 ரூபாயும் மற்ற காணிக்கைப் பொருள்களும் அதுமட்டுமில்லாமல் இன்னும் வேறு நபர்கள் தந்த கோயில் காணிக்கை அத்தனையும் களவு போய்விட்டது தெரிந்தது.

அவர்கள் அங்கே வருவதற்கு முன் வழியில் அவர்களுடன் வந்தவர்கள் பற்றி தீவிர விசாரணை நடத்தப்பட்டது. அதிக தொலைவு அந்தத் தக்கர்கள் சென்று இருக்க முடியாது என எங்களுக்கு நிச்சயம் தெரியும், நாலாபுறமும் தேடுதல் வேட்டை தீவிரமாக்கப்பட்டது. அந்தத் தேடுதலில் இருபத்து ஏழு பேர் கொண்ட ஒரு கூட்டம் முன்னால் சென்று கொண்டிருப்பதாக எங்களுக்குத் தகவல் வந்தது. போலீஸார் உடனடியாக விரைந்து சென்று பிராமண யாத்திரிகர்களாகத் தென்பட்ட அந்தக் கூட்டத்தினரை மடக்கினர்.

'நாங்கள் பண்டா பிராமணர்கள். பூரி ஜெகநாதர் ஆலயத்துக்குப் பூஜைக்காக அரிசி மூட்டைகள் கொண்டு செல்லுகிறோம்' என்றனர் அவர்கள்.

தெற்கு மற்றும் மத்திய கட்டாக் மாவட்ட நீதிபதி முன்னிலையில் அவர்கள் உடைமைகள் சோதிக்கப்பட்டன. பின்னர் முறைப்படியான போலீஸ் விசாரணையில் எல்லா உண்மைகளும் வெளியானது. இரண்டு இள வயது தக்கர்கள் விசாரணையின் உக்கிரம் தாங்க முடியாமல் அப்ரூவர்களாக மாறினர்.

அவர்கள் அனைவரும் பண்டாக்கள் அல்ல. பண்டாக்கள் உடையில் வலம் வரும் தக்கர்கள். எல்லைச் சோதனை சாவடிகளை எளிதில் கடக்கவும் வழியெங்கும் மக்கள் மரியாதையைப் பெறவும் அந்தப் பாதகர்கள் கோயில் பூசாரிகள் பெயரைப் பயன்படுத்தியது தெரிய வந்தது.

இந்தமுறை மட்டுமல்ல. சென்ற ஆண்டும் அதே ராஜா சுண்டுலால் அனுப்பிய ஆண்டுப் பணம் தொகையும் கொள்ளையடிக்கப்பட்டதும் அதன் காரணமாக ஏழு பேர் கொலையானதும் அறியப்பட்டது.

போலீஸார் சற்று நேரம் தாழ்த்திச் சென்றிருந்தால் அவர்கள் கிளைச்சாலைகள் வழியாக பூரி மாவட்ட எல்லையோரம் உள்ள கிராமத்துக்குச் சென்று பதுங்கியிருப்பார்கள். அவர்களை நிச்சயமாகப் பிடித்திருக்க முடியாது.

பின் உடனடியாக ஒரு குழு அப்ரூவர்களுடன் சென்று அவர்கள் குடியிருப்பில் உள்ள அத்தனை தக்கர்களையும் அள்ளிக் கொண்டு வந்துவிட்டனர்.

அவர்கள் உண்மையில் 'கோயலா' எனப்படும் பழங்குடி இன தாழ்த்தப்பட்ட பிரிவு மக்கள். பண்டா உடையில் பல காலமாக உலவி வருபவர்கள். அவர்கள் இன ஆட்கள் தவிர யாரையும் குழுவில் சேர்க்க மாட்டார்கள்.

இரண்டு ஆண்டுகளுக்கு முன் ஒரு பயணத்தில் இதே கூட்டம் சிக்கா கோல் அருகே இரண்டு பேரைக் கொன்றுள்ளது. மகாநதி அருகே வந்த வியாபாரிகளைக் கொன்று அந்த எட்டு வியாபாரிகளையும் அதே ஆற்றங்கரையில் புதைத்துவிட்டு அவர்களது உடைமைகள், மற்றும் ரூபாய் 4000 தொகை எல்லாவற்றையும் எடுத்துக் கொண்டனர்.

அதே வேளையில் அதே ஆற்றங்கரையில் வேறு பதின்மூன்று பேரைக் கொன்று புதைத்ததையும் அவர்கள் கூறினர். 1836ல் அரசாங்க பணம் 700 ரூபாய் விசாகப்பட்டிணத்தில் இருந்து பூர்மம் கோயில் தேர் சீரமைப்பதற்காக அனுப்பப்பட்டது. அந்தத் தேர் உள்ள இடத்துக்கு அரை மைல் தொலைவு உள்ளபோது அவர்களைக் கொன்று அந்தப் பணம் பறித்ததும் இந்த கோயலா கும்பல் தான்.

1833 இல் கடப்பாவில் இருந்து வந்த முத்து வியாபாரிகள் நான்கு பேரைக் கொன்றுவிட்டு ரூபாய் 1000 பெறுமான முத்துக்களையும் பணத்தையும் எடுத்துக்கொண்டதையும் அவர்கள் ஒப்புக்கொண்டனர்.

எப்போதும் அவர்களுக்குப் பாதுகாப்பாக, வழிகாட்டியாக, இருந்த கருப்பு ஆடு 'சர் பார்க்கர்' என்ற ரெவின்யூ அதிகாரி கைது செய்யப் பட்டார். இவ்வாறு கேப்டன் வெல்லான்சி 'மதராஸ் யுனைடெட் சர்வீஸ் ஜர்னல்' இதழில் கூறினார்.

தக்கி ஒழிப்புப் பிரிவின் தலைமை அதிகாரியான ஸ்லீமன் ஒவ்வொரு தக்கியின் குடும்ப விவரங்களையும் கடுமையான தன் உழைப்பின் மூலமாகத் திரட்டி தக்கிகள் பட்டியல் தயாரித்தார். மிகக் கடுமையான அந்தப் பணியில் அவர் அகர வரிசைப்படி தயாரித்த மொத்த தக்கர்கள் 5185 பேர். அதில் தக்கித் தலைவர்கள் மட்டும் 220 பேர் இருந்தனர்.

இதன்படி மொத்த இந்தியாவில் தக்கர்கள் இல்லாத மாநிலம் இன்றைய தமிழ்நாடு மற்றும் இன்றைய கேரளா. இந்த இரண்டு பகுதிகளில் மட்டும் தக்கர்கள் உருவாகவில்லை.

மைசூர் மாநில எல்லை பாராமஹால் எனப்படும் 12 தாலுகாக்கள் அடங்கிய தலைமையகம், இன்றைய சேலம். சேலம் நகருக்கு முன்னால் தொப்பூர் கணவாய் தாண்டி மைசூர் - ஆந்திரா எல்லைக்கு தக்கர்கள் சென்றுள்ளனர். சேலம் எல்லையில் உள்ள தீவட்டிப்பட்டி என்கிற ஊரைப்பற்றியும் தீவட்டிப்பட்டி இஸ்மாயில் என்ற ஆற்காடு பிரிவு தக்கியைப் பற்றியும் பல்வேறு இடங்களில் தகவல் உள்ளது. மதுரை, கேரளா, கோவை போன்ற இடங்களுக்குச் செல்லும் தக்கர்கள், 'ஒரு மாதம் 2 மாதம் நான் தீவட்டிப்பட்டி இஸ்மாயில் வீட்டில் தங்கி பிறகு வந்தேன்!' என்று குறிப்பிட்டிருக்கிறார்கள்.

ஆகவே சேலத்துக்குத் தெற்கே தக்கிகள் உருவாகவில்லை என்று ஸ்லீமன் பல இடங்களில் குறிப்பிடுகிறார்.

தக்கர்கள் பட்டியலில் அவர் குறிப்பிட்டுள்ள வட இந்தியா மற்றும் மத்திய இந்தியாவில் மொத்த தக்கர்கள் எண்ணிக்கை தெரிந்தது மட்டும் 5185 பேர் என்றால் குஜராத், மராட்டியம், கர்நாடகம், ஆந்திரா, வங்காளம், ஒரிசா மாநிலங்களில் எத்தனை பேர் இருக்கக் கூடும்? அவ்விதம் கணக்கிடும்போது 1816-இல் டாக்டர் ஷெர்வுட் தன் கணக்குப்படி இந்தியா முழுவதும் சுமார் 10000 தக்கர்கள் உள்ளனர். ஒரு தக்கி ஓராண்டில் மூன்று கொலை செய்வான் (குறைந்த விகிதம் என்கிறார் அவர்) என்று வைத்துக் கொண்டால் இந்தியாவில் ஓராண்டுக்கு 30,000 பேர் கொல்லப்பட்டு இருக்கலாம் என்ற அவர் கூற்று உண்மையாகிறது.

ஸ்லீமன் அவர்கள் குறிப்பிடும்போது தன்னுடைய தக்கர்களின் அகர வரிசைப் பட்டியலில் இடம் பெறாதவை கிழக்கு மாவட்டங்களான வங்காளம் அதன் தென்புற மாநிலங்கள் என்று குறிப்பிடுகிறார். பம்பாயிலிருந்து கல்கத்தா நெடுஞ்சாலையில் மிட்னாப்பூர், நாக்பூர் இடையே இரண்டு தக்கர்களின் காலனிகள் கண்டறியப்பட்டுள்ளது என்று கூறுகிறார். அறியப்படாதவை எத்தனையோ?

'பூரி ஜெகநாதர் ஆலயத்துக்கும் விசாகப்பட்டிணத்துக்கும் இடையே உள்ள நீண்ட பகுதியில் பல்வேறு தக்கர் குடியிருப்புகள் கண்டறியப் பட்டன. தக்கி ஒழிப்புப் பிரிவின் அதிகாரியும் மாஜிஸ்திரேட்டுமான திரு இவார்ட், கேப்டன் வெல்லான்சி இருவரது திறமையான கடுமை யான உழைப்பினால் தக்கர்கள் ஒழிக்கப்படுகிறார்கள்' என்கிறார்.

இரண்டு நாட்கள் முன்பாகவே திட்டமிட்டு திரு இவார்ட், கேப்டன் வெல்லான்சி இருவரும் தக்கர்களின் குடியிருப்புக்குச் செல்லும்போது தங்களின் வருகையைப் பற்றிய செய்தியை மிக ரகசியமாக வைத்திருந்தனர். நள்ளிரவில் கூர்டாரூபூர் எல்லைகளில் உள்ள தாங்கே என்ற காவல் நிலையத்தை அடைந்தனர். ஏற்கெனவே தகவல் தந்தபடி கம்பெனி போலீஸ் சிப்பாய்களுடன் சென்று அந்தத் தக்கர்களின் கிராமங்கள் விடியற்காலை 4 மணி அளவில் சுற்றி வளைக்கப்பட்டன.

ஆனாலும் எப்படியோ இவர்கள் வருகை குறித்த செய்தி கசிந்து இரவே தக்கர்கள் தப்பிவிட்டனர். அவர்களுடன் வந்த கூர்டாரூபூர் உதவி கலெக்டர், தப்பியோடிக் கொண்டிருந்த அந்தக் கூட்டத்தினரைப் பிடிக்க விரைந்து நடவடிக்கை எடுத்ததில் இரண்டு தக்கர்கள் அவர்களிடம் சிக்கினர். அந்த இருவரிடம் தீவிர விசாரணை செய்து தப்பி ஓடிய மற்றவர்களை போலீஸ் படையினர் விரைவில் கைது செய்தனர்.

அந்தக் கிராமங்களில் தக்கர்களின் குடியிருப்பு தீவிர சோதனைக்கு உள்ளாக்கப்பட்டது. பெரிய பெரிய மூட்டைகளில் பல்வேறு பொருள்கள் மற்றும் ஜவுளி ரகங்கள் விலாசங்களுடன் கிடைத்தன. கொலையுண்டவர்களுக்கு உரிமையான பல்வேறு பொருள்கள் சிக்கின. அந்த வீடுகளில் ஒன்றில் ஒரு சிறுவன் அணிந்திருந்த ஆடைகளில் இருந்த விலாசம் மற்ற பொருள்கள் பற்றிய தீவிர விசாரணையில் அந்தச் சிறுவன்தான் அந்தத் தக்கர் குழுவின் தலைவன் மகன் என்பது தெரிந்தது. அந்தப் பகுதி தலைவர் 'புத்தாஸ் பட்நாயக்' என்பவரையும் பிடிபட்ட இரண்டு தக்கர்களையும் அழைத்துக் கொண்டு போலீஸார் விசாகப்பட்டிணம் சென்றனர்.

அவர்களைப் பார்த்தவுடன் கேப்டன் வெல்லான்சியின் காவல் குழுவினர், அடையாளம் கண்டுகொண்டனர். அதுவரை பேசாது இருந்த அந்தக் கிராமத் தலைவன், கோயலா தக்கர்கள் பயணிகளைக் கொன்று 1400 ரூபாய் எடுத்துக்கொண்டனர் என்று ஒப்புக்கொண்டான். மேலும் அவன் கேப்டன் வெல்லான்சியின் தீவிர விசாரணையில் அப்ரூவராகவே மாறி விட்டான். அதன் தொடர்ச்சியாக கோயலா தக்கர்கள் கைது செய்யப்பட்டனர்.

கேப்டன் மால்கம் மற்றும் கேப்டன் ரெனால்ட்ஸ் இருவரும் நிஜாம் மாநில தக்கர் படைப்பிரிவில் வெற்றிகளைக் குவித்தவர்கள். அவர்களிடம் இந்தக் கோயலா தக்கர்கள் விபரம் தெரிவிக்கப்பட்டு ஆலோசனை பெறப்பட்டது என்று தனது குறிப்பில் ஸ்லீமன் தெரிவிக்கிறார்.

கேப்டன் வெல்லான்சி தன் திறமையான உளவுத்துறை மூலமாக கடப்பா, சித்தூர், வடக்கு சர்க்கார் மாவட்டங்கள் மற்றும் ஒரிசாவில் உள்ள மொத்தத் தக்கர்களின் குடியிருப்பு பெயர் விபரங்கள் ஆகியவற்றைப் பதிவு செய்யத் தொடங்கினார்.

ஆற்காடு தக்கர்கள் தலைவர்களான ஷேக் அஹமத், இமாம் சாஹிப், ஹசனூர் சாஹிப் மற்றும் ஹைதர்கான் ஆகியோர் ஹைதராபாத் நிஜாம் எல்லையில் மசூலிப்பட்டிணம் மாவட்டம் தாண்டி ஏலூர் வடக்குபுற கிராமங்களில் தங்கள் குழுக்களுடன் தலைமறைவாக இருக்கும் ரகசியத் தகவல் கிடைத்தது.

இவர்கள் அனைவரும் எமகாதகர்கள். தங்களது இருப்பிட கிராமங்களில் அவர்கள் செல்வாக்கு மிக மிக அதிகம். அந்தக் கிராம எல்லையில் இருந்து 300 மைல் தூரம் வரை அவர்களது வேட்டை இருக்கும்.

கோதாவரி நதிக்கு வடக்குப் புறங்களில் வாழ்ந்து வந்த தக்கர்களை கேப்டன் மால்கம் தலைமையிலான பெரும் போலீஸ் படை ரெனால்ட்ஸ் மற்றும் அவரது படையினர் குழு சுற்றி வளைத்துப் பிடித்தனர். 'ஹிந்துஸ்தான்' என்றழைக்கப்பட்ட அந்த வட இந்திய பகுதி, ஜால்னா, ஹவுசிங்காபாத், நாக்பூர் ஆகிய நான்கு பாதைகள் செல்லும் முக்கியப் பகுதி அது. தக்கர்கள் மிகச் செழித்து வாழ்ந்த அந்தப் பகுதிகள் தற்போது அவர்களுக்கு அச்சத்தை அளித்தது. வெளியே வரவே அஞ்சினர். ஒருபுறம் தக்கர்களை வேட்டையாடும் போலீஸ், மறுபுறம் அப்ரூவர்களாக மாறியவர்களை அழைத்துக் கொண்டு அலையும் உளவாளிகள் என தக்கர்களின் வீழ்ச்சி பெருமளவில் நிகழ்ந்தது.

ஒரு நாள் காலை முஸ்லிம் பிரமுகர்கள்போல தோற்றமளித்தவர்கள் மூன்று பேர் வேகமாக உள்ளே வந்தனர். அது ரெஸிடென்ஸி எனப்படும் ஆங்கில அரசுப் பிரதிநிதி மாளிகை. ஹைதராபாத் அரசின் ஆங்கில ரெஸிடென்ஸி வசிக்கும் மாளிகை. 'நாங்கள் 'மால்கம் துரை' அவர்களைப் பார்க்கவேண்டும்!' என்று கேட்டபடி நுழைந்தனர்.

கேப்டன் மால்கம் அறையை விட்டு வெளியே வரவும் வேகமாக வந்த மூவரும் அவரது காலில் விழுந்துவிட்டனர்.

யார் அவர்கள் என மற்ற காவலர்கள் சூழ விசாரிக்கையில்தான் அந்த மூவரும் அரசால் தேடப்பட்ட தலைக்கு விலை அறிவிக்கப்பட்ட, தூம் டீ, மொஹைதீன், ஷேக் ஹாஜி என்கிற மாபெரும் தக்கர் தலைவர்கள் என்பது தெரிந்தது.

விரக்தியின் விளிம்பில் இருந்த அந்த மூவரும் கேப்டன் மால்கம் அவர்களிடம் பேசலானார்கள்.

‘ஐயா! எங்கள் வாழ்க்கை துன்பமயமாகிவிட்டது. எங்கள் பெற்றோர் எங்களுக்குத் தவறாக வழிகாட்டி நாங்கள் இதுவரை பல தவறுகளைச் செய்து துன்பப்படுகிறோம். நிச்சயம் தப்பிக்க வழி இல்லை. நாலாபுறமும் சுற்றி வளைத்து எங்களை வேட்டையாட பல்வேறு படைகள் அலைகின்றன. ஆகவே இந்த ஓட்டம் போதுமென முடிவு செய்து சரண் அடைகிறோம். நீங்கள் காட்டும் வழியில் இனி நடப்போம். எல்லா தக்கர்கள் விபரமும் தருகிறோம். எங்கள் தலைக்கு அறிவித்த பணத்தை எங்களது குடும்பத்துக்கு தயவு செய்து தந்து விடுங்கள். நாங்கள் உங்களுடனேயே இருந்து விடுகிறோம்!’ என்று மூவரும் கூறிக் கதறினர்.

மால்கம் மற்றும் ரெனால்டஸ் இருவரும் அவர்களை கௌரவமாக நடத்தி உபசரித்து பாதுகாப்பாக தனிச் சிறையில் அடைத்து விபரங்களைப் பெற்றனர்.

ஹைதராபாத் அரசின் அப்போதைய ஆங்கில ரெஸிடெண்ட்டாகப் பணியாற்றியவர் மேஜர் ஜெனரல் பிரேசர் அவர்கள். அவர் முழு வீச்சில் தக்கர்கள் வேட்டை தொடர ஆவண செய்தார்.

கேப்டன் மால்கம் தனது உதவியாளர்களுடன் மிகக் குறுகிய காலத்தில் 155 தக்கர்களைக் கைது செய்து அவர்கள் வசத்திலிருந்து ரூபாய் பத்தாயிரம் பறிமுதல் செய்தார்.

எல்லா காவல் நிலையங்களுக்கும் கிராம அதிகாரிகள் அனைவருக்கும் அவசர சுற்றறிக்கை அனுப்பப்பட்டது. ‘உங்கள் பகுதியில் யாராவது திடீரென காணாமல் போனாலோ எங்காவது உடல்கள் கொலை செய்யப்பட்ட நிலையில் கண்டாலோ உடனே தகவல் தரவேண்டும்!’ என ஆணையிடப்பட்டது.

அதுமட்டுமல்லாமல் தக்கி ஒழிப்பு அதிகாரி கேப்டன் மால்கம் மற்றும் ஹைதராபாத் அரசின் ஆங்கில ரெசிடண்ட் மேஜர் ஜெனரல் பிரேசர் அவர்கள் மூலமாக ஹைதராபாத் அரசாங்க பிரிகேடியர் அவர்களுக்கும் ஹைதராபாத் துணை ராணுவப்படை தலைமைக்கும் பல்வேறு ராணுவ பிரிவு தலைமைக்கும் ஒரு வேண்டுகோள் விடப்பட்டது.

‘ஹைதராபாத் அரசின் எல்லைக்குள் உள்ள தாலுக்தார் மற்றும் அரசு, காவல்துறை, நீதித்துறை எல்லோருக்கும் தகவல் அனுப்பி, எங்காவது மீண்டும் தக்கர்கள் கொலை கொள்ளை நடந்துள்ளதா என தகவல் தர கேட்டுக் கொள்ளப்பட்டது.

அதன்படி நிஜாம் அரசின் அத்தனை துறைகளும் தனித்தனியாக பதில் தந்தனர். அனைத்தையும் திரட்டி சரிபார்த்து அந்த மாநில அமைச்சர் நீண்ட ஒரு விளக்கத்தினை மேஜர் ஜெனரல் பிரேசர் அவர்களுக்கு அளித்தார். அந்த நீண்ட விளக்கம் கீழே:

'கடந்த பன்னிரண்டு மாதங்களாக ஹைதராபாத் அரசு எல்லைக்குள் தக்கர் கொலைகளோ திடீரென பயணிகள் மறைந்துவிட்ட புகாரோ எங்கும் வரவில்லை. ஆகவே நிஜாம் ஆட்சி எல்லைக்குள் தக்கிகள் ஒழிக்கப்பட்டு விட்டதாகத் தெரிகிறது!' என்று அந்த அமைச்சரின் அறிக்கை கூறியது.

ஸ்லீமன் அவர்களுக்கு தனியாக ஒரு அறிக்கை அனுப்பப்பட்டது. ஒட்டுமொத்த இந்தியாவுக்கும் அவர்தானே தக்கி ஒழிப்புக்கான தலைமை ஏற்றவர்.

அதே நேரத்தில் சோழ மண்டல கடற்கரை பகுதிகளில் எங்காவது ஓரிரு இடங்களில் தக்கிகள் தலைக்காட்டினர். அது பிரிட்டிஷார் எல்லை.

•

ஹைதராபாத் சமஸ்தான எல்லைக்குள் கடந்த ஓராண்டாக எவ்விதத் தக்கி கொலைகளும் இல்லை என ராணுவ அதிகாரிகள், போலீஸ், சிவில் அதிகாரிகள் அனைவரது கடிதங்களும் வந்து சேர்ந்தன. இருந்த போதிலும் ஸ்லீமன் மனம் அமைதி பெறவில்லை. 'எங்கோ நடந்துகொண்டுதான் இருக்கிறது' என்று அவரது மனம் கூறியது முழு வீச்சில் அனைவரும் முயற்சி செய்தபின் மாபெரும் உண்மைத் தகவல் அவர்களுக்குக் கிடைத்தது.

கல்கத்தா நகரை ஒட்டிய இதயம் போன்ற பகுதியில் ஒரு மாபெரும் கொள்ளைக் கூட்டம் தன் செயல்களை சர்வ சாதாரணமாக நடத்தி வந்தது தெரிந்தது. பிரிட்டிஷ் ஆட்சியின் தலைமையகம் உள்ள கல்கத்தா நகரில் அதைச் சுற்றி 'சானோரியாஸ்' என்ற பெயரில் அறியப்பட்ட அந்தக் கொள்ளை கும்பல் நீண்டகாலமாக இருப்பது தெரியவந்தது. பான்பூர் மாவட்டத்தில் இருந்து வந்துள்ள இந்தக் கொள்ளையர்களுக்கு சிற்றரசர்கள் பெருத்த ஆதரவு அளித்து வந்ததும், தலைமுறை தலைமுறைகளாக கொள்ளையடித்து வந்த அந்தக் கூட்டத்துக்கு பல்வேறு தலைவர்கள் இருப்பதும், பத்துப் பன்னிரண்டு பேர் கொண்ட குழுக்கள் ஒவ்வொன்றுக்கும் ஒரு தலைவர் இருப்பதும் என்று தகவல்கள் முழுவதும் சேகரிக்கப்பட்டன. இவர்கள் மொத்த மாக சுமார் 4000 பேர் இருப்பார்கள் என்ற தகவல் ரகசிய உளவுத்துறை மூலமாக அறியப்பட்டது. அவர்கள் இந்தியாவில் வேறெங்கும் தப்பிச் சென்று விடாதபடி உளவுப்படை கவனத்துடன் இருந்தது.

பான்பூர் எல்லைக்குள் 300 பேரும், தட்டீயா எல்லைக்குள் 300 பேரும் அதைச் சுற்றியுள்ள மற்ற 12 கிராமங்களில் மீதி உள்ள தக்கிகளும் இருந்தனர். பான்பூர் அரசர் அவர்களுக்கு மிக ஆதரவாக இருப்பது தெரியவந்தது. மிக விலை உயர்ந்த தங்கக் கைகடிகாரங்கள் இரண்டை அந்தக் கொள்ளையர்கள் அவருக்குப் பரிசாக அளித்திருந்தது கண்டுபிடிக்கப்பட்டது.

அதுபோலவே பரத்வான் அரசருக்குச் சொந்தமான 'சாராய்' என்னும் பெரிய விடுதி ஒன்று கல்கத்தா நகரை ஒட்டி இருந்ததும், அங்கு மட்டும் 200 சனோரியா கொள்ளையர் வசிப்பதும் தெரியவந்தது.

மேஜர் ஹாரிஸ் தன் அதிகாரிகளை உடனே அனுப்பி, எல்லாத் தகவல்களையும் எடுத்துச் சொல்லி, பான்பூர் அரசன் முன் விளக்கம் கேட்டனர். மன்னர் அதற்களித்த பதிலைக் கேட்டதும் அதிகாரிகள் தலை சுற்றி விழாத குறைதான்!

அதிகாரிகள் ஆதாரபூர்வமாக தகவல்களை அடுக்கித் தன்னிடம் கூறியதும் பான்பூர் அரசன் பதறாமல் கூறினான்: 'என்னிடம் மட்டும் ஏன் விளக்கம் கேட்கிறீர்கள்? எல்லா இடத்திலும் எல்லா மன்னர்களும் எங்கும் இதைத்தான் செய்கிறார் கள். பாவம் சானோரியாஸ் கொள்ளையர்கள்தான் என்ன செய்வார்கள்! அவர்கள் தங்கள் வயிற்றுக்குத்தான் திருடுகிறார்கள். தவிர சானோரியாஸ் கொள்ளையர் கொலை செய்ய மாட்டார்கள்! பகலில் மட்டுமே திருடுவார்கள்! பூட்டை உடைக்கவோ, கதவை உடைக்கவோ, சுவரில் ஓட்டை போட்டு (கன்னம் வைத்து) உள்ளே புகுந்து திருடவோ மாட்டார்கள்.

ஜனங்களை அடித்துத் துன்புறுத்தவோ பெண்களை இழிவாக நடத்தவோ மாட்டார்கள்! அதுமட்டுமல்ல அவர்கள் பணம் மட்டுமே எடுத்துச் செல்வார்கள். வேறு பெரிய பொருள்களைத் தொட மாட்டார்கள். ஏதோ பாவம்! தங்கள் வயிற்றுக்காகத் திருடர்கள் செய்வதைப் பற்றிப் பெரிதாகப் பேச வந்து விட்டீர்களே!

எங்கள் மூதாதையர்கள் எப்படிக் கண்டும் காணாமல் இருந்தார்களோ அப்படித்தான் நானும் இருக்கிறேன்! எல்லா மன்னர்களும் செய்யும் அதே வழியைத்தான் நானும் பின்பற்றி வருகிறேன். பல பணக்காரர்கள் சரியான முறையில் பணம் பொருள்களைப் பாதுகாக்காமல் வெளிப் படையாக வைப்பதைத்தான் இவர்கள் எடுத்துக் கொள்கிறார்கள்!' என்று நீண்ட வியாக்கியாயனம் அளித்தார் மன்னர்.

மேற்படி மன்னரின் பதிலைக் கேட்ட அந்த ஆங்கில அதிகாரிகள் திகைத்துப் போயினர். இப்படியும் ஓர் அரசர்! இப்படியும் ஒரு பதில்! அரச தர்மம், நியாயம், குடிமக்கள் பாதுகாப்பு, மக்கள் நலன், பொது

நிர்வாகம் எல்லாவற்றையும் பாழாக்கிய அந்த இழி மன்னன் தந்த பதில் ஹிந்துஸ்தானத்துக்கு தலைக்குனிவை ஏற்படுத்தினாலும் பிரிட்டிஷ் அதிகாரிகள் அதிகமான அதிர்ச்சி அடையவில்லை. ஏனெனில் வட இந்தியாவில் பல்வேறு சிற்றரசர்களும் கைதேர்ந்த கொள்ளையர்களை வைத்து தங்கள் குடிமக்களையும், தங்கள் நாட்டு வழியே செல்லும் செல்வங்களையும் கொள்ளையடித்துக் கொழிப்பதை அவர்கள் அறிவார்கள்.

எனவே மன்னன் பதிலால் கோபத்துடன் வெளியே சென்ற பிரிட்டிஷ் அதிகாரிகள் அடுத்த வினாடி முதல் மிகக் கடுமையாகச் செயல்பட்டு ஒரு ஆள் தப்பிவிடாமல் சுற்றி வளைத்து கொள்ளையர் அத்தனைப் பேர்களையும் கைது செய்து சிறையில் அடைத்தனர். அத்துடன் கல்கத்தாவை பயமுறுத்தி வந்த அந்த சானோரியாஸ் கொள்ளைக் கூட்டம் அடியோடு ஒழிந்தது.

24

தக்கர்களின் வழிபாடும்... கொண்டாட்டமும்

இந்தியாவில் உள்ள அனைத்துத் தக்கர்களும் அவர்களது குலதெய்வமான காளி தேவியைத் தரிசிக்க ஆண்டுக்கு ஒருமுறை கல்கத்தாவுக்கு வடக்கேயுள்ள மீர்ஜாப்பூர் அருகே உள்ள பிந்தாச்சல் என்கிற இடத்தில் உள்ள பெரிய காளி கோயிலுக்கு வருவார்கள்.

இந்தியாவில் உள்ள பல்வேறு காளி கோயில்களில் பிந்தாச்சல் காளி கோயில் மிக விசேஷமானது. கல்கத்தா காளி கோயிலுக்கு அடுத்து அங்கேதான் நிறைய உயிர்பலிகள் தரப்பட்டன. ஆடுகள், எருமைகள் ஏராளமாக பலியிடப்பட்டன.

அது தக்கர்களின் பாதுகாவலர்களான சிந்தியா மற்றும் ஹோல்கார் மன்னர்களது எல்லை. ஆகவே தன் சொந்த வீட்டுக்கு வருவதுபோல தக்கர்கள் துளியும் அச்சமின்றி வந்தனர். ஒவ்வொரு தக்கர் தலைவனும் தன் வருட ஆதாயத்தில் ஒரு பகுதியை அங்கு மனமுவந்து பக்தியுடன் தருவார்கள்.

பூசாரிகள் பாடு கொண்டாட்டம்தான். அந்த நாட்களில் சாதாரண சிப்பந்தியின் மாத சம்பளம் ரூபாய் 3 அல்லது 4 ரூபாய் தான். ஆனால் இந்தப் பூசாரிகளுக்கு அந்தத் திருவிழா சமயத்தில் லட்சக்கணக்கில் பணம் குவியும். ‘தக்கர்களுக்கு மோட்ச லோகம் உறுதி என்று காளி தேவி அவர்களுக்கு மட்டுமே அருள் பாவிப்பாள் என்றும் இந்த ஆண்டு இன்னும் சிறப்பாக அமையும் என்றும்’ பூசாரிகள் தக்கர்களை

வாழ்த்தி அனுப்புவார்கள். கோயிலுக்குப் போகும்போது மட்டும் எந்தத் தக்கியும் கொலைச் செயலில் ஈடுபட மாட்டான்.

இந்த பிந்தாச்சல் காளி கோயிலிலேயே இத்தனை பலிகள் பணவரவு எல்லாம் இருக்குமேயானால் உலகில் முதன் முதலில் காளி தேவி தோன்றியதாகக் கூறப்படும் கல்கத்தாவில் எவ்வளவு வருமானம் எவ்வளவு பலிகள் இருக்கும்! அதை வர்ணிக்கவே முடியாது. கல்கத்தா காளி கோயில் திருவிழாவின்போது ஆயிரக்கணக்கான உயிர் பலிகள் தினமும் தரப்பட்டன. ரத்தம் உண்மையிலேயே ஆறாக ஓடும். வெட்டப்பட்ட மிருகங்களின் உடல்களை உடனே படகில் ஏற்றிச் சென்று சுற்றுவட்டாரப் பகுதி கிராமங்களுக்குக் கொண்டு செல்வார்கள். வெட்டப்பட்ட உடல்கள் சென்றுகொண்டே இருக்கும் என்று அன்றைய வரலாற்று நூல்களில் கூறப்பட்டுள்ளன.

ஏ.எம். காலேப் ரைட் என்ற அமெரிக்க பல்கலைக்கழகப் பேராசிரியர் தன் குழுவினருடன் இந்தியா முழுவதும் சுற்றி ஒரு பெரிய புத்தகத்தினை 1852-இல் வெளியிட்டுள்ளார். அந்த நாட்களில் புகைப்படக் கலை இல்லாமையால் கையால் வரைந்து அதை மரக்கட்டையில் செதுக்கி புகைப்படத்தைவிட மிக அழகாக அச்சிட்டுள்ளனர். அந்தப் புத்தகத்தின் பெயர் India And Its Inhabitants. அந்தப் புத்தகத்தில் கல்கத்தா காளி கோயிலில் நடந்த விழா நிகழ்வுகளை மிக அழகாக விவரிக்கிறார் அவர்.

இப்படி கொலையும் ரத்தமுமாக இருக்கும் அந்தக் கோயிலுக்கு காளி தேவியின் சகோதரர் விஷ்ணு இரண்டொரு நாள் தன் தங்கையைப் பார்க்க வருவாராம். அவர் வரப்போகிறார் என்றதும் முதல் நாள் இரவே முழுக் கோயிலும் தூய்மைப்படுத்தப்படும். ரத்த வாடைகள் அகற்றப்பட்டு மணம் மிக்க வாசனைப் பொருள்கள் தூவப்படும்.

எங்கும் இனிப்பு, பாயசம், பால் பழங்கள், சைவ உணவு வகைகள், மணம் மிக்க வாச மலர்களுடன், பயங்கர சப்தமிட்ட வாத்தியங்கள் மறைந்து இனிய இசை முழங்கும் வாத்தியங்கள் இசைக்கப்பட்டு, ஆடல் பாடல்கள் , பாரம்பரிய நடனம் என இரண்டு நாள் அக்கோயில் பகுதி ஒரே குதூகலமாக இருந்தது எனக் கூறுகிறார் காலேப் ரைட். அந்த இரண்டு நாட்களுக்குப் பின்னர் எல்லாம் மாறி பழையபடி ரத்தம், பலி, ஓங்கார சப்தம், பயங்கர இசை எல்லாம் தொடங்கிவிட்டது என்கிறார்.

ஒருமுறை அக்கோயிலில் கோண்டு மகாராஜா தன் வேண்டுதலை நிறைவேற்ற 20 அப்பாவி மனிதர்களை நரபலியிட அனுப்பியதாகவும் அதன்பின் பிரிட்டிஷ் ஆட்சி ஏற்பட்டவுடன் இம்மாதிரியான கொடூர நரபலிகள் எங்கும் தடுக்கப்பட்டன என்றும் குறிப்புகள் உள்ளது.

கல்கத்தா நகரில் ரெவரண்ட் டப் என்ற பாதிரியார் கிறித்துவ மத நிறுவனம் அளித்த பெரும் நன்கொடையின் மூலம் பல்வேறு பள்ளிகள், கல்லூரிகள், பயிற்சி நிறுவனங்கள் ஆகியவற்றைத் தொடங்கி நடத்தினார்.

ஏழை, பணக்காரர் வித்தியாசமின்றி தூய்மையான அன்புடன், கருணை மனத்துடன் நடத்தப்பட்ட அந்தப் பள்ளி, கல்லூரிகளில் நகரின் மிகப் பெரும் குடும்பத்து குழந்தைகள் மட்டுமல்லாது சுற்றியுள்ள புறநகர் குழந்தைகளும் பயின்றனர். மிக உயர்ந்த குடும்பங்களைச் சேர்ந்த பலர் பள்ளி கல்லூரிகளில் படித்து சிறப்பான முறையில் தேர்ச்சி பெற்றனர்.

அவர்களில் முக்கியமானவர் காளி பிரசன்னா முகர்ஜி என்பவர். பிராமணர் குலத்திலேயே உயர்வாகக் கருதப்படும் குலின் பிராமண இனத்தைச் சேர்ந்தவர். தாயார் வழியில் ஹோல்டார் பிராமண வழியில் வந்தவர். அந்த ஹோல்டார் பிராமண குடும்பம்தான் பரம்பரையாக கல்கத்தா காளிக்கோயில் உரிமையாளர்களாகவும் பாதுகாவலர்களாகவும் இருந்தவர்கள். கோயிலின் சகல உரிமையும் பெற்றவர்கள்.

காளி காட் எனப்படும் அந்த இடத்தின் காளி கோயில் உரிமையாளர் பிரசன்னா முகர்ஜியின் தாயார் மட்டும்தான். சட்டப்படியும், பாரம்பரிய முறைப்படியும் தாயாருக்குப் பிறகு காளி பிரசன்னா முகர்ஜிதான் கோயிலின் முழு உரிமையாளர். அதுமட்டுமல்ல அவரது தந்தையாரின் உடன் பிறந்த சிற்றப்பாவுக்கும் வாரிசுகள் இல்லாமையால் அவரது முழு சொத்துக்களும் காளி பிரசன்னா முகர்ஜி அவர்களுக்கு எழுதி வைக்கப்பட்டது.

கங்கை நதி பாயும் ஆயிரக்கணக்கான ஏக்கர் நிலங்கள் மற்றும் பல்வேறு வகை நகர்புற சொத்துகள் என தந்தையார் வழியில் தாயார் வழியில் வந்த சொத்துகள் எல்லாம் வகை தொகையின்றி வந்து சேர்ந்தபோதும் காளி பிரசன்னா முகர்ஜி மகிழ்ச்சியாக இல்லை. ஏன்? கல்வி அவரது கண்களைத் திறந்துவிட்டது! அவரது பார்வை உலகளாவிய பார்வை யாக இருந்தது. மக்கள் படும் துயரங்கள் அவரை மிகவும் பாதித்தன!

காளிக்கோயில் மூலமாக வரும் வருவாய் அவருக்குத்தான் எனினும் அதைப்பற்றி அவர் வேறு விதமாகச் சிந்தித்தார். கோயிலுக்கு இவ்வளவு செலவா, இவ்வளவு பலியா, இவ்வளவு ரத்தமா என அவர் மனம் பதட்டமடைந்தது.

குறைத்து கணக்கிட்டாலும் ஆண்டுதோறும் சுமார் 5 லட்சம் பவுண்டு செலவிடப்படுவதாக அறிந்து அவர் அதிர்ந்து போனார்.

அக்கோயிலில் நடக்கும் பலிகள் சிந்தப்படும் ரத்த ஆறு போன்றவையெல்லாம் அவரை மிகவும் வேதனையில் ஆழ்த்த, ஒரு தீர்மானத்துக்கு வந்த காளி பிரசன்னா முகர்ஜி இந்து மதத்தில் இருந்து விலகி கிறிஸ்தவரானார். தான் இந்து மதத்தை விட்டுப் போனால் எல்லா சொத்து உரிமைகளும் போய்விடும் என்று தெரிந்தும் அனைத்தையும் உதறித் தள்ளிவிட்டு கிறிஸ்தவ மதத்தைத் தழுவினார்.

தக்கிகளின் காளி வணக்கம்

'ஏன்?' என்ற கேள்விக்கு அவர் தந்த பதில் ஒன்றே தான்! 'இப்போது என் மனம் அமைதியாக உள்ளது. எந்தவிதக் குற்ற உணர்வும் எனக்கு இப்போது இல்லை. அன்பும் அமைதியும்தான் என் தேவை' எனக்கூறி விட்டுச் சென்றுவிட்டார் அந்த மதிப்புக்குரிய மனிதர்.

இதே சமயத்தில் ஒரிசாவின் கோண்டு மக்கள் உள்ள கிழக்குத் தொடர்ச்சி மலை நெடுகிலும் பூரியில் இருந்து மகாநதி கடலில் கலக்கும் எல்லை வரையுள்ள கோண்டு மன்னர்கள் ஆளும் மலைகளில் நடைபெறும் பயங்கர செயல்களெல்லாம் அப்போது வெளியேவந்தன.

மிகப் பழமையான எண்ணங்களும் பில்லி, சூனியம், மந்திரம், மாயம் போன்ற மூட நம்பிக்கைகளில் ஊறி திளைத்துப்போன மக்களான கோண்டு இன மக்கள் ஆண்டுதோறும் நூற்றுக்கணக்கானவர்களை தங்கள் நிலங்களைக் காக்கும் தெய்வமான காளிக்கும் மற்ற தெய்வங் களுக்கும் நரபலி கொடுத்து வந்தனர். ஆந்திரா, ஒரிசா, வங்காளம் போன்ற இடங்களில் இருந்தெல்லாம் சிறுவர், சிறுமிகளைக் கடத்தி வந்து நல்ல உணவு வகைகளைத் தந்து கொழுக்க வைத்து ஆண்டு முடிவில் நரபலி தருவது அவர்களது நீண்ட நாள் பழக்கமாக இருந்தது. அதேபோல தங்கள் இனத்துப் பெண்களுக்குப் பிறக்கும் பெண் குழந்தைகளைக் கொல்வதும் அவர்களது நீண்ட நாள் பழக்கம்.

இந்தக் கொடுமைக்கு முடிவுகட்ட எண்ணிய ஆங்கில அரசு மிகத் திறமையான அதிகாரிகளை நியமித்தது. 1783 ஆம் ஆண்டு கோண்டு

அரசராக இருந்தவர் ராஜா விக்கிரம பஞ்ஜே. வருடா வருடம் கோண்டு மகாராஜா கட்ட வேண்டிய வரி ஐயாயிரம் பவுண்ட். அந்தத் தொகையை அவர் பிரிட்டிஷ் அரசுக்கு செலுத்தாமல் மிகவும் காலதாமதம் செய்தார்.

அவரது தம்பி லட்சுமையா பஞ்ஜே ஆங்கில அதிகாரிகளைச் சந்தித்து, தன்னை அரசராக நியமித்தால் அதுபோல இருமடங்கு வரி செலுத்த முடியும் என்றார். உள்நாட்டில் உள்ள எல்லா வியாபாரிகள், பணம் வட்டிக்கு தரும் பேங்கர்கள் எல்லாம் தன் பேச்சைக் கேட்பவர்கள். தன்னால் முடியும் என்று பலவாறு வேண்டுகோள் வைத்துப் பேசினார்.

இந்தச் சூழலில் திடீரென ராஜா விக்கிரம பஞ்ஜே தலைமறைவு ஆகிவிட்டார். அண்ணனைக் கவிழ்த்து அரசனாக ஆசைப்பட்ட அவரது தம்பி லட்சுமையா பஞ்ஜே திடீரென மரணமுற்றார். நாட்டில் குழப்பம் நீடித்த நிலையில் சட்டம் ஒழுங்கு சீர்கெட்டு, படுமோசமான நிலை ஏற்படவே ஆங்கில அரசு ஜெனரல் டெய்லர் தலைமையில் ஒரு பெரிய படையை அனுப்பி கோண்டு அரசாங்கத்தைத் தனது கட்டுப் பாட்டில் எடுத்துக்கொண்டது. திரு. ரஸ்ஸல் அவர்கள் ஆங்கில அரசின் ஏஜண்ட் ஆனார்.

கடல் மட்டத்திலிருந்து 3000 அடி உயரமுள்ள அந்த கோண்டு மலைப் பகுதி கிட்டத்தட்ட 200 மைல் நீண்ட நிலப்பகுதிகளைக் கொண்டது.

கோண்டு மலை சாதி மக்களிடம் விழிப்புணர்வு கொண்டுவர பிரிட்டிஷார் மிகச் சிரமப்பட்டனர். அவர்களுக்கு மிகக் கடுமையான தண்டனை அளிப்பதன் மூலம் இந்த நரபலி கொடூரத்தை ஆங்கில அரசு ஒழிக்க முயன்றது. 200 மைல் நீளமுள்ள அந்த மலைப்பகுதி முழுவதும் பல்வேறு இன கோண்டு பிரிவு மக்கள் விவசாயம் செய்து வந்தனர். எண்பது அல்லது நூறு வீடுகள் கொண்டது ஒரு கிராமம். அப்படி நூற்றுக்கணக்கான கிராமங்கள் இருந்தன. ஆங்கில அரசு தன் அதிகாரிகள், குதிரைப்படை அனைத்தும் அங்கேயே தங்க வைத்து சரியான சாலைகள் அமைத்து அவர்களிடையே வாழ வேண்டியதானது.

ஒவ்வொரு கிராமத் தலைவரையும் அழைத்து அவர்கள் முறையி லேயே புலித்தோல்மீது அவர்களை அமரச் செய்து அவர்கள் சம்பிரதாயப் படி புனித நீர் தரப்பட்டு அனைவரும் ஒன்றாக பூமிமீது தங்கள் கையால் நீர் வார்த்து அந்தப் பூமித்தாய் மீது சத்தியம் செய்ய வைத்தனர்.

'பூமித்தாயே... இது சத்தியம்... இனி மனித பலி தர மாட்டோம். உனக்குப் பிடித்த மிருக பலி தருவோம். இந்தச் சத்தியத்தை மீறமாட்டோம். மீறினால் எங்களை காட்டுப் புலி கொல்லட்டும்.

எங்கள் நிலங்கள் விளையாமல் போகட்டும். எங்கள் குடும்பத்தார் திடீரென சாகட்டும்! இது சத்தியம்!' என்று கூறினர்.

இப்படியாக கோண்டு இன மக்களின் பாரம்பரிய முறைப்படி அவர்கள் வழிமுறைப்படி அவர்களது பூசாரிகளை வைத்தே ஒவ்வொரு கிராமத் தலைவரையும் சத்தியம் செய்ய வைத்தனர் பிரிட்டிஷ்காரர்கள். அவ்வாறு பூமி மீது அமர்ந்து சத்தியம் செய்துவிட்டால் மீற மாட்டார்கள் என்று அறிந்து அதைச் செய்ய வைத்தனர். கோண்டு இன பெண் குழந்தைகளைக் கொல்லும் முறை சட்டப்படி தடுக்கப்பட்டு அதுவும் ஒழிக்கப்பட்டது.

இம்மாதிரி பல்வேறு வழிகளில் இந்தக் கொடுமையான முறைகளை பிரிட்டிஷார் ஒழித்தனர். பல நூறு ஆண்டுகளாக இருந்த இந்த வழக்கம் அடியோடு மறைந்தது. அத்துடன் மேலும் கோண்டு இன மக்களை முன்னேறச் செய்வதற்காக ஒவ்வொரு சீசனிலும் கோண்டு விவசாயிகள் அவர்கள் நிலங்களில் விளையும் பொருள்களை 20,000க்கு மேற்பட்ட பொதிமாடுகளில் மலையில் இருந்து கீழே கொண்டு வந்து விற்பனை செய்ய வசதியாக அனைத்து வசதிகளையும் ஆங்கில அரசு செய்து தந்தது. முதல்கட்டமாக மலைச் சாலைகளைச் சீரமைத்துத் தந்து, மலை சாதி மக்கள் செழிப்புடன் வாழ வழி தந்தது.

1837 முதல் 1854 வரை பிரிட்டிஷார் எடுத்த கடுமையான நடவடிக்கை மூலமாக கோண்டு இன மக்களின் தெய்வத்துக்கு நரபலியாக இருந்த கிட்டத்தட்ட 1506 பேர்கள் ஆங்கில அதிகாரிகளின் அதிரடி நடவடிக்கைகள் மூலம் மீட்கப்பட்டு பின்னர் விசாரிக்கப்பட்டு அவரவர் குடும்பத்தில் பெற்றோரிடம் ஒப்படைக்கப்பட்டனர். மேலும் பல்வேறு மாவட்டங்களில் இருந்து கோண்டு இன மக்களது நிலத்தில் உழைக்கவும் வீட்டில் வேலை செய்யவும் கடத்தி வரப்பட்ட சின்னஞ்சிறுவர்கள் 1144 பேர் மீட்கப்பட்டனர். இவர்கள் அனைவரையும் மீட்டதுடன் மட்டுமில்லாமல் அவர்களுக்கு நல்லதொரு வாழ்க்கை அமையவும் தேவையானவற்றைச் செய்து கொடுத்தது ஆங்கில அரசு.

மீண்டும் இப்படிப்பட்ட கொடுமைகள் நிகழாவண்ணம் உறுதியான அனைத்து நடவடிக்கைகளும் எடுக்கப்பட்டன.

25

தக்கர்கள் செயல்பாடு முற்றும்!

1843 ஆம் ஆண்டு வில்லியம் ஹென்றி ஸ்லீமன் லெப்டினன்ட் கர்னல் பதவியுடன், குவாலியர் அரசாங்கத்தின் ஆங்கில அரசு ரெசிடெண்ட்டாகவும் நியமிக்கப்பட்டார்.

போட்டி, பொறாமை, சூழ்ச்சி என்று அரண்மனைக்குள் பதவி தொடர்பான பல்வேறு உள் குழப்பங்களும் இருந்த இடத்தில் துணிவும் நேர்மையும் உள்ள ஸ்லீமன் பதவியேற்றார். சிந்தியா குடும்பத்தின் சிக்கல்கள் ஸ்லீமனுக்கு முன்பே தெரிந்ததுதான் என்றாலும் அதில் அவரும் ஈடுகொடுத்து இருக்க வேண்டியதானது.

தக்கர்களின் புகலிடமே ஆரம்பம் முதல் சிந்தியா அரசின் எல்லைகள் தான். சிந்தியா அரசின் எல்லையில் பணம் கட்டி குடியிருந்த தக்கர்களின் பெயர் பட்டியலைப் பகிரங்கமாக வெளியிட்டவர்தான் ஸ்லீமன். முதல் முதலாக தக்கர்களால் பலியான ஒரே பிரிட்டிஷ் காரரான லெப்டினண்ட் மான்செல் கொல்லப்பட்டது சிந்தியா அரசு எல்லையில்தான். கொன்றவர்களைப் பாதுகாத்ததும் குவாலியர் அரசாங்கம்தான்.

கொஞ்ச காலத்திலேயே ஸ்லீமன் அங்கிருந்து அவுத் அரசாங்க ரெஸிடெண்ட்டாக நியமிக்கப்பட்டு, லக்னோ சென்று பணியில் சேர்ந்தார்.

அங்கு 'ஜமால்தேஹி' என்ற ஒரு தக்கர் பிரிவு 'அவுத்' அரச எல்லையில் இருந்தது. முஸ்லிம் பழங்குடி இன பிரிவினரைக் கொண்ட இந்தக்

கூட்டம் அவுத் அரசின் கிழக்குப் புறமான கங்கை நதியையொட்டி குடியிருந்தது. மிகவும் துணிவும், சாமர்த்தியமும் கொண்ட இந்த கூட்டத்தினர் எதையும் செய்யக் கூடியவர்கள்.

குதிரையில், ஒருவன் வரும்போதே அவன் எவ்வளவு சிறந்த வீரன் ஆன போதிலும் குதிரையின் வேகத்துக்கு ஈடாக அதே வேகத்துடன் சுறுக்குக் கயிறுவீசி வீழ்த்திவிடும் வல்லமை பெற்றவர்கள் ஜமால்தேஹிகள்!

ஒரு சிறு நிலப்பரப்பைக் கொண்ட அவுத் அரசின் எல்லைக்குள் மட்டும் 274 இடங்களில் (Beyl) பெயில் எனப்படும் தக்கர்களின் கொலைக்களமான் புதைக்குழி இடம் இருந்தது. இந்த ஜமால்தேஹி தக்கர்கள் எப்படிப் பட்டவர்கள் என்பதற்கு ஒரே ஒரு நிகழ்ச்சியை நாம் உதாரணம் பார்க்கலாம்.

ஒரு படைப் பிரிவின் ராணுவ அதிகாரி ஒருவர் ஸ்லீமனுக்கு நல்ல நண்பர். அவர் ஒருமுறை இந்த ஜமால்தேஹி இன தக்கர்களின் சூழ்ச்சி திட்டம் கொலை பயங்கரம் இவற்றை விளக்குவதற்காக இந்த நிகழ்வைக் கூறினார்.

ஒரு முஸ்லீம் அதிகாரி ஒருமுறை பஞ்சாப்பிலிருந்து 'அவுத்' அரச எல்லைக்குள் செல்ல வேண்டியிருந்தது. நல்ல உடற்கட்டும் கம்பீரமான தோற்றமும் கொண்ட அந்தப் பிரமுகர் கங்கை நதியை கார்முக்டேஸ்வர் படித்துறை வழியாக, மீரட் நகரைக் கடந்து முராதாபாத் பெனரலி வழியாக லக்னோ நோக்கிப் பயணித்தார். அருமையான துருக்கி நாட்டு குதிரையில் நீண்ட உடைவாள், குறுவாள் இவற்றுடன் அவரது பயணம் தொடர்ந்தது. சமையல்காரர் அவரது உதவியாளர் மற்ற மூன்று பணியாளர்கள் இரண்டு பாதுகாவலர் என ஏழெட்டு பேர் உடன்வர அந்தக் குழு சென்று கொண்டேயிருந்தது,

வழியில் வியாபாரிகள் போல வேடமிட்டிருந்த ஒரு சிறு ஜமால்தேஹி தக்கர் குழு மெதுவாக அவரை அணுகி, ஐயா நாங்கள் வியாபாரிகள். வழியில் திருடர், தக்கர் தொல்லை இருப்பதாக அறிகிறோம். நீங்கள் பாதுகாவலர்கள் சூழச் செல்வதால் உங்களுடன் அச்சமின்றி வர விரும்புகிறோம் நாங்கள் உடன் வரலாமா? என பணிவாகக் கேட்டனர்.

அவர் ராணுவ அதிகாரி எல்லா விபரமும் அறிந்தவர். எனவே முகத்தை கடுகடுப்பாக்கி, 'ஏய்! எல்லோரும் விலகி நின்று தூரப்போய்விடுங்கள். என்னை நெருங்காதீர்கள். ஜாக்கிரதை!' என எச்சரித்ததுடன் அவரது கை உடைவாளின் மீது நின்றது. அவரது இடுப்பு பெல்ட்டில் ஒரு கைத்துப்பாக்கியும் இருப்பதைக் கண்ட

தக்கர்கள் பின் வாங்கி விட்டனர். ஆனால் விடாமல் பின் தொடர்ந்தே வந்தனர்.

இரண்டாம் முறை நாலைந்து முஸ்லிம் வணிகர்கள் போன்ற வேடத்தில் வேறு ஆட்களை அனுப்பினர். அவர்களும் அதேபோல ராணுவ அதிகாரியிடம் சென்று தங்கள் பயத்தைக் காட்டி, 'உங்களைப் போன்ற ஆயுதங்கள் உள்ள பாதுகாவலர் உடன் வருவதே எங்களுக்கு மிகவும் பாதுகாப்பு. தயவு செய்து அனுமதி கொடுங்கள். நாங்கள் பயமின்றி உங்களுடன் வருவோம்!' என வேண்டினர். மீண்டும் அந்த முஸ்லிம் பிரமுகர் முகம் மாறியது. அவரது மூக்கு கோபத்தில் சிவந்து புடைத்தது. தன் இடது தோளில் இருந்த அம்புறா நிறைய இருந்த அம்புகளைத் தடவிய வண்ணம் அவர் கோபத்தில் கத்தினார். 'இன்னும் ஒரு வினாடி நீங்கள் என்முன் நின்றால் விபரீதமாகிவிடும்... தூரச் செல்லுங்கள்'... என்று கத்தினார்.

உண்மையிலேயே அவர் அம்பு வீசி விடுவார் என எண்ணிய தக்கர்கள் பின்வாங்கினர். ஆனாலும் அவர் கண்ணில்படாமல் தக்கர்கள் தூர பின்வாங்கி தொடர்ந்தே வந்தனர்.

அன்று இரவு அந்த முஸ்லிம் அதிகாரியும் அவரது குழுவினரும் ஒரு விடுதியில் தங்கினர்.

அதே விடுதியில் தக்கர்கள் குழுவினரில் சிலரும் வந்து தங்கியிருந்தனர். முஸ்லிம் அதிகாரியின் பணியாளர்களுடன் சகஜமாக உரையாடி அவர்களுக்கு சிறு சிறு செலவுகள் செய்து எல்லா செய்திகளையும் தக்கர்கள் அறிந்து கொண்டனர்.

ராணுவ அதிகாரி நிறைய பணத்துடன் செல்வதைத் தெரிந்து கொண்ட தக்கர்கள் மேலும் குஷியாகி, அவர் போகும் வழி முதற்கொண்டு எல்லாவற்றையும் தெரிந்துகொண்டனர்.

அன்று காலை விடிந்தவுடன் ராணுவ அதிகாரி தன் குழுவுடன் புறப்பட்டு பயணமானார். வழியில் மதியம் வரும் வேளையில் ஆள் அரவமற்ற ஓரிடத்தில் எதிரே ஐந்து முஸ்லிம் சிப்பாய்கள் அமர்ந்து அழுது கொண்டிருப்பதைக் கண்டார்.

அவர்கள் நடுவே ஒரு மனிதன் இறந்த நிலையில் கிடந்தான். சற்றுமுன் அவர்களால் கொல்லப்பட்ட ஒரு மனிதனைப் போட்டு அழுது புலம்பி நடித்துக்கொண்டிருந்தனர்.

ராணுவ முஸ்லிம் அதிகாரி அவர்களை நெருங்கியதும், 'ஐயா எங்கள் தோழர் உடல்நிலை சரியில்லாமல் இருந்தவர் இன்று இறந்து விட்டார். நாங்கள் ஏழை முஸ்லிம்கள். புனித குரான் ஓதினால் நாங்கள்

சவ அடக்கம் செய்ய முடியும். எங்களுக்கு அந்த உதவியை மட்டும் செய்யுங்கள் ஐயா. நல்லபடியாக அடக்கம் செய்ய எண்ணுகிறோம்.' என்று கெஞ்சினர்.

தனது மதத்தைச் சேர்ந்த ஒருவரின் இதுபோன்ற கோரிக்கைகளை எந்த முஸ்லிமும் புறக்கணிக்கவே முடியாது. கட்டாயம் செய்தே தீரவேண்டும்.

அந்த முஸ்லீம் பிரமுகர் தனது குதிரையை விட்டு இறங்கினார். கைகால்களை நீரில் சுத்தம் செய்துகொண்டார்.

தனது உடைவாள், குத்துவாள், வில் அம்பு, கைத்துப்பாக்கி, அனைத்தையும் தூர வைத்து விட்டு துணி விரித்து ஆண்டவனை மண்டியிட்டு கண்மூடி பிரார்த்தனையில் மூழ்கினார். அவர் பின்னால் தயாராக இரண்டு தக்கர்கள் நின்றனர். வழியில் சென்ற வழிப் போக்கர்கள் சிலர் வேடிக்கை பார்ப்பதுபோல ராணுவ அதிகாரியுடன் பாதுகாப்புக்கு வந்த சிப்பாய்களுக்குப் பின்னால் வந்து நின்றனர். இவ்வாறு தக்கர்கள், எல்லா வேடங்களிலும் பல திசைகளிலும் தொடர்ந்து வந்தவர்கள் மிகத் தயாராக அவர்களை சுற்றி வளைத்து நின்றார்கள். அனைவரும் கொலைச் செயலுக்குத் தயாராக 'தம்பாக்கோ லாவ்' என்ற ஜீர்ணீ மரணக்குரல் ஒலித்த அடுத்த நொடி அனைவர் கழுத்திலும் கயிறு வீசப்பட்டு பிணமாகச் சரிந்தனர்.

ஏற்கெனவே தயாராக இருந்த குழிகளில் அனைவரது உடலும் வீசப்பட்டு மூடப்பட்டது அவர்களது கைக்குட்டை முதல் பணம், பொருள்கள் அத்தனையும் கொள்ளையடிக்கப்பட்டு குதிரையையும் அபகரித்துக்கொண்டு மறைந்து விட்டனர் அந்த ஜமால் தேஹி தக்கர்கள்.

அவுத் ராஜ்ஜியத்தில் இம்மாதிரி கொள்ளையர்களை ஒழிக்க வேண்டியது மட்டுமல்லாமல் ஸ்லீமனுக்கு இன்னும் சில பிரச்னைகளை எதிர்கொள்ளவும் வேண்டியிருந்தது.

இதுவரை அவர் ரெஸிடெண்ட்டாக இருந்த குவாலியர் ராஜ்ஜியத்தில் பதவிக்கான போட்டி குழப்பங்களும், பேராசையும், நிர்வாக சீர்கேடுகளும்தான் இருந்தன. பொதுவாக அக்காலகட்டத்தில் எல்லா ராஜ்ஜியங்களிலுமே இது இருக்கத்தான் செய்தது. ஆனால் அவுத் அரசாங்கம், மோசடிப் பேர்வழிகளின் பெரும் கூட்டத்தைக் கொண்டிருந்தது. இன்னும் சொல்லப்போனால் அரசாங்கம் என்ற பெயரில் ஒரு கொள்ளைக் கூட்டம் அங்கேயிருந்தது. முதலையிடம் தப்பி கரை ஏறினால் புலிதான் எதிரே நிற்கிறது என்ற கதைதான்.

அவுத் ராஜ்ஜியத்தின் லக்னோ நகருக்கு வெளியே பாரம்பரிய முறையிலான வரவேற்பு ஆங்கில அரசின் ரெஸிடெண்ட்டான ஸ்லீமனுக்கு வழங்கப்பட்டது. ஸ்லீமன் தன் துணைவியார் குழந்தைகள் யாரையும் அழைத்து வரவில்லை. தில்குஷர் அருகே உள்ள ராயல் பூங்காவில் விழா நடந்தது.

அலங்கரிக்கப்பட்ட 300 யானைகளும் ஒட்டகங்களும் சூழ ஊர்வலமாக அழைத்து வரப்பட்டு, ஸ்லீமன் அரசரால் வரவேற்கப்பட்டார்.

அன்று வரவேற்பின்போது பார்த்ததுடன் சரி. அதன் பிறகு ஸ்லீமனால் அரசரைப் பார்க்கவே முடியவில்லை.

ரெஸிடெண்டாகப் பதவியேற்றது முதல் அவுத் அரசின் பல்வேறு விஷயங்களைப்பற்றி விவாதிக்க, அரசனைப் பார்க்கவேண்டும் என்று ஸ்லீமன் ஆள் அனுப்பியும், 'அரசர் மருந்து சாப்பிட்டுள்ளார். அவருக்கு இதயத்துடிப்பு அதிகம் உள்ளது!' என்ற ஒரே தகவல் ஆறு நாட்களாக வந்த வண்ணம் இருந்தது. ஸ்லீமன் மேலும் ஆழமாக விசாரித்ததில் அரசன், பாடகிகளுடன் போட்டிப் போட்டு அவரும் பாடிக்கொண்டிருப்பதாகவும் குதூகலமாக வாத்தியங்கள் வாசித்துக் கொண்டிருப்பதாகவும் தெரிய வந்தது.

என்ன முயன்றும் அரசனைப் பார்க்கமுடியாத நிலையில் ஸ்லீமன் தன் வாராந்திர அறிக்கையினை இதையே தகவலாக கவர்னர் ஜெனரலுக்கு அனுப்பினார்.

அவுத் அரசாங்கத்தின் சக்கரவர்த்தியான வாஜித் அலிகான் பெரிய உருவம் படைத்த ஒரு சிறிய புத்தி மனிதன். எல்லாவகையான தீய ஒழுக்கங்களிலும் ஊறித் திளைத்து நாறிப்போனவன். அரசனுக்குத் தேவையான பண்புகளை அவனிடம் தேடிப் பார்த்தாலும் கிடைக்காது. ஒரு சிறு பிரச்னையைக்கூட தீர்க்கும் அறிவோ ஆற்றலோ இல்லாதவன். அவன் ஆட்சிப் பொறுப்பு ஏற்றபோது நிறைந்து வழிந்த அரசு கஜானா காலியாகி பல நாள் ஆகியிருந்தது. அவனது மனைவிமார், துணைவிமார், பாடகர்கள், பாடகிகள், வாத்திய கோஷ்டிகள், துதிபாடிகள் இவர்களே 24 மணி நேரமும் அவனைச் சுற்றி இருந்தனர்.

இது தவிர ராம்பூர் மன்னர், கான்பூர் மன்னர் போன்ற உறவுக் கூட்டமும் அவனைச் சுற்றியிருந்து, அரசு நிர்வாகம், அரசுப் பணிகள் சம்பந்தமாக யாரும் அவனை நெருங்கிவிடாமல் கவனமாகப் பார்த்துக்கொண்டது.

'வாஜிர் அலிகான் சிறு பையனாக இருந்தபோது ஆரம்பித்தது இந்தக் கூத்தும் கும்மாளமும்! இப்போதும் நீடிக்கிறது. வாஜிர் அலிகானின்

தந்தையார்கூட இதைத் தடுக்கவில்லை. மன்னனைச் சுற்றியிருக்கும் கூட்டமோ மிகவும் இழிவான பழக்க வழக்கங்களையும் சபல புத்தியுள்ளவர்களை வீழ்த்தி விடவும் மட்டுமே கற்றுத் தேர்ந்த கேவலமான கூட்டம். இதுபோன்ற நபர்களுடன் ஆண்டுக் கணக்கில் பழகி நாள் முழுவதும் அவர்களுடனேயே கழித்து வரும் அந்த மட மன்னனால் ஏதும் நடக்கப்போவது இல்லை.' என்று ஸ்லீமன் கண்டுகொண்டார்.

மன்னனின் ஆசைக்குரிய பெண்களில் ஒருத்தியான தலைமைப் பாடகி தான் அரசாங்க நிர்வாகத்தையே கிட்டத்தட்ட நடத்தினாள். அவளது ஒப்புதல் இல்லையெனில் உடனே அந்த அமைச்சர் நீக்கப்பட்டார். அவள் மன்னனை மயக்கி தன்னால் எவ்வளவு முடியுமோ அவ்வளவு சொத்துகளைச் சேர்த்துவிட்டாள் என ஸ்லீமன் அறிந்தார்.

மன்னன் வாஜீர் அலிகானைப் பொறுத்தவரை அவர், நாட்டிலேயே மிகச் சிறந்த 'டிரம்மர்' ஆக ஆவதுதான் அவரது ஒரே லட்சியம். முஸ்லிம் பண்டிகை சமயங்களில் தலைப்பாகை கட்டிக் கொண்டு கழுத்தில் தொங்கவிடப்பட்ட டிரம்முடன் தன் குழுவினர் சூழ தெருக்களில் இறங்கிவிடுவார். இரண்டு கைகளாலும் அவர் அந்த வாத்தியத்தை முழங்கத் தொடங்கி விடுவார். ஆவேசமாக அவர் டிரம் வாசிக்க பாடகர்கள் கோஷ்டி பாட்டுப் பாட மக்கள் கூட்டம் அலைமோதும். உலகில் ஒரு அரசன் தெருவில் டிரம் வாசித்தபடி நாள் முழுதும் அலைந்து வந்தது உலக வரலாற்றில் வாஜீர் அலிகான் மட்டுமே.

அவரது பிரதம மந்திரியாக உள்ள மனிதன் எருமைத் தோலில் வடிகட்டிய அயோக்கியன். வரி வசூலில் கிட்டத்தட்ட முக்கால் பங்கு தனக்கு ஒதுக்கிவிட்டுத்தான் மீதியை கஜானாவுக்கு அனுப்புவான்.

பிரிட்டிஷ் ஆட்சி புரியும் எல்லைக்குள் இருக்கமுடியாத கொள்ளையர்கள் மற்றும் பிற குற்றவாளிகளின் அடைக்கல பூமியாக அவுத் அரசு இருந்தது. போலீஸும் நீதித்துறையும் ஏலம் விடப்பட்டு அதிக ஏலத்தில் எடுத்தவர் கட்டுப்பாட்டில் வந்தது. அவுத் அரசின் எல்லாப் பகுதிகளுக்கும் சென்று ஸ்லீமன் நீண்ட ஆய்வுப் பயணத்தை மேற்கொண்டார். மக்களின் குறைகளைக் கேட்டார். அவர்கள் தந்த மனுக்களை வாங்கினார். Journey Through The Kingdom Of Oude என்ற தலைப்பில் இரண்டு வால்யூம்களாக வெளியிடப்பட்ட அந்த நூலில் திகைக்க வைக்கும் பல நிகழ்ச்சிகளை ஸ்லீமன் விளக்குகிறார். அவர், தலைமை அரசாங்கத்துக்கு, அனுப்பிய ரகசியமான கடிதங்களும் அதில் உள்ளன. ஒரு அரசாங்கமே கொள்ளைக் கூட்டமாக மாறிய துயரங்கள் அதில் வெளியாகி உள்ளது. மூன்று மாதங்கள் அவர் தன் சுற்றுப் பயணத்தைத் தொடர்ந்து முடித்தார்.

இதற்கிடையே 'பக்ஷி அலி', 'குலாம் அஜ்ரத்' என்ற மிகக் கொடிய இரண்டு கொள்ளைக் கூட்டத் தலைவர்கள் செய்த கொடூரச் செயல்கள் மக்களிடையே திகிலை உருவாக்கியது. லக்னோ, கான்பூர் இடையே அவர்கள் நடத்திய அட்டூழியங்கள் எல்லை மீறின.

இந்தக் கொள்ளையர்கள் பெரிய பணக்காரர்களுடைய வீடுகளில் புகுந்து கொள்ளையடித்துச் செல்வதுடன் அவர்கள் வீட்டு இளம் பெண்கள், சிறுமிகள், கணவன்மார், பெற்றோர் அனைவரையும் சிறைபிடித்துச் சென்றுவிடுவார்கள். பின் கடத்திச் சென்ற நபர்களை விடுவிக்க அவர்களது நெருங்கிய உறவினர்களிடம் மிகப்பெரும் தொகை கேட்பார்கள். தராவிட்டால் கடத்திச் சென்ற அழகான இளம் பெண்களை அடிமைகளாக்கி விற்றும் விடுவார்கள் இந்த அயோக்கியர்கள்.

இந்தக் கொள்ளையர்களுக்கு அரண்மனையில் உள்ள சிலர் ஆதரவளித்து வருவது ஸ்லீமனுக்குத் தெரியவந்தது. எனவே மன்னர், மந்திரி, பிரபுக்கள் என்று யாரையும் கலந்து ஆலோசிக்காமல் ஸ்லீமனே அறிக்கை வெளியிட்டார்.

மேற்படி இரு கொள்ளையர்களின் தலைக்கு இரண்டாயிரம் என அறிவித்து அவர்களைப் பிடிக்க மிகப் பெரும் திட்டம் தீட்டினார் ஸ்லீமன். அவர் காலத்தை வீணாக்க விரும்பவில்லை. போலீஸ் துறையில் திறமையான இருவரை உடனே தேர்வு செய்தார். கேப்டன் வெஸ்டன் மற்றும் அதிகாரி பன்பரி இருவரும் கடும் உழைப்பும் திறமையும் வீரமும் மிக்கவர்கள். ஸ்லீமன் தங்களை கொள்ளையர் களைப் பிடிக்க நியமித்தவுடன் இருவரும் தமது படையுடன் புறப்பட்டு காரியத்தில் இறங்கினர்.

அவர்கள் லக்னோ முதல் கான்பூர்வரை குற்றங்கள் நடக்கும் இடங்களைப் பார்வையிட்டபோது அங்கெல்லாம் பெரிய பெரிய உயர்ந்த மூங்கில் மரத் தோப்புகள் கொள்ளையர்களுக்கு வசதியாக இருப்பதைக் கண்டறிந்தனர். உடனடியாக அந்த இடங்களின் மறைவுகளை புதர்களை, மூங்கில்களை வெட்டிச் சீராக்கினர். எங்கும் ஒளிவதற்கான இருளோ அடர்த்தியான மறைவிடங்களோ இன்றி கான்பூர் லக்னோ சாலை சுத்தமாக்கப்பட்டது.

இருவரும் மக்களைச் சந்தித்து அவர்களுக்கு ஆயுதங்கள் தந்து தைரிய மூட்டினர். இடைவிடாத தேடுதல் வேட்டையில் கொள்ளையன் பக்ஷி அலி முதலில் சிக்கினான். அடுத்தது குலாம் அஜ்ரத்தைத் தேடும் போது அவன் தனது கோட்டை ஒன்றில் ஓடிப் போய் ஒளிந்துகொள்ள, வெறும் 6 பவுண்டு பீரங்கி குண்டு அவனது கோட்டையைத் தகர்த்துத் தரைமட்டமாக்கியது. குலாம் அஜ்ரத் கைது செய்யப்பட்டான்.

இருவரையும் கைதுசெய்து சிறையில் அடைத்தவுடன்தான், ரெஸிடெண்ட் ஸ்லீமன் என்பவர் எப்படிப்பட்டவர் என்பது அவுத் அரசுக்குத் தெரிந்தது. அது மட்டுமல்ல இந்தக் கொடுங்கோல் திருடர்களுக்கு உதவியவர்கள் யார்? அரண்மனைக்குள் இருக்கும் கருங்காலி யார்? என்ற விபரங்களைக் கையில் வைத்துக்கொண்டு தக்க ஆதாரங்களுடன் மன்னரைச் சந்திக்க உடனே அனுமதி கேட்டார் ஸ்லீமன். கொள்ளையர் கைதுக்குப் பின் எல்லாம் மாறி இருந்தது. ஸ்லீமன் மீது அச்சம் கலந்த மரியாதை அரண்மனையில் உருவாகி இருந்தது. எனவே ஸ்லீமன் மன்னரை உடனடியாகச் சந்திக்க ஏற்பாடானது.

ஸ்லீமன் தர்பார் ஹாலுக்குள் தன் சக அதிகாரிகளுடன் நுழைந்ததும் சற்று குள்ளமான தடிமனான 30 வயது மதிக்கத்தக்க ஒருவர் ராஜ உடையுடன் எதிரே சிரித்தபடி வரவேற்றார். அவர்தான் மன்னர் வாஜீர் அலிகான். ஸ்லீமனை கட்டித் தழுவி முகமன் கூறி வரவேற்ற அவர் அதிகாரிகளுடன் கைகுலுக்கிப் பேசினார். சம்பிரதாய பேச்சுக் களுக்குப்பின் ஸ்லீமன் வந்த விஷயத்தைப் பற்றிப் பேசத் தொடங்கினார்.

அடுக்கடுக்கான ஆதாரங்களுடன் அவுத் அரசின் பிரதம அமைச்சரும் இன்னும் மற்ற அமைச்சர் அதிகாரிகள் எல்லோரும் 20 ஆண்டுகளாக எவ்வாறெல்லாம் அரசாங்கத்துக்கு வரவேண்டிய தொகைகளைத் தங்கள் பாக்கெட்டில் போட்டுக்கொள்கிறார்கள் எனக் குறிப்பிட்டு அவர்கள் ஊழல் செய்யும் வழிமுறைகளையெல்லாம் விவரித்துச் சொல்லி அத்தனை கருங்காலிகளையும் உடனே பதவியை விட்டுத் துரத்துங்கள் என்றார்.

அவரது அத்தனை ஆதாரப்பூர்வமான குற்றச்சாட்டுகளையும் கேட்டுக் கொண்டிருந்த, திரையின் மறைவில் அமர்ந்திருந்த மன்னரின் தாயார், பெரிய மகாராணியார் முதலில் பேசினார்.

'அவர் சொல்லுவது அத்தனையும் உண்மை! இந்த நாடு காப்பாற்றப் பட வேண்டுமானால் நிச்சயம் ரெஸிடெண்ட் கூறியபடி நடவடிக்கை எடுக்கவேண்டும்!' என்றார்.

எல்லாப் பேச்சு வார்த்தைகளும் முடிந்து ஸ்லீமன் எழுந்தார். அனைவரும் வெளியே வந்தனர்.

மீண்டும் ஸ்லீமனைக் கட்டித் தழுவி விடை தந்த மன்னர் வாஜித் அலி அவர் கழுத்தில் ஒரு அழகான தங்க ஆபரணம் அணிவித்தார். பின் மற்ற அதிகாரிகளுக்கும் அதேபோல ஆபரணங்கள் அன்பளிப்பு அளித்து

வாசல் வரை வந்து வழியனுப்பினார் மன்னர். இதுவரை தன்னைச் சந்திக்க வந்த யாரையும் வாசிர் அலிகான் இந்த அளவு உபசரித்து வழியனுப்பியது இல்லை. அவர் எப்போதும் தன் அறையைவிட்டு வெளியே வந்ததே இல்லை. பண்டிகைக் காலங்களில் வீதிகளில் 'டிரம்'அடிக்க மட்டுமே செல்பவர் அவர். ஆனால் காலம் அவரையும் மாற்றிவிட்டது!

•

அடுத்ததாக அவுத் ராஜ்ஜியத்தில் நடந்த மற்றொரு அட்டூழியம் வரலாற்றில் மறக்கமுடியாதது.

பூரிகான், மஹபத்சிங் என்ற இரண்டு கொள்ளையர்கள் மக்களை கடத்திச் சென்று பணம் பறிப்பது, கொள்ளையடிப்பது, பணம் தராதவர்களை மூக்கை உதட்டை வெட்டி எடுத்துவிடுவது போன்ற கொடூரச் செயல்களைச் சர்வ சாதாரணமாக செய்து ராஜ்ஜியத்தையே கலங்கடித்தார்கள். இரக்கமற்ற கொடுமையான மனம் படித்த அவர்கள் எண்ணற்ற பிராமண சமூக செல்வந்தர்களைப் பிடித்து பணம் வரும் வரை மாட்டு எலும்புகளை மாலைபோல அவர்கள் கழுத்தில் போட்டும், வாயில் திணித்து சித்திரவதை செய்தும் பணம் பறிப்பார்கள்.

பெண்கள், குழந்தைகளைக்கூட விட்டு வைக்காமல் வதைத்தும் கொன்றும் பல ஆண்டுகளாக நீடித்த அந்த அரக்கர்களின் கொடுமை களை நிறுத்தவும் அழிக்கவும் முடிவெடுத்தார் ஸ்லீமன். தனது தளபதிகளில் சிறந்தவர்களான கேப்டன் வெஸ்டன், கேப்டன் 'ஓர்', கேப்டன் பன்பேரி, கேப்டன் மேக்னஸ் என நால்வர் தலைமையில் நான்கு குழுவை சிறு பீரங்கி கொண்ட பெரும் படையுடன் அனுப்பத் திட்டமிட்டார்.

அந்தச் சமயத்தில் போரிஸ்கானின் பழைய மண் கோட்டையில் கொள்ளையர் தலைவர்கள் அனைவரும் குழுமியுள்ள ரகசியத் தகவல் அவர்களுக்குக் கிடைத்தது. ஸ்லீமனின் படைத் தளபதிகள் நால்வர் படைகளும் இரவோடிரவாகப் புறப்பட்டு அதிகாலை 4 மணிக்கே அந்த மண் கோட்டையின் முன் சூழ்ந்து நின்று முற்றுகையிட்டனர்.

கொள்ளையர்கள் எதிர்பாராத சூழலில் திடீர் தாக்குதல் நடத்தப் பட்டது. எந்த ஒரு சிறு தவறும் நடந்து கொள்ளையர் தப்பி விடக்கூடாது என்று ராணுவம் மிகுந்த கவனத்துடன் இருந்தது. வெள்ளையரின் திடீர் தாக்குதலில் நிலைகுலைந்து போனது கொள்ளையர் கூட்டம். இரவெல்லாம் குடித்து மகிழ்ந்த போதை தெளியாத நிலையிலும், முற்றிலும் தூக்கம் கலையாத நிலையிலும்

கொள்ளையர் கிடக்க, வெள்ளையரின் பீரங்கி குண்டுகள் கோட்டையை இரண்டாகப் பிளந்தன. நாலா பக்கமும் ஒரே நேரத்தில் தாக்குதல் தொடர, மண்கோட்டை சரிந்து அந்தக் கொள்ளையர்கள் மீதே விழ எல்லாம் ஒரே மணி நேரத்தில் முடிந்தது.

காலைப்பொழுது புலர்ந்ததும் ஒவ்வொரு உடலாகத் தோண்டி யெடுத்து அடையாளம் காணவே நீண்ட நேரமானது. அவுத் அரசாங்கத்தில் இனி எந்தத் திசையிலும் கொள்ளையர்கள் தலையெடுக்க முடியாதபடி அழித்தொழிக்கப்பட்டனர்.

அடுத்து ஸ்லீமன் தனது அவுத் ராஜ்ஜியத்தின் முழுவதுமான சுற்றுப் பயண முடிவினைப்பற்றி அறிக்கை தயாரித்து அனுப்பினார். அவுத் அரசின் அலங்கோலங்களைப் படம்பிடித்துக் காட்டும் விதமாக அது அமைந்திருந்தது.

அதில் அவுத் அரசு நிர்வாகம் பற்றி, 'வாரா வாரம்கூட அல்ல 15 நாட்களுக்கு ஒருமுறைதான் பிரதம மந்திரியே மன்னரைச் சந்திக்க முடிகிறது. அரசு நிர்வாகம் முற்றிலும் சீர்கெட்டுவிட்டது' என்று கவர்னர் ஜெனர லுக்கு ஸ்லீமன் மிகுந்த மன வருத்தத்துடன் குறிப்பிட்டிருக்கிறார்.

ஸ்லீமனின் வருத்தத்துக்கு மேலும் காரணம் இருந்தது. மன்னர் வாசிர் அலிகானின் முட்டாள்தனமான போக்கை அவரால் சகிக்கமுடிய வில்லை.

மன்னர் தமது அரண்மனை உள்விவகாரங்களையெல்லாம் வெளிப்படையாகப் பேசத் தொடங்கிவிட்டார். ஒருமுறை 'என் மூத்த மனைவி தனது மகன் மன்னனாக வேண்டும் என்பதற்காக எனக்கு விஷம் கொடுத்து விடுவாள்!' என்று கூறிக்கொண்டு திரிந்தார்.

இன்னொருமுறை, 'என் இரண்டாவது மனைவியும் என்னை சாகடிக்கத் துடிக்கிறாள். அவள் தன் பழைய காதலனுடன் உல்லாச வாழ்வு வாழ வேண்டும் என்று ஆசைப்படுகிறாள். ராம்பூரில் உள்ள அவளது காதலனுடன் சேர்ந்துகொண்டு என்னைக் கொன்று விடுவாள்!' என்றெல்லாம் பிதற்ற ஆரம்பித்துவிட்டார்.

ஆனால் இந்தச் சூழலிலும் மன்னர் வாசிர் அலிகானின் பெண்ணாசையும் சபலமும் விடுபடவில்லை. மன்னரது தாயாரின் பணிப் பெண்களில் புதிதாக வந்த ஒரு சிறு பெண்மீது வாசிர் அலிகானின் பார்வை விழ, அவள்மீது மோகமுற்று அவளைத் திருமணம் செய்துகொள்ளவேண்டும் என்று துடித்தார் மன்னர். இதற்காக அவர் தன் தாயாரை வற்புறுத்த, தாயார் மிகுந்த கோபத்துடன்

மறுத்துவிட்டுச் சென்றுவிட்டார் என்பதுதான் அரண்மனை முழுவதும் அந்தரங்கமாகப் பேசப்படும் செய்தியாக இருந்தது.

இந்த நிகழ்வும் செய்தியும் இத்துடன் முடியவில்லை!

பிறகும் தாயாருக்கும் மன்னருக்கும் இந்தப் பணிப்பெண் தொடர்பாக பெரும் பிரச்னை எழுந்து, தாயார் தன் மகனிடம் ரகசியமாகச் சொன்னார்: மகனே! அந்தப் பணிப்பெண்ணின் தலைக்குப் பின்னால் கீழ்ப்புறமாக பாம்பு வடிவக் கோடுகள் உள்ளது. அப்படி இருப்பவளை மணந்தால் நீ மூன்று மாதத்தில் மடிந்துவிடுவாய். ஆகவேதான் உன் நன்மைக்குச் சொல்கிறேன். அவளைத் திருமணம் செய்யும் ஆசையை விட்டுவிடு!

அவ்வளவுதான்! தாயார் சொன்ன இந்த பாம்பு வடிவக் கோடுகளால் பீதியடைந்த மன்னன் மிகுந்த கலவரத்துக்கு ஆளாகி தனது மனைவிமார்களின் தலையை உடனடியாக ஆராயச் சொல்லி கட்டளையிட்டான். ஆறு மனைவிகளின் தலையின் பின்புறம் அதேபோல கோடு தென்படவே பயந்துபோன மன்னன் அரண்மனையின் பெரும் ஜோதிடர் ஒருவரை வரவழைத்து ஆலோசிக்க, அவர் அதனால் பாதகம் ஒன்றுமில்லை எனக் கூறிவிட்டார். ஆனாலும் மன்னனுக்கு சமாதானமாகவில்லை. பயந்துபோன மன்னன் அந்த ஆறு மனைவிகளையும் திருமண ரத்து செய்து அவரவருக்கான சேமிப்புகளுடன் , வெளியேறும்படிக் கட்டளையிட்டுவிட்டான்.

மனதுக்குள் பெரும் மகிழ்ச்சியுடனும் வெளியே சோக நடிப்புடனும், தங்கள் சேமிப்புகளுடன் அந்த ஆறுபேரும் வெளியேறிவிட்டனர். இது போன்ற ஒரு மன்னன் அரசாளும் நாடு எப்படி இருக்கும்?

இதனால் மிக விரைவில் ஆங்கில அரசு அவுத் ராஜ்ஜியத்தை பிரிட்டிஷ் ஆட்சியின் கீழ் கொண்டுவருவது உறுதி என்று ஸ்லீமன் கருதினார். ஸ்லீமன் அவுத் ராஜ்ஜியத்தின் ரெஸிடெண்ட்டாக வருவதற்கு முன்பு, 1849 மார்ச் மாதம் அவர், தக்கர்கள் ஒழிப்புத் துறையில் இருந்து விடுவிக்கப்பட்டார். தக்கர்கள் அலுவலக வேலைகளில் இருந்து இரண்டு ஆண்டுகளுக்கு முன்னரே விலகி வந்துவிட்டார் என்றாலும் அதுநாள்வரை தக்கி ஒழிப்பில் தன்னுடன் இணைந்து பணியாற்றிய அனைத்து அதிகாரிகளுக்கும் நன்றியும் வாழ்த்துக்களும் சொல்ல எண்ணினார் ஸ்லீமன். 1853 ஆண்டின் இறுதி நாட்கள். புத்தாண்டு தொடங்க சில நாட்களே இருந்த நிலையில் மேற்படி அதிகாரிகளுக்கு தன் நன்றியினையும் வாழ்த்துக்களையும் சொன்னார் அவர்.

‘தக்கிகள் முற்றிலும் வேரோடு அழிந்துவிட்டதாகச் சொல்ல முடியாது. அது பிரிட்டிஷ் அரசாளும் எல்லைக்குள் இல்லை என்றாலும்

மற்ற பகுதிகளில் இங்கொன்றும் அங்கொன்றுமாகத் தலைதூக்கத்தான் செய்கிறது. வரும் நாட்களில் அதுவும் முற்றாக அழிக்கப்படும் என்பதில் சந்தேகமில்லை. ஆயிரம் ஆண்டுகளாக இருந்து வந்த ஒரு பயங்கரத்தை நாம் ஒரு சிறு குழுவினர் வெறும் இருபது இருபத்தைந்து அதிகாரிகளாகிய நாம் மற்றவர்களுடன் இணைந்து ஒழித்து விட்டோம்! இந்த நாட்டுக்கு நாம் எது செய்தோமோ இல்லையோ, நிச்சயமாக இந்த ஒரு நல்ல காரியத்தைச் செய்துள்ளோம். இந்தச் சாதனை, இத்தனைப் பெரிய வெற்றி உங்களால்தான் முடிந்தது! நன்றி! வாழ்த்துக்கள்' என்று அந்தச் செய்தியில் கூறியிருந்தார் ஸ்லீமன்.

தக்கிகள் ஒழிப்பில் பணியாற்றிய அனைத்து அதிகாரிகள், ஊழியர் களுக்கான ஸ்லீமனின் இந்தச் செய்தி கல்கத்தாவிலிருந்து வந்த ஆங்கில பத்திரிகைகளில் தலைப்புச் செய்தியாக வந்தன.

1853ல் கர்னல் ஆக பதவி உயர்வு பெற்ற ஸ்லீமன் 1854 ஆம் ஆண்டு மேஜர் ஜெனரலாக மேலும் பதவி உயர்வடைந்தார்.

ஸ்லீமன் துணைவியார் அமிலி தன் குழந்தைகளுடன் ஓய்வுக்காக முஸோரி சென்றுவிட்டு அன்றுதான் திரும்பியிருந்தார். ரெஸிடென்ஸி மாளிகைக்கு வெளியே தோட்டத்தில் அனைவரும் மாலை நேரம் ஓய்வாக அமர்ந்து பேசிக் கொண்டிருந்தனர். மகன் வில்லியம், மகள் எலிசபெத் இருவரும் புல்வெளியில் ஏதோ விளையாடிக் கொண்டிருந்தனர்.

இருட்டு வரத்தொடங்கியதும் அனைவரும் ரெஸிடெண்சி மாளிகைக்குள் வந்தனர். அமிலி உள்ளே சென்ற பின் மகள் எலிசபெத்தை அழைத்துக் கொண்டு தனது அறைக்குள் நுழைந்தார் ஸ்லீமன்.

எல்லா விளக்குகளும் எரிந்துகொண்டிருந்தன. அந்தப் பெரிய ஹாலில் இரட்டை சாரளங்களில் நீண்ட திரைச் சீலைகள் எல்லாப்புறமும் தொங்கிக் கொண்டிருந்தன.

ஏதோ உள்ளுணர்வால் சரேலெனத் திரும்பிய ஸ்லீமன் தன் இடதுபுறம் சற்றுத் தொலைவிலிருந்த இரட்டைச் சாரள திரைச்சீலைகளையே உற்று நோக்கினார். பின் மகள் எலிசபெத்தை தன் பின்புறமாக இழுத்து நிறுத்தி, மெதுவாக நடந்து அந்தத் திரைச்சீலைகளின் கயிறைப் பலமாகச் சுண்டியிழுத்தார். சர் என்ற ஒலியுடன் திரைச் சீலைகள் இரண்டும் விலக தாடியுடன் அங்கே மறைந்து இருந்தவன் வெளிப்பட்டான். அவனது கையில் ராஜபுத்திரர்களது பெரிய குத்துவாள் இருந்ததை ஸ்லீமன் பார்த்தார்.

ஸ்லீமன் அடிக்குரலில் மெதுவாகக் கூறினார்.

‘அந்தக் கத்தியைக் கொடு!’

அந்த மனிதன் எதுவும் பேசாமல் அதிர்ச்சியுடன் மெதுவாக நடந்து வந்து ஸ்லீமனிடம் கத்தியை நீட்டினான்.

கைப்பிடி முதலில் வருகிறதா, கூர்முனை முதலில் வருகிறதா என உற்று நோக்கினார் ஸ்லீமன்.

கூர்முனையினைக் கையில் பிடித்தபடி கைப்பிடியை நீட்டினான் அவன்.

ஸ்லீமன் வாங்கிக் கொண்டார்.

‘நீ... ஒரு தக்கிதானே?’ என்று குற்றம் சாட்டும் வகையில் கேட்டார் ஸ்லீமன்

‘ஆமாம் ஐயா!’ என்று பணிவாகக் கூறினான் அவர்.

ஸ்லீமன் தன் வலக்கையால் வாசற்புறத்தை சுட்டிக் காட்டினார். ‘நான் காவல் செண்ட்ரியை அழைக்கும் முன்பாக உடனே வெளியேறு. இந்த அவுத் எல்லைக்குள் இனி ஒருபோதும் உன் முகத்தைக் காட்டக் கூடாது... போ!’ என்றார் ஸ்லீமன்.

குளிர் தொடங்கிய அந்த முன் இரவுப் பொழுதில் வியர்த்துக் கொட்டிய வண்ணம் இருந்த அவன் மெல்ல நடந்து அறைக்கதவை அடைந்து மீண்டும் திரும்பி குனிந்து வணங்கிச் சென்றுவிட்டான்.

ஸ்லீமன் தன் மகள் எலிசபெத்திடம், ‘நீ, இதை உன் அம்மாவிடம் சொல்லாதே. அவள் மிகப் பதட்டமடைவாள். அவன் இனி நிச்சயம் வரமாட்டான். அவன் பிரச்னையை ஜேம்ஸ் பார்த்துக் கொள்வார்!’ என்று கூறினார்.

ஏற்கெனவே இதுபோன்ற எண்ணற்ற கொலைமுயற்சிகளைச் சந்தித்து தப்பி வந்தவர்தான் ஸ்லீமன்.

நாற்பத்தேழு ஆண்டுகள் கடுமையாக உழைத்து தன் உடலை வருத்திக் கொண்ட ஸ்லீமன் பல்வேறு உபாதைகளுடன் திணறிக் கொண்டிருந்தார். குதிரையில் செல்லும்போது கீழே விழுந்து கை கால் அடிபட்டிருந்தது. குறிப்பாக, அவரது வலது கையில் அதிக வலி இருந்ததால் சற்று செயல் குறைந்திருந்தது. எழுதுவதுகூட கடினமாயிற்று. இந்தக் குறைகளுடனேயே அவர் ரெஸிடெண்ட் பொறுப்புகளைக் கவனித்து வந்தார்.

லக்னோ வாழ்க்கை அவரைப் பொருத்தவரை பாதுகாப்பே இல்லாதது. கர்னல் ஸ்லீமன் தன் வலதுகை செயல்பட மறுக்கிறது

என்ற நிலையில் மிக வேண்டி, தன்னை விடுவிக்குமாறும், தனக்கு ஓய்வு வேண்டியும் கவர்னர் ஜெனரலுக்கு உருக்கமாக ஒரு கடிதம் எழுதினார்.

தக்கிகள் ஒழிப்பு வரலாற்றில் ஆங்கில தளபதி லெப்டினன்ட் மான்செல் இறப்பு மறக்க முடியாத கறையாக படிந்துவிட்டது. அதே போல கேப்டன் பாப்ஹாம் அக்கொலைக்குப் பழிக்குப் பழியாக முர்னே கிராமத்தைச் சுற்றி வளைத்துத் தாக்கி அந்தக் கிராமத்தையே தீக்கிரையாக்கி தக்கிகளை அழித்ததும் நடுநிலையாளர்கள் எல்லோர் மனதிலும் ஒரு கேள்வியை எழுப்பிக் கொண்டிருந்தது. உண்மையில் அந்தக் கிராமம் முழுவதும் இருந்தது தக்கர்கள்தானா? அல்லது கொல்லப்பட்டவர்கள் அப்பாவிகளா?

இத்தனை ஆண்டுகளுக்குப் பின்னால் அதற்கான பதில் கிடைத்தது.

அக்காலகட்டத்தில் மிகப்பெரும் தொகையான 5000 ரூபாயைக் கொடுங் கோல் ஜமீன்தார் லால்ஜியைப் பிடிக்க அவர் தலைக்கு பரிசுத் தொகை யாக அரசு அறிவித்தது. பின்னர் லால்ஜி பிடிபட்டு ஆயுள் தண்டனை கைதியாக இருந்த நிலையில் அவனது மகன் ஒரு வாக்கு மூலம் தந்தான்.

இத்தனை ஆண்டுகள் கழித்து அவனது வாக்குமூலம் வெளியானதும் ஆங்கில அதிகாரிகளுக்கு ஒரு நிம்மதி ஏற்பட்டது. தன் தந்தை இழைத்த தவறுகளை ஒப்புக்கொண்டு அவனது அந்த வாக்குமூலம் அமைந்தது.

லால்ஜியின் மகன் சந்தோக்ரே 30 ஆண்டுகளுக்குப்பின் தந்த நீண்ட வாக்கு மூலம்:

'என்பெயர் சந்தோக்ரே! என் வயது 60. சிந்தோஷ் எல்லை ஜமீன்தார் கச்வாடா தாகூர் லால்ஜி அவர்களின் மகன் நான். லெப்டினெண்ட் மான்செல் கொலையில் கைதாகி ஆயுள் தண்டனை பெற்றுள்ள என் தந்தையார் லால்ஜி தக்கர்களைப் பராமரித்து வந்ததை நான் அறிவேன்.

பிரிட்டிஷ் அரசின் நெருக்கடி காரணமாக ராம்பூர் மகாராஜா தனது எல்லையில் இருந்த தக்கிகளை உடனடியாக நாட்டைவிட்டு வெளியேற்றினார். அந்த நிலையில் குவாலியர் மகாராஜாவின் ஆணைப்படி என் தந்தை ஏற்கெனவே இருந்த தக்கர்களுடன் மூன்று புதிய குடியிருப்புகளை உருவாக்கினார்.

அந்த நாளில் குவாலியர் அரசில் பணிபுரிந்த ஷேக் முகம்மது ஜூம்மாதான் குவாலியர் ராணுவ கர்னல். அவர்தான் வந்திருந்து எல்லாவற்றையும் ஏற்பாடு செய்தார். மூன்று ஆண்டுகளுக்கான

குடியிருப்பு பாதுகாப்புக் கட்டணம் ஒரு தக்கி குடும்பத்துக்கு 24 ரூபாய் 8 அணா. மொத்த குடியிருப்பு 318 வீடுகள்.

அந்தத் தொகை மொத்தத்தையும் வசூல்செய்து நூறு ரூபாய் அவரும், பட்வாரி 50 ரூபாயும் எடுத்துக்கொண்டு மீதியை அரசுக்கு செலுத்தி விடுவார். அதனால் தக்கிகள் சார்பான எல்லா பாதுகாப்பும் ரகசியமாகச் செய்யப்பட்டு வந்தது!' என்று தெரிவித்தான்.

குவாலியர் மன்னர் மட்டும்தான், தக்கிகளைப் பராமரித்தார் என்பதல்ல. விஜியர் நவாப், கோஹட் ராணா, ரோஹில்லா மன்னர்கள், புடோரியா ராஜா, பரத்பூர் மஹாராஜா அனைவரும் இதே அளவு தொகையில் தக்கர்களைப் பராமரித்தனர் என்றும் அவன் கூறினான்.

ஆங்கில தளபதி வில்சன் இது பற்றி ஆய்ந்து சொன்னார். ஒரு குவாலியர் மகாராஜா ஓரிடத்தில் மட்டும் 318 தக்கி வீடுகள் பராமரித்து வந்தார் என்றால் பிற இடங்களில் எத்தனையிருக்கும்? இந்த 318 வீடுகளில் மட்டும் குடியிருந்தவர்கள் பெயர் பட்டியல் வீட்டுக்கு மூவர் என 954 பேர் பதிவு செய்யப்பட்ட தக்கர்கள் என்றால், மற்ற இடங்களில் குடியிருந்தவர்கள் எத்தனையோ?

இது குடியிருப்பில் கணக்கில் உள்ளவர்கள் மட்டுமே. குடியிருப்புக்கு வெளியே தெரியாமல் இருந்து ஜமீன்தார் லால்ஜிக்கு மட்டும் கப்பம் கட்டி வந்தவர்கள் நிறைய பேர் இருந்தனர் என்று அவர் தன் அறிக்கையில் கூறினார்.

•

1854 இலையுதிர்க்காலம் தொடங்கியது. அன்றைய இந்தியன் மெயில் பத்திகையில் மேஜர் ஜெனரல் ஸ்லீமன் அவர்களைப் பற்றி ஒரு செய்தி வெளியாகி இருந்தது.

'நாற்பத்து ஆறு ஆண்டுகள் கடுமையாக உழைத்த மேஜர் ஜெனரல் திரு ஸ்லீமன் அவர்கள் உடல்நலமிழந்து பாரிசவாயு கோளாறுகளால் பாதிக்கப்பட்டுள்ளார்.' என்று எழுதியிருந்தது.

இரண்டொரு நாட்கள் பின்னர் ஸ்லீமன் அவர்கள் தன் மேஜை மீது சரிந்த நிலையில் மயக்கமுற்று வீழ்ந்தார். ரெஸிடெண்ட் மருத்துவர் பிரையர் அவரை தீவிர சிகிச்சைப்பிரிவில் சேர்த்து நல்ல முறையில் வைத்தியம் செய்தார்.

சிலநாட்களில் ஸ்லீமன் தன் அலுவலகம் வரத் தொடங்கினார் எனினும் மிகவும் தளர்ந்து காணப்பட்டார். தன்னைப் பணியிலிருந்து விடுவித்து உதவும்படி கவர்னர் ஜெனரல் அவர்களுக்கு கடிதம்

எழுதியனுப்பி விட்டு பதில் கடிதத்தை எதிர்நோக்கியிருந்தார். தனது பதவியை வகிக்க தனக்கு அடுத்ததாகப் பொருத்தமானவர் கர்னல் அவுட்ராம் அவர்கள் தான் என்று அதில் குறிப்பிட்டிருந்தார்.

1856 ஜனவரி மாதம் கவர்னர் ஜெனரல் டல்ஹெளசி அவர்களிடமிருந்து கடிதம் ஒன்று வந்தது.

பணி நிறைவு பெற்ற நீங்கள் நல்ல உடல் நலத்துடன் நீண்ட நாள் வாழ வாழ்த்துக்கள் என்று தொடங்கிய அந்த மடலில் அவரது உழைப்பினைப் போற்றிப் பாராட்டி, 'இந்த நாட்டுக்கு நீங்கள் ஆற்றிய தொண்டு என்றும் நினைவு கூறத்தக்கது. உங்களது மகத்தான பணியினைப் பாராட்டும் வகையில் நான் மகாராணி அம்மையாருக்கு கடிதம் எழுதியுள்ளேன். வங்காள ராணுவத்தில் பணியாற்றிய சிறந்த ஒருவரை தேர்ந்து எடுக்கும்படி எனக்கு ஆணை வந்தது. அவரை மகாராணி பதக்கம் அளித்துக் கௌரவிப்பார்.

அந்தப் பரிசுக்கு முற்றிலும் தகுதியானவர் நீங்கள்தான் என்று எல்லா வகை குறிப்புகளுடன் அனுப்பியுள்ளேன். மாட்சியமை தாங்கிய மகாராணி அம்மையார் நிச்சயம் உங்களை தேர்வு செய்து K.C.B. பதக்கம் பரிசு அளிப்பார் என்ற முழுநம்பிக்கை எனக்கு உண்டு.' என்று வாழ்த்துக்களுடன் முடித்து அந்தக் கடிதம் நிறைவடைந்தது.

மேஜர் ஜெனரல் ஸ்லீமன் அவர்கள் உடனே கவர்னர் ஜெனரல் டல்ஹெளசி அவர்களுக்கு 1856 ஜனவரி 11 ஆம் நாள் பதில் கடிதம் அனுப்பினார்.

> பெருமதிப்புக்குரிய கவர்னர் ஜெனரல் அவர்களுக்கு, என் சிரம் தாழ்ந்த வணக்கங்கள்!
>
> என்னைப் பாராட்டி நீங்கள் எழுதிய கடிதத்தை நான் கிடைக்கப் பெற்றேன்.
>
> கடந்த எட்டு ஆண்டுகளாக நீங்கள் எனக்கு எவ்வளவோ நன்மைகள் செய்துள்ளீர்கள். என்னைப் பாராட்டி, KCB பரிசுக்காக மகாராணியார் அவர்களுக்கு நீங்கள் எழுதியுள்ளதாகச் சொன்னது உங்களது பெருந்தன்மையைக் குறிக்கிறது.
>
> இந்தக் கடிதம் எங்கள் குடும்பத்தில் ஒரு பொக்கிஷமாகப் பாதுகாக்கப்படும்! தன் தந்தையாருக்குக் கிடைத்த இந்த மரியாதையை என் மகனும், அவன் வழித்தோன்றல்களும் பெருமையுடன் பாதுகாத்து வைத்திருப்பார்கள்! டல்ஹெளசி என்ற மாமனிதரின் இந்தக் கடிதம் எங்கள் குடும்பத்தின் மிக முக்கிய சொத்து!

என் வலது கை செயல்படாத நிலையில் இந்தக் கடிதம் நான் சொல்ல அடுத்தவர்களால் எழுதப்படுகிறது.

நன்றி.

வணக்கம்.

கல்கத்தாவிலிருந்து புறப்பட்ட ஈஸ்ட் இந்தியா கம்பெனியாரின் Monarch கப்பலில் ஸ்லீமன் அவர்களும் அவரது துணைவியார் அமிலி அம்மையாரும் இங்கிலாந்து புறப்பட்டனர். ஆனால் வழியிலேயே கப்பலில் 1856 பிப்ரவரி 10 ஆம் நாள் ஞாயிறு காலை 3.45 மணிக்கு ஸ்லீமன் உயிர் பிரிந்தது.

1856 பிப்ரவரி 11ஆம் நாள் திங்கள்கிழமை காலை 6.30 மணிக்கு சகல ராணுவ மரியாதைகளுடன் தனிமையான கடலின் ஆழத்துக்கு ஜல சமாதி என்று அழைக்கப்படும் முறைப்படி சம்பிரதாயங்களுடன் கடலில் சமாதி செய்யப்பட்டது.

எந்த நாட்டுக்கு தன் வாழ்நாள் முழுவதும் உழைத்தாரோ அதே நாட்டு கடல் எல்லைக்கு அருகேயே கடல் சமாதி அடைந்தார் ஸ்லீமன்.

தக்கர்கள் அழித்து ஒழிக்கப்பட்டுவிட்டபோதும் 1904 வரை அந்தக் காவல் துறை பிரிவு இருந்தது. 1904ஆம் ஆண்டுதான் போலீஸ் துறையின் தக்கிப் பிரிவு நீக்கப்பட்டது.

தக்கர்களின் புனர்வாழ்வுக்காக ஸ்லீமன் ஏற்படுத்திய ஜப்பல்பூர் நகரில் இருந்த மிகப்பெரிய தக்கர்களின் தொழிற்சாலை, சிறை, எவ்விதப் பாதிப்பும் இன்றி இருந்தது. 1857 சிப்பாய் புரட்சியின்போது வட இந்தியாவில் பல்வேறு சிறைச்சாலைகள் உடைத்து நொறுக்கப்பட்டு கலவரம் நிகழ்ந்தபோதும் ஜப்பல்பூர் சிறையில் இருந்த தக்கர்கள் அமைதி காத்தனர். மேஜர் ஜெனரல் ஸ்லீமனின் சகோதரர் மகனான ஜேம்ஸ் ஸ்லீமன் மேற்பார்வையில் இருந்த சிறை, மற்றும் தொழிற் கூடம் வெளி ஆரவாரங்களின் பாதிப்பு ஏதுமின்றி அமைதியாக இருந்தது. தக்கர்கள், அப்ரூவர்கள், அவர்கள் வாரிசுகள், அவர்களின் குடும்பப் பெண்கள் என்று அவர்கள் நினைத்திருந்தால் எளிதாகத் தப்பிச் சென்று பழையபடி வாழ எண்ணியிருக்கலாம். ஆனால் ஒரு தக்கிகூட அந்தச் சிந்தனையில் இல்லை.

நிம்மதியான வாழ்க்கையும் நிறைவான வருவாயும் தந்த அந்தத் தொழிற்சாலையைவிட்டு வெளியே போக அவர்கள் துளியும் விரும்பவில்லை. ஸ்லீமன் ஏற்படுத்திய அந்தத் தொழிற்சாலை அவர்களுக்கு மிகப்பெரும் வாழ்க்கை மாற்றத்தையும் உண்டாக்கித் தந்தது. சிறையிலும் தக்கர்கள் அமைதி காத்தனர்.

முன்னாள் தக்கி போலீஸ் சூப்பரின்டென்டெண்ட் கில்ஸ் 1910-இல் எழுதுகிறார்.

'பல ஆண்டுகள் நான் அங்கே பணியில் இருந்தேன். பலநூறு தக்கர்களைக் கண்காணித்து வந்தேன். என் பொறுப்பில்தான் அத்தனை பேரும் அங்கே அந்தத் தொழிற்கூடத்தில் பணியாற்றி வந்தார்கள்.

அவர்களில் பலர் மிக வயதாகிவிட்ட நிலையிலும் உற்சாகத்துடன் பணியாற்றி அங்கேயே இருந்தனர்.

'நீங்கள் உங்கள் வீட்டுக்குச் செல்வதானால் செல்லுங்கள். விடுவிக்கிறேன்' என்று அந்த முதியவர்களிடம் கூறினேன். 'நீங்கள் வெளியே உங்கள் விருப்பப்படி செல்லலாம்!' என்றும் சொன்னேன்.

அவர்களது கண்கள் கலங்கிவிட்டதை நான் பார்த்தேன். 'ஐயா இதுதான் எங்கள் வீடு. வெளியே எங்களுக்கு யாரையும் தெரியாது. நாங்கள் வேறு எங்கும் போக விரும்பவில்லை. வேறு ஏதாவது எளிய வேலை தாருங்கள்!' என்று அந்த முதியவர்கள் கூறினர்.

வயதான அவர்களுக்கு என் அலுவலகத்தில் 'பங்கா' இழுக்கும் வேலையைத் தந்தேன். மின் விசிறி இல்லாத அந்த நாட்களில் பெரிய படுதா போன்ற மொத்த துணியை ஒரு மூங்கிலில் இணைத்துக் கயிற்றின் மூலம் வெளியே இருந்தபடி இழுத்து அசைப்பார்கள். அதன்மூலம் மின்விசிறியை விட அதிகக் காற்று கிடைக்கும். மகிழ்ச்சியுடன் அவர்கள் அங்கேயே தங்கிவிட்டனர்.

1910-இல் மக்லியோட் என்ற பிரிட்டிஷ் அதிகாரி கூறினார். '1881- முதல் நான் மாஜிஸ்திரேட் ஆக இருக்கிறேன். பல்வேறு தக்கர்களுடன் பழகி உள்ளேன். கடப்பூர் சிறையில் ஐம்பது ஆண்டுகளைக் கழித்த தக்கர்களை நான் பார்த்தேன். 70 வயதுக்குமேல் ஆன அந்தத் தக்கர்களை விடுவிக்க எண்ணி அவர்களிடம் நான் விசாரணை நடத்தினேன். 'எங்களுக்கு வெளியே யாரையும் தெரியாது. வெளியே செல்ல விருப்பம் இல்லை.' என்று மறுத்துவிட்டனர். 'ஏதாவது வேலை தாருங்கள்' என்றே அவர்களும் கேட்டனர்!' என்றார்.

1931-இல் ஈ.டவிள்யூ. பெய்ன் என்பவர் செப்டெம்பர் மாதம் 17ஆம் தேதி ஜப்பல்பூர் தக்கிகள் தொழில் பயிற்சி மற்றும் தொழிற்கூடத் தலைவராக இருந்த நிலையில் ஓர் அறிக்கையில் கூறினார்.

'நான் நிர்வாக பொறுப்பேற்ற பிறகு நிறைய மாற்றங்கள் கொண்டு வந்தேன். இந்தியாவில் மிகச் சிறந்த 'டெண்ட்' இங்கே தக்கிகளால் தயாரிக்கப்படுகிறது. சிறுவர்களாகப் பயிற்சிக்கு வந்த தக்கர்களின் வாரிசுகள் இன்று மிகச் சிறந்த தொழில் வல்லுனர்களாகி விட்டனர்.

மிக வயது மூத்த தக்கர்கள்கூட வெளியே போக விரும்பவில்லை. எனவே இந்தத் தொழிற்கூடம் அவர்களது சொந்த வீடாகவே ஆகிவிட்டது' என்றார்.

1932 ஆம் ஆண்டு ஜப்பல்பூர் பகுதி போலீஸ் கமிஷனர் டிசம்பர் மாதம் 21 ஆம் தேதியிட்ட கடிதத்தில் எழுதுகிறார். ஜேம்ஸ் ஸ்லீமன் மகனும் தக்கி ஸ்லீமன் பேரனுமான ஸ்லீமன் அவர்களுக்கு அவர் எழுதுகிறார்.

> அன்புள்ள கர்னல் ஸ்லீமன் அவர்களுக்கு, வணக்கம்.
>
> தாமதமாக பதில் எழுதியதற்காக மன்னிக்கவும். பல்வேறு இடங்களில் இருந்து தகவல் பெறவே தாமதம் ஆனது.
>
> எல்லா இடங்களில் இருந்தும் வரும் தகவல்களில் எவ்விதத் தக்கர்கள் பற்றிய சிறு செய்தியும் இல்லை. உங்கள் தாத்தா ஸ்லீமன் எல்லாவற்றையும் சுத்தமாக காலி செய்து விட்டுப் போய்விட்டார். தக்கர்களது செயல்பாடுகள் முற்றிலுமாக முடிந்து போய்விட்டது. தக்கர்கள் பற்றிய குறிப்புகள் கூட இல்லை!'

இவ்வாறாக இந்தியாவில் வேரூன்றிப் படர்ந்திருந்த ஒரு மாபெரும் கொடூர ரகசிய இயக்கம் வேரோடு வீழ்த்தப்பட்டுவிட்டது.

உதவிய நூல்கள், கட்டுரைகள், இதழ்கள்

1. Of the Murderers called Phansigars, Dr. Sherwood, Madras Literary Gazette, 1816.
2. Regarding Badheks and Thegs, John Shakespeare, Asiatic Researches, 1820
3. Following the Equator, Mark Twain
4. Thugs, Encyclopaedia Brittannica, 1992
5. James Paton's Collections on Thuggee and Dacoity
6. Recollections, Lady Login
7. A Popular Account of the Thugs and Dacoits, The Hereditary Garotters and Gang-Robbers of India, James Hutton, 1857.
8. The Emperor Akbar, A.S. Beveridge, 1980
9. Begum Sumroo, Ann Deane, 1823
10. Operations in the Hill Tracts of Orissa for the Suppression of the Human Sacrifices and Female Infanticide, Maj.Gen. John Campbell . C.B
11. Memorials of Service in India, Maj. MacPherson
12. History of the Administration of the East India Company, Gen. John William Kaye, 1853
13. Some Records of Crime, Gen. Harvey
14. Confessions of a Thug, Philip Meadows Taylor, 1839
15. The Story of my Life, Philip Meadows Taylor, 1877
16. British Paramountcy and Indian Renaissance, Edited by R.C. Majumdar, Bharatiya Vidya Bhavan
17. India's North East Frontier in the Nineteenth Century, Verrier Elwin
18. An Advanced History of India, R.C.Majumdar
19. The Wonder that was India, S.A.A.Rizvi
20. British India, Michael Edwards
21. India and its Inhabitants, Caleb Wright
22. The Yellow Scarf, Lt.Gen. Sir. Francis Tuker, 1961
23. The Men who ruled India, Philip Mason, 1985
24. The Wonder that was India, A.L. Basham
25. The Black Hole of Calcutta, Noel Barber
26. The Commerce between the Roman Empire and India, E.H. Warmington.
27. The Imperial Gazetteer of India, 10 Volumes
28. Rulers of India, 24 books
29. Kinship between Hinduism and Buddhism, Henry S.Olcott

30. Chambal : the Valley of Terror, Taroon Coomar Bhaduri
31. India's Struggle for Freedom, R.C.Majumdar.
32. The Delhi Sultanate, R.C.Majumdar
33. The Age of Imperial unity, R.C.Majumdar
34. Genghis Khan, Ralph Fox
35. History of Mysore, Lt. Col. Mark Wilks
36. Mysore, W.B.Lewis Rice
37. The Imperial Gazetter of India, W.W. Hunter
38. Art of war in Ancient India, Govind Tryambak, 1929
39. Civil Disobedience and Indian Tradition : With some early 19th Century Documents, Dharampal
40. The Thugs (Or) Phansigars of India, W.H. Sleeman, 1839.
41. A Report on the system of Megpunnism, W.H. Sleeman, 1839
42. Report on the Depredations Committed by the Thug Gangs of Upper and Central India, W.H. Sleeman
43. Rambles and Recollections of an Indian Official, W.H. Sleeman
44. Report on Budhuk alias Bagree Dacoits and other Gang Robbers by hereditory profession, W.H.Sleeman.
45. A Journey through the Kingdom of Oude, (4 vol), W.H.Sleeman
46. Thug or A Million Murders, James Sleeman
47. Illustrations of the History and Practices of the Thugs, (3 vol). W.H.Sleeman.
48. Ramaseeana, (3 vol), W.H. Sleeman
49. Wanderings of a Pilgrim in search of the picturesque, Mrs Fanny Parks
50. Asiatic Researches or transactions of the society instituted in Bengal for the enquiry into the History and Antiquities, The Arts, Sciences and Literature of Asia, (30 vol), 1820.
51. The wandering Jew, Eugene Sue
52. Ancient India, Publications Division
53. Ellora and Ajanta, Prof. Dr.S. Siddiqui, 1956
54. History of Indian shipping and maritime activity from the earliest times, Radha Kumud Mukherjee
55. How India wrougt for freedom, Annie Besant
56. A Critical study of the Thugs and their activities, Hiralal Gupta
57. Thuggee, Kim Wagner
58. A History of Secret Societies, Arkon Daraul
59. Believe it or Not, Book-2,14&15, Robert Ripley
60. Thug : The True story of India's Murderous Cult, Mike dash
61. Sunday, Weekly magazines of 1970s and 80s.
62. Om Sakthi, Tamil monthly magazine, 1980s
63. Sudanthiram, Tamil monthly magazine

www.ingramcontent.com/pod-product-compliance
Lightning Source LLC
LaVergne TN
LVHW060441051026
849518LV00002B/570
9788183689496